மூன்றாவது கண்
மொழிபெயர்ப்பின் சிக்கல்கள், நுட்பங்கள்,
அரசியல் குறித்த பார்வைகள்

மூன்றாவது கண்
மொழிபெயர்ப்பின் சிக்கல்கள், நுட்பங்கள், அரசியல் குறித்த பார்வைகள்

ஜி. குப்புசாமி (பி. 1962)

அயல் மொழி இலக்கிய மொழிபெயர்ப்பில் ஈடுபட்டுவரும் இவர் முக்கியமான சமகால எழுத்தாளர்கள் பலரின் எழுத்துக்களைத் தொடர்ந்து தமிழாக்கம் செய்துவருகிறார்.

'என் பெயர் சிவப்பு' மொழிபெயர்ப்புக்காக கனடா இலக்கியத் தோட்டம் விருதும், எஸ்.ஆர்.எம். பல்கலைக்கழகத்தின் தமிழ்ப் பேராய விருதும் (2012) பெற்றுள்ளார். 'கடல்' நாவல் மொழிபெயர்ப்புக்காக அயர்லாந்து அரசின் இலக்கிய நல்கையும் 2018ஆம் ஆண்டிற்கான தமிழக அரசின் சிறந்த மொழிபெயர்ப்பாளர் விருதையும் பெற்றுள்ளார்.

முகவரி : 74/26, பிள்ளையார் கோவில் தெரு
ஆரணிப் பாளையம், ஆரணி
திருவண்ணாமலை மாவட்டம் 632 301

தொலைபேசி : 97915 61654, 94433 05456

மின்னஞ்சல் : gkuppuswamy62@yahoo.com

ஜி. குப்புசாமி

மூன்றாவது கண்
மொழிபெயர்ப்பின் சிக்கல்கள், நுட்பங்கள்,
அரசியல் குறித்த பார்வைகள்

காலச்சுவடு பதிப்பகம்

● **அன்பார்ந்த வாசகருக்கு,**

வணக்கம்.

காலச்சுவடு நூலை வாங்கியமைக்கு நன்றி.

நூலின் உள்ளடக்கம், உருவாக்கம், அட்டைப்படம் இன்ன பிற அம்சங்கள் பற்றிய உங்கள் கருத்துகளையும் ஆலோசனைகளையும் காலச்சுவடு வரவேற்கிறது. தகவல், எழுத்து, வாக்கியப் பிழைகள் தென்பட்டால் கட்டாயம் தெரிவித்து உதவுங்கள். நூல் தயாரிப்பில் கடும் குறைபாடு இருப்பின் மாற்றுப் பிரதி உங்களுக்குக் கிடைக்கக் காலச்சுவடு ஏற்பாடு செய்யும்.

மின்னஞ்சல்: publisher@kalachuvadu.com

காலச்சுவடு நாகர்கோவில் அலுவலகத்துக்குக் கடிதம் அனுப்பலாம்.

தங்கள்
எஸ்.ஆர். சுந்தரம் (கண்ணன்)
பதிப்பாளர் – நிர்வாக இயக்குநர்

மூன்றாவது கண் மொழிபெயர்ப்பின் சிக்கல்கள், நுட்பங்கள், அரசியல் குறித்த பார்வைகள் ◆ கட்டுரைகள் ◆ ஆசிரியர்: ஜி. குப்புசாமி ◆ © ஜி. குப்புசாமி ◆ முதல் பதிப்பு: டிசம்பர் 2023 ◆ வெளியீடு: காலச்சுவடு பப்ளிகேஷன் (பி) லிட்., 669, கே.பி. சாலை, நாகர்கோவில் 629001

காலச்சுவடு பதிப்பக வெளியீடு: 1246

muunRaavatu kaN On the Issues, Nuances and Concepts of Translation ◆ Essays ◆ Author: G. Kuppuswamy ◆ © G. Kuppuswamy ◆ Language: Tamil ◆ First Edition: December 2023 ◆ Size: Demy 1x8 ◆ Paper: 18.6 kg maplitho ◆ Pages: 200

Published by Kalachuvadu Publications Pvt. Ltd., 669, K.P. Road, Nagercoil 629001, India ◆ Phone: 91-4652-278525 ◆ e-mail: publications @kalachuvadu.com ◆ Printed at Mani Offset, Chennai 600077

ISBN: 978-81-19034-78-9

12/2023/S.No. 1246, kcp 4999, 18.6 (1) ass

அன்பு அண்ணன்
சுகுமாரனுக்கு

பொருளடக்கம்

முன்னுரை	11
மொழிபெயர்ப்பு குறித்த பார்வைகள்	**15**
பாரதி, புதுமைப்பித்தன், சுந்தர ராமசாமி ஆகியோரின் மொழிபெயர்ப்புப் பணிகள்: ஒரு பார்வை	17
தமிழ் நாவல்களில் மொழிபெயர்ப்புகளின் தாக்கம்	33
பார்வையை விரிவாக்கும் மொழிபெயர்ப்புகள்	48
மொழிபெயர்ப்புகளினூடாக நவீனத் தமிழ் இலக்கியம்: மறுவாசிப்புகளும் புதிய தேவைகளும்	52
மொழிபெயர்ப்பாளரின் மூன்று பாவங்கள்	66
நிதான வாசிப்பு - ஒரு கலை	73
காலச்சுவடும் எனது மொழிபெயர்ப்புகளும்	76
சங்கடங்கள், சறுக்கல்கள், சமரசங்கள்	82
மொழிபெயர்ப்பு எனும் உயிர்க்கடத்தல்	87
நேர்காணல்கள்	**105**
'பெருமகிழ்வின் பேரவை' மொழிபெயர்ப்பை முன்வைத்து	107
இந்து தமிழ் நாளிதழில் வெளிவந்த நேர்காணல்களின் தொகுப்பு	114
கனலி நேர்காணல்	130
புதுச்சேரி வானொலியின் 'இலக்கியச்சோலை' நிகழ்ச்சியில் 23/09/2019 அன்று ஒலிபரப்பான நேர்காணல்.	174

முன்னுரை

இந்திய மொழிகளிலேயே மொழிபெயர்ப்பு முயற்சிகளில் மிக நீண்ட பரம்பரியம் மிக்கது தமிழ்தான். மொழிபெயர்ப்புக்கான இலக்கணம் தொல்காப்பியத்திலேயே நிறுவப்பட்டிருக்கிறது. ஆனால் தற்காலத்தில் மொழிபெயர்ப்பு குறித்த உரையாடல்களே காணக் கிடைப்பதில்லை. மொழிபெயர்ப்புகளின் பொற்காலமாக அறியப்பட்ட ஐம்பதுகளிலும், அசல் படைப்புகளைவிட மொழிபெயர்ப்புகளே அதிகமாக வெளிவரும் இக்காலத்திலும், மொழிபெயர்ப்புகளை எப்படி அணுகுவது, எது சரியான மொழிபெயர்ப்பு என்பதைப் பற்றித் தெளிவின்மை நிலவிவருகிறது. மொழிபெயர்ப்பு நுட்பங்களைப் பற்றிச் சற்று அதிகமாகவே கவலைப்படுபவன் என்பதால் வாய்ப்புக் கிடைக்கும்போதெல்லாம் மொழியாக்கம் பற்றிய எனது நம்பிக்கைகளை வெளிப்படுத்தி வந்திருக்கிறேன். கடந்த இருபது வருடங்களில் மொழிபெயர்ப்பு குறித்த கருத்தரங்குகளில் 'வாசித்த' கட்டுரைகள், இதழ்களில் எழுதிய கட்டுரைகள், அளித்த நேர்காணல்கள் ஆகியவை இங்கே நூல் வடிவம் பெறுகின்றன. மொழிபெயர்ப்பியல் பற்றியும், அதன் தொழில்நுட்பங்கள் பற்றியும் பல்வேறு சந்தர்ப்பங்களில் நிறையவே பேசியிருப்பதை ஒருசேரப் பார்க்கும்போது சற்று வியப்பாகவே இருக்கிறது. ஆனாலும் சொல்வதற்கு இன்னும் எவ்வளவோ இருக்கிறது எனும்படியாகத்தான் பரந்து விரிந்திருக்கிறது மொழிபெயர்ப்பு எனும் இயல்.

மொழிபெயர்ப்புக்குள் நான் நுழைந்ததே என்னுடைய நாற்பதாவது வயதில்தான். அதற்குமுன் வெறும் வாசகனாகத் தான் இருந்திருக்கிறேன், அதுவும் வெறிபிடித்த வாசகனாக. புத்தகங்கள் என் வாழ்வின் பல மோசமான காலகட்டங்களிலும் துணையாக இருந்திருக்கின்றன. புனைவுகளில் என்னைத் தொலைத்துக்கொள்வது ஒருவிதத் தப்பித்தலாகத்தான் இருந்திருக் கிறது. ஆனால் புத்தக வாசிப்பு காப்பாற்ற முடியாத அளவுக்கு வாழ்க்கை என்னை அதளபாதாளத்தில் தள்ளியபோதுதான் மொழிபெயர்ப்பு என்ற, அதுவரை நான் முயன்று பார்த்தேயிராத கதவு திறந்து என்னை உள்வாங்கிக்கொண்டது. ஏதோவொரு வடிவத்தில் புத்தகங்கள்தான் எந்தப் புயலிலும் என்னை ஏற்றிக்கொள்ளும் உயிர்காப்புப் படகுகளாக இருக்கின்றன.

பட்டப்படிப்பில் ஆங்கிலத்தையோ தமிழையோ முதன்மைப் பாடங்களாக எடுத்துப் படிக்கவில்லை என்ற குறை எப்போதுமே உண்டு. இலக்கிய வரலாறு, மொழிபெயர்ப்புக் கோட்பாடுகள் ஆகியவற்றை முறையாகக் கற்றுக்கொள்ளாமல் இத்துறைக்கு வந்துவிட்டோம் என்ற தாழ்வு மனப்பான்மை இன்றுவரை விலகாமல்தான் இருக்கிறது. பல வருட இலக்கிய வாசிப்பு எனது ஆரம்பகால மொழிபெயர்ப்புகளுக்குக் கைகொடுத்தாலும், மொழிபெயர்ப்பு பற்றிய ‘தியரி’களை அறிந்துகொள்வது இன்றியமையாதது என்று தேடித்தேடிப் படிக்கத் தொடங்கினேன். ஆங்கிலத்தில் நிறையவே நூல்கள் இருக்கின்றன. பல்கலைக்கழகப் பாடத்திட்டங்களுக்கு ஏற்ப எழுதப்பட்டிருந்த அந்த நூல்கள் ஏட்டுச் சுரைக்காயாகவே இருப்பதை விரைவிலேயே கண்டுகொண்டு அவற்றிலிருந்து விலகினேன். பிறகு இலக்கிய மொழிபெயர்ப்பாளர்களின் நூல்களைத் தேடத் தொடங்கினேன். ஏ.கே. ராமானுஜன், கிரிகரி ரபாசா, எடித் கிராஸ்மன், லாரன்ஸ் வெனூடி போன்றோரின் நூல்கள் பல விஷயங்களை எனக்குத் தெளிவுபடுத்தின. க்ளிஃபோர்ட் ஈ. லாண்டர்ஸின் *(Clifford E. Landers) Literary Translation,* இன்னொரு அற்புதமான வழிகாட்டியாக இருந்தது. ‘*Performing Without A Stage*’ என்ற ராபர்ட் வெக்ஸ்லரின் *(Robert Wechsler)* புத்தகம் மிகவும் உதவியாக இருந்தது, இருக்கிறது. இந்த நூல்களும், விளாதிமீர் நபக்கோவின் மொழிபெயர்ப்பு குறித்த கட்டுரைகளும் என்னைச் செழுமைப்படுத்தியிருக்கின்றன.

ஆனால் எவ்வளவு புத்தகங்களைப் படித்தாலும் நேரடியாக ஓர் ஆசானிடம் பட்டை தீட்டிக்கொள்வதற்கு ஈடு இணையில்லை. எனக்கு அப்படியொரு வழிகாட்டியாக அமைந்த ஆசான் சா. தேவதாஸ். கூட்டுறவுத் துறையில் பணியாற்றிவந்த

தேவதாஸ் எனக்காகவே ஆரணிக்கு மாற்றலாகி வந்ததைப் போலிருந்தது. புத்தகங்களை அடுக்கி வைப்பதற்காகவே ஒரு பெரிய அறை இருக்கும் வீடாகப் பார்த்து வசித்துவந்தார். சமகால எழுத்தாளர்களின் புத்தகங்கள், மிகவும் முக்கியமான இலக்கிய இதழ்கள் என அவரிடமிருந்து பெற்றுச் சென்று என்னை வளப்படுத்திக்கொண்டிருந்தேன். விரிவாகப் பேசும் வழக்கம் அவருக்குக் கிடையாது. நாம் பேசுவதைப் பொறுமையுடன் முழுசாகக் கேட்டுக்கொண்டு ரத்தினச் சுருக்கமாகத் தன் கருத்துக்களைச் சொல்வார். அப்படியாக நான் அறிந்துகொண்டவைதான் இந்த நூலின் கட்டுரைகளில் இடம்பெற்றிருக்கின்றன. எதை மொழிபெயர்க்க வேண்டும், எப்படி மொழிபெயர்க்க வேண்டும், எவ்வெவற்றையெல்லாம் செய்யக் கூடாது என்று 'பிராக்டிகலாக' உதாரணங்களுடன் கற்றுத் தந்தவர் அவர்தான். என்னுடைய *'friend, philosopher and guide'* சா. தேவதாஸ் அவர்களுக்கு என் வணக்கங்களும் நன்றியும்.

மொழிபெயர்ப்பு குறித்த கட்டுரைகளை மட்டும் தொகுத்துத் தனி நூலாகக் கொண்டுவரும் ஆலோசனையைத் தந்த என் அன்புக்குரிய பதிப்பாளர் காலச்சுவடு கண்ணனுக்கும், கட்டுரைகளை ஆழ்ந்து வாசித்து, சில திருத்தங்களையும், மாற்றங்களையும் பரிந்துரைத்த நண்பர் அரவிந்தனுக்கும், சிறப்பாக நூலாக்கம் செய்திருக்கும் காலச்சுவடு பதிப்பக பணியாளர்கள் கலா, ஆ. ஜரின் ஜெனிபர், மஞ்சு, மணிகண்டன் அழகுற அட்டைப் படத்தை வடிவமைத்திருக்கும் தில்லை முரளிக்கும் என் மனமார்ந்த வந்தனங்கள்.

ஜி. குப்புசாமி

ஆரணி
14-12-2023

மொழிபெயர்ப்பு குறித்த பார்வைகள்

1

பாரதி, புதுமைப்பித்தன், சுந்தர ராமசாமி ஆகியோரின் மொழிபெயர்ப்புப் பணிகள்: ஒரு பார்வை

இருபதாம் நூற்றாண்டின் முதல் இரு பத்தாண்டுகளில் மகாகவி பாரதியாரின் மூலம் வேர்விடத் தொடங்கிய நவீன இலக்கிய மறுமலர்ச்சி அடுத்த இரு பத்தாண்டுகளில் புதுமைப்பித்தன், மௌனி, கு.ப.ரா., க.நா.சு. போன்றோரால் தீவிரமடைந்து 'மணிக்கொடி கால'மாகப் பரிணமித்து வளர்ந்திருக்கிறது. தமிழில் இலக்கிய மொழிபெயர்ப்பு என்பதைப் பற்றித் தீர்க்கமான பார்வையின்றி, குழப்பமான, மேம்போக்கான கருத்தாக்கங்களே நிலவிவந்த காலகட்டத்தில் மொழிபெயர்ப்பைப் பற்றித் தெளிவான, இலக்கியப் பிரக்ஞை கொண்ட பார்வையை முன்வைத்தவர் எனப் புதுமைப்பித்தனைத்தான் கூற வேண்டும். அவர் தொடங்கிவைத்த இவ்விவாதத்தின் பலனாக மொழிபெயர்ப்பு மார்க்கத்தின் மீது கவிந்திருந்த மேகமூட்டங்கள் கலைந்து நவீன மொழிபெயர்ப்பு ஓர் இயலாகப் படைப்பிலக்கியத் திற்கு இணையான ஒரு ஸ்திதியைத் தற்போது அடைந்திருக்கிறது. ஆனால் இத்தகைய கோட்பாடு, விவாதங்கள் தொடங்குவதற்கு முப்பதாண்டுகள்

முன்னதாகவே பரிபூரண இலக்கியப் பிரக்ஞையோடு பாரதி மொழிபெயர்ப்பை அணுகியிருப்பது அந்த அதிகலைஞனின் மற்றொரு ஆச்சரியமான பரிமாணம்.

இலக்கிய மொழிபெயர்ப்பு ஒரு கலையாக வளர்ச்சியுற்ற பிறகு தூய மொழிபெயர்ப்பாய்வு என்றும் பயன்முறை மொழிபெயர்ப்பாய்வு என்றும் ஜேம்ஸ் எஸ். ஹோம்ஸால் வகைப்படுத்தப்பட்டு, இன்று பல்வேறு மொழிபெயர்ப்புக் கோட்பாடுகள் கிளைத்திருக்கின்றன. அத்தகைய பகுப்பாய்வுக் குள் செல்லாமல் மூலப்படைப்பிற்கும் படைப்பாளிக்கும் அப்படைப்பு உருவான கலாச்சாரத்திற்கும் மொழிபெயர்க்கப் படும் பிரதி விசுவாசமாக இருத்தல் என்ற அடிப்படையளவில் எளிமைப்படுத்தி பாரதி, புதுமைப்பித்தன், சுந்தர ராமசாமி ஆகியோரின் மொழிபெயர்ப்புகளை இங்கு விவாதிக்கலாம் எனக் கருதுகிறேன்.

தேசியக் கவிஞர் என்னும் ஒற்றைப் பரிமாணத்திலேயே பெரும்பாலும் தரிசிக்கப்படும் பாரதியின் மொழிபெயர்ப்புகள் இலக்கியரீதியாகப் போதிய கவனம் பெறப்பட்டவையோ ஆய்விற்குட்பட்டவையோ அல்ல. ஒரு கலைஞனை புனிதப் பசுவாக்கி, அவனைப் பற்றிய அதிபிம்பங்களை மட்டுமே தரிசித்துக்கொண்டிருப்பது அவனை மறைமுகமாகப் புறக்கணிப்பதுதான். பாரதி கணிசமான அளவில் மொழிபெயர்ப்புகள் செய்திருக்கிறாரா என்பது இப்போது உருவாகும் கேள்வி. பத்துக் கவிதைகளையும் தாகூரின் எட்டுச் சிறுகதைகளையும் (அவற்றில் ஒன்று குறுநாவல்) பகவத் கீதையையும் மற்றும் பதஞ்சலி யோக சூத்திரத்தையும் அவரது இலக்கிய மொழிபெயர்ப்புகளாகச் சேர்க்கலாம். ஒரு பத்திரிகையாளராக, தாதாபாய் நௌரோஜி, திலகர், விபின் சந்திரபால், ஜகதீச சந்திரபோஸ் ஆகியோரது சொற்பொழிவு களையும் காங்கிரஸ் மகாசபையின் சரித்திரத்தையும் பற்பல செய்திக் கட்டுரைகளையும் மொழிபெயர்த்திருப்பதை அவற்றின் செய்தி மதிப்பிற்காகக் கணக்கில் கொள்ளாமல் அவரது இலக்கிய மொழிபெயர்ப்புகளைப் பற்றி மட்டும் இங்கே பேசலாம்.

'தெளிவுறவே அறிந்திடுதல், தெளிவுதர
மொழிந்திடுதல், சிந்திப் பார்க்கே
களி வளர உள்ளத்தில் ஆனந்தக்
கனவு பல காட்டல், கண்ணீர்த்
துளி வர உள்ளுருக்குதல் ...'

ஆகியவை வேண்டுமென வாணியிடம் பாரதி வேண்டுவது அவரது பகவத் கீதை மொழிபெயர்ப்பில் சித்தி ஆகியிருக்கும்.

அவரது பகவத் கீதையை ஆன்மிகத் தேவையேதுமின்றி வெறும் வாசிப்பு ரசனைக்காக மட்டுமே பயில்வது ஒரு மகத்தான அனுபவம்.

பகவத் கீதையின் சுலோகங்கள், மிகக் கச்சிதமான வாக்கிய அமைப்புகளில் அவரது உரைநடைகளில் வழக்கமாகக் காணப்படும் சமஸ்கிருத வார்த்தைகள்கூட மிக மிகக் குறைவாக, தெளிவான நடையில் மொழிபெயர்க்கப்பட்டுள்ளன. தமிழில் பாரதியின் பகவத் கீதை அளவிற்கு முழுமையான, அதே நேரத்தில் ரத்தினச் சுருக்கமான மொழிபெயர்ப்பு வேறெதுவும் கிடையாது. மொழிபெயர்ப்பின் நடுவில் எந்த விளக்கவுரையையோ வியாக்கியானத்தையோ கொண்டுவராமல் ஒரு நீளமான முன்னுரையில் பட்டினத்தார், தாயுமானவர், திருநாவுக்கரசர் ஆகியோர் மேற்கோள்களோடு பகவத் கீதையின் சாராம்சம், அது முன்வைக்கும் தத்துவம், வேதம்–உபநிடதங்களுக்கிடையேயுள்ள வேறுபாடுகள், வேதங்கள் மிக மிகப் பழைய சமஸ்கிருத மொழியிலும், காலத்தால் பின்தங்கிய உபநிடதங்கள் பிற்காலத்திய சமஸ்கிருதத்தில் இயற்றப் பட்டிருப்பது குறித்த விளக்கங்கள், கீதை குறித்த மேம்போக்கான தப்பபிப்பிராயங்கள் போன்றவற்றை விளக்குகிறார்.

அவரது மொழிபெயர்ப்புகளில் முதலிடம் பெற வேண்டியது அதன் மொழி அந்தஸ்திற்காக, பகவத் கீதை மொழிபெயர்ப்பேயாகும்.

'எதனையெதனை உயர்ந்தோன் செய்கிறானோ, அதையே மற்ற மனிதர் பின்பற்றுகிறார்கள். அவன் எதை பிரமாணமாக்கு கிறானோ அதையே உலகத்தார் தொடருகிறார்கள்... பார்த்தா, மூன்றுலகத்தில் எனக்கு யாதொரு கடமையுமில்லை, நான் பெற்றிராத பேறுமில்லை. எனினும் நான் தொழிலிலே இயங்குகிறேன்... பார்த்தா, அறிவில்லாதோர் செய்கையில் பற்றுடையோராய் எப்படித் தொழில்செய்கிறார்களோ அப்படியே அறிவுடையோன் பற்றை நீக்கி உலக நன்மையை நாடித் தொழில்செய்ய வேண்டும்.'

பகவத் கீதைக்கு அடுத்தபடியாகக் குறிப்பிடத் தகுந்த மொழிபெயர்ப்பு தாகூரின் எட்டுக் கதைகளின் தமிழாக்கம். பாரதி தேர்ந்தெடுத்த இக்கதைகளில் 'மானபங்கம்', 'நள்ளிரவிலே', 'ஸமாப்தி' ஆகிய கதைகள் மிக அற்புதமானவை. சௌந்தர்யங்களில் மனமுருகி பாரதி புனைந்திருக்கும் பல கவிதைகளைக் கண்ணன் பாட்டிலும் குயில் பாட்டிலும் கண்டிருப்போம். மானபங்கம் என்னும் தாகூரின் இந்தக் கதையை பாரதி மொழிபெயர்க்கையில், யௌவனத்தின் சோபை ததும்பும் வர்ணனைகள் அற்புதமான

மூன்றாவது கண்

வரிகளைச் சமைக்கின்றன. இக்கதையின் முதல் ஐந்து பத்திகள் நமக்கு ஏற்படுத்தும் மனவெழுச்சியும் களி வளர உள்ளத்தில் ஆனந்தக் கனவு பல காட்டலும் கண்ணீர் வர உள்ளுருக்குதலும் வங்க மொழி வாசகருக்குத் தாகூரின் மூலத்தை வாசிக்கையில் ஏற்பட்டிருக்குமா என்பது சந்தேகம்தான். இதே கதையில் கணவன் மனைவியை அடித்து, கட்டாயப்படுத்தி அவளது நகைகளை அபகரித்துக்கொண்டுசெல்லும் கொந்தளிப்பான கட்டத்தில் பாரதியின் மொழி லாவகம் பிரமிப்பேற்படுத்துகிறது.

'வீட்டில் யாரும் துயில் கலையவில்லை. நிலா அமைதியாக வீசிற்று. இரவின் மோனம் குலையவில்லை. இத்தனை சாந்திக்கிடையேகூட மனிதர் திரும்ப சொஸ்தமாக இடமில்லாதபடி நெஞ்சுடைந்து போதல் ஸாத்யமாகிறது.'

தாகூரின் மூன்று சிறுகதைகளை இணைத்து சத்யஜித் ராய் இயக்கிய 'தீன் கன்யா'வில் இடம்பெறும் கதையான 'ஸமாப்தி'யை பாரதியின் மொழிபெயர்ப்பில் வாசிக்கும்போது, ஒவ்வொரு வரியிலும் அந்த அற்புதமான திரைப்படத்தின் ஒவ்வொரு காட்சியும் அதே வேகத்தில், அதே அழுத்தத்தில், அதே உணர்ச்சி நுட்பத்தோடு நம்முன் விரிகிறது. சத்யஜித் ராயின் 'ம்ருண்மயி'யும் பாரதியின் 'ம்ருண்மயி'யும் ஒரே ஜாடையில், ஒரே விதமான மருட்சி கண்களில் தெரிய, ஒரே மாதிரியான துள்ளல் நடையில் ஒன்றுபோலவே தெரிகின்றனர். 'தீன்கன்யா'வைப் பார்த்தவர்களுக்கு இக்கதையைப் படிக்கும்போது அதன் திரைக்கதைப் பிரதியை வாசிக்கும் உணர்வுதான் ஏற்படும்.

பாரதியின் மற்றொரு பிரபலமான மொழிபெயர்ப்பான பக்கிம் சந்திர சட்டர்ஜியின் 'வந்தே மாதரம்' இருமுறை தமிழாக்கப் பட்டிருக்கிறது. முதலாவதாகச் செய்த 'இனிய நீர் பெருக்கினை இன் கனி வளத்தினை' என்ற கவிதை மிகச் சிறப்பானது.

> 'வெண்ணிலாக் கதிர் மகிழ விரித்திடுமிரவினை!
> மலர்மணிப் பூத்திகழ் மரன் பல செறிந்தனை!

எனச் செறிவான மொழியில் இயற்றப்பட்ட பாடலை மீண்டும் ஒருமுறை 'நளிர்மணிநீரும் நயம்படு கனிகளும்' என்று மொழிபெயர்த்திருப்பதற்கு அவர் கூறும் காரணம் கவனிக்கத் தக்கது. 'வந்தே மாதரம்' பாடல் பக்கிம் சந்திரரின் 'ஆனந்த மடம்' நாவலில் சாமியார்கள் பாடும் வழிநடைப்பாடலாக இடம்பெறுகிறது. முதலில் செய்யப்பட்ட மொழிபெயர்ப்பு முழுவதும் அகவலாக மொழிபெயர்த்தது பாடுவதற்கு நயப்படாத தால் இப்போது பல சந்தங்கள் தழுவி மொழிபெயர்த்திருப்பதாக இரண்டாம் பாடலுக்கு விளக்கமளிக்கிறார்.

'பதஞ்சலி யோக சூத்திர'த்தைப் பாரதி மொழிபெயர்க்கையில் மூலத்தின் சூத்திர வரிகள் நேரடியாக மொழிபெயர்க்கப் படுகின்றன. இதற்கான பொருள் விளக்கம், சூத்திரத்தை விரித்துச் சொல்வது மட்டுமின்றி வேறுபல மொழிபெயர்ப்புகளை, சாத்திரங்களை, கூற்றுகளை மறுக்கவும் உடன்படவும் செய்யும் விவாதமாக மாறுவது புதிய அணுகுமுறை.

பாரதிக்குத் தேச சுதந்திரப் போராட்டமும் சமூக விடுதலையை ஏற்படுத்தும் போராட்டமும் ஒன்றாகவே கலந்திருந்ததனால்தான் இந்து மதவெழுச்சியை ஆங்கிலேயே ஆதிக்க சக்திக்கு எதிர்ப்பாக மாற்ற பகவத் கீதையையும் பதஞ்சலி யோக சூத்திரத்தையும் தமிழில் கொண்டுவந்திருக்கிறார் எனலாம். அவர் மொழி பெயர்க்கத் தேர்ந்தெடுத்த அயல் மொழிக் கவிதைகளைக் கவனிக்கும்போதும் இதே முனைப்புதான் வெளிப்படுகிறது. லாங்ஃபெலோவின் 'மேலோர் புகழ்', பைரனின் 'சுதந்திரம்', அரவிந்தரின் 'கடல்', ஃபுளோரா ஆண் ஸ்டீலின் 'கலியுக முடிவு', மாட்ரால் ஸ்டன்ஷர்மனின் 'இந்தியாவின் அழைப்பு', தாகூரின் 'நாட்டுக் கல்வி', ஜான் ஸ்கர்ரின் 'கற்பனையூர்', சியூசீனின் 'பெண் விடுதலை' ஆகிய பாரதி மொழிபெயர்த்த இதர கவிதைகளுக்கிடையே சமூக விடுதலை என்ற பொதுச்சரடுதான் காணப்படுகிறது.

2

நவீனத் தமிழ் இலக்கியத்தின் முன்னோடியாகக் கருதப்படும் புதுமைப்பித்தன், சிறுகதைகளுக்காகவும் கட்டுரைகள், இலக்கிய விமர்சனங்கள், விவாதங்களுக்காகவும் அறியப்பட்டிருக்கு மளவிற்கு மொழிபெயர்ப்புகளுக்காகக் கவனம் பெற்றிராதிருப் பதற்கான காரணங்களை ஆராய வேண்டிய கட்டத்தில் நாம் இருக்கிறோம். பக்க அளவில் எடுத்துக்கொண்டால் தன் சொந்தக் கதைகளைவிடச் சற்றுக் கூடுதலாகவே புதுமைப்பித்தன் மொழிபெயர்ப்புகளும் செய்திருப்பது தீவிர வாசகர்கள் பலருக்கும் வியப்பளிப்பதாக இருக்கக்கூடும். தான் மொழிபெயர்த்த நூல்களுக்கு எழுதிய முன்னுரைகளிலும் மொழி பெயர்த்த கதைகளுக்கு எழுதிய அறிமுகக் குறிப்புகளிலும் தழுவலா மொழிபெயர்ப்பா என்பது பற்றி மணிக்கொடி இதழில் நடைபெற்ற விவாதத்திலும் மொழிபெயர்ப்பு இலக்கியம் பற்றிய தீவிரமான, நவீனப் பார்வையைப் புதுமைப்பித்தன் முன்வைத்திருக்கிறார்.

மேதாவிலாசமும் அந்தரங்க சுத்தியும் சுதந்திரமும் கொண்ட அசலான கலைஞனாக இருந்தபோதிலும், தனது படைப்புகளில்

உருவ அமைதியைக் கொண்டுவருவதில் போதிய சிரத்தை எடுத்துக் கொள்ளாதவர் என்று அவர்மீது ஒரு விமர்சனம் இருந்துவருகிறது. ‘தன்னுள்ளிருந்து கலையின் புயலைப் பரப்பி, அப்புயல் இட்டுச் சென்ற திசைகளிலெல்லாம் சுழன்ற ஒரு அசுரத்தன்மைக்கு ஆளான கலைஞர்’ என்று புதுமைப்பித்தனை வருணிக்கும் சுந்தர ராமசாமி, கதையைக் கடைசிவரை நடத்திக்கொண்டு செல்வதில் பொறுமையில்லாதவராகவும் மிகுந்த ஈடுபாட்டுடன் ஆரம்பித்த பல கதைகளில் களத்தை விஸ்தாரமாக அமைத்து, பாத்திரங்களை ஒருவர்பின் ஒருவராக எழுப்பி, பெரும் போக்காக நகர்த்தும் சிரத்தை பின்பகுதியில் சலிப்படைந்து, ‘அதுவரையிலும் கவனமாய் இழைத்துக் கொண்டுவந்த இழைகளையெல்லாம் அவசர அவசரமாக இழை நுனிகளில் பட்பட்டென்று முடிச்சுப் போட்டு முற்றுப்புள்ளி குத்திவிடுவதை’ப் புதுமைப்பித்தனின் பீறிட்டுப் பிரவகிக்கும் மேதமை நிகழ்த்திவிடுகிற அமைதிக்குலைவுகளாகக் காண்கிறார். இத்தகைய விமர்சனங்களுக்கு ஆளான கலைஞர் என்ற பெயரை அவர் பெற்றிருந்தது புதுமைப்பித்தன் தனது மொழிபெயர்ப்புகளிலும் அத்தகைய அவசரமும் அசிரத்தையான கையாளலும்தான் இருந்திக்கவேண்டும். என்று எந்த விதமாக ஆய்வோ ஒப்புநோக்கலோ இன்றி உண்டாகி யிருந்த அபிப்பிராயம்தான் காரணமாக இருந்திருக்க வேண்டும். ஆனால் அவருடைய மொழிபெயர்ப்புகள் அனைத்தும் கதைக் குறிப்புகள், முன்னுரைகளோடு ஆ.இரா. வேங்கடாசலபதியால் தற்போது தொகுக்கப்பட்டிருப்பதை மறுவாசிப்பு செய்கையில், நவீனத் தமிழ் இலக்கியத்திற்கு மட்டுமல்ல நவீனத் தமிழ் மொழிபெயர்ப்பியலுக்கும் புதுமைப்பித்தன்தான் முன்னோடி என்பது தெளிவாகிறது.

இருபதாம் நூற்றாண்டின் தொடக்கம்வரை பிறமொழி ஆசிரியர்களின் கருவை, கருத்தை, கதையை, கதைமாந்தரை உள்வாங்கிக்கொண்டு மூல ஆசிரியர் பெயர் சுட்டியோ சுட்டாமலோதான் மொழிபெயர்ப்பு செய்யப்பட்டுவந்திருக்கிறது. 1930களில் மொழிபெயர்ப்பு பற்றிய நவீனப் பார்வையும் அணுகுமுறையும் தமிழ் இலக்கிய உலகில் காலூன்றத் தொடங்கின. இந்தத் தருணத்தில்தான் அதுவரையிலான மொழிபெயர்ப்புகள் தழுவல்கள் என்றும் மூலத்திற்குத் துரோகம் செய்வன எனவும் இனங்காணப்பட்டன. நவீன இலக்கிய மொழிபெயர்ப்பு என்பதற்கு அதன் இன்றைய பொருளில் முன்னோடிகள் பாரதி, வ.வே.சு. ஐயர், மகேச குமார சர்மா, புதுமைப்பித்தன் ஆகியோர்தான் என வேங்கடாசலபதி தனது ஆய்வில் நிறுவுகிறார்.

‘அமைப்பு லாவண்யங்களிலும், கையாளப்படும் அசாதாரண, வார்த்தைக்கு மீறிய அதீத விஷயங்களிலும் சிகரங்கள்

எனச் சொல்லப்படும் கதைகளையும் தமிழ்நாட்டு வாசகர்களின் விருப்பு வெறுப்புகளை மதித்துக் கூடுமானவரை ஓரளவு கதைச்சத்து இருக்கக்கூடிய, ஆனால் அமைப்பு விசேஷங்களுடன் பொருந்திய கதைகளையும் தேர்ந்தெடுத்துத் தருவதே என் நோக்கம்' என்று உலகத்துச் சிறுகதைகள் தொகுப்பின் முன்னுரையில் கூறும் புதுமைப்பித்தன் தேர்ந்தெடுத்த கதைகளைப் பார்க்கும் போது அவரது பரந்த வாசிப்பும் அவர் வரித்துக்கொண்டிருந்த புனைபெயருக்குத் தகுந்தாற்போலப் புதுவிதமான கதைகளை அறிமுகப்படுத்தும் ஆர்வமும் வெளிப்படுகின்றன. அத்தகைய புதுவிதமான கதைகளிலும் அன்றைய நவீன இலக்கிய உலகை உதாரணப்படுத்தும் நுட்பமான கலையம்சங்கள் கொண்ட கதைகளைத்தான் அவர் பொறுக்கியெடுத்திருக்கிறார்.

புதுமைப்பித்தன் மொழிபெயர்த்த கதைகளில் அவரது வாழ்நாளில் நூலாக்கம் பெற்ற தொகுப்புகள் உலகத்துச் சிறுகதைகள், பிரேத மனிதன், உயிர் ஆசை (அமெரிக்கக் கதைகள்), மணியோசை (ஜப்பானியக் கதைகள்), உலக அரங்கு என்ற நாடகக் கதைகள் ஆகியவையாகும். அவரது மறைவிற்குப் பின் பளிங்குச் சிலை (ருஷ்யக் கதைகள்), தெய்வம் கொடுத்த வரம், முதலும் முடிவும், பலிபீடம் போன்றவை வெளிவருகின்றன.

அச்சில் வெளிவந்த புதுமைப்பித்தனின் முதல் நூல் உலகத்துச் சிறுகதைகளே. இத்தொகுப்பில் இடம்பெற்றுள்ள ஷெஹர் ஜாதி – கதைசொல்லி, அராபிய இரவுகளின் பின்னீட்சியாக ஹென்றி டிரெக்னியரால் புனையப்பட்ட கதை. தன் உயிரைக் காப்பாற்றிக்கொள்ளக் கர்ணாமிர்தமாகக் கதைகள் பொழிந்துவந்தவளுக்கு மரணபயம் நீங்கி, கணவனும் இறந்த பிற்பாடு, அவளுடைய சிருஷ்டி மனத்தில் கவிகிற வெறுமையை, விரக்தியை, காதலுக்கு ஏங்கும் தவிப்பை மிக அற்புதமாகச் சித்தரிக்கும் இக்கதையைப் புதுமைப்பித்தன் மொழிபெயர்க்கப் பயன்படுத்தியிருக்கும் நடை கவனிக்கத்தக்கது. மிகச் சிறந்த மொழிபெயர்ப்பாளர் பலவிதமான நடைகளையும் பல்வேறு விதமான தொனி வேறுபாடுகளையும் படம்பிடித்துக் காட்டும் வளமையும் கைக்கொண்டிருக்க வேண்டுமென்பதற்கு உதாரணமாக இக்கதையின் மொழிபெயர்ப்பில் புதுமைப்பித்தன் தெரிகிறார். இக்கதையில் பயன்படுத்தப்படும் நடையும் கதையின் அடிநாதக் குரலும் புதுமைப்பித்தனின் 'சிற்பியின் நரகம்' சிறுகதைக்கு நெருக்கமாக இருப்பதை உணரலாம். இதில் சுவாரசியமூட்டும் தகவல் என்னவென்றால் 'சிற்பியின் நரகம்' வெளிவந்தது ஆகஸ்ட் 1935இல் 'ஷெஹர் ஜாதி' வெளிவந்தது நவம்பர் 1935இல். படைப்பு மனம் உருவாக்கும் கதைகளின் உணர்வுத் தளம் மட்டுமல்ல அது தேர்ந்தெடுத்து வாசிப்பதும் தன்

மொழியில் பெயர்த்துக் கொள்வதும்கூட அதே அலைவரிசையில் இயங்கும் படைப்புகளாகத்தான் இருக்கின்றன. ‘இலக்கியப் பிரதி தனது மேற்பரப்புப் பிரதியுடன் உட்பிரதி ஒன்றையும் கொண்டிருக்கும். மொழிபெயர்க்கையில் இந்த உட்பிரதி தானாகக் கொண்டுவரப்பட்டுவிடுமா?’ என்று வினவுகிறார் அய்யப்பப் பணிக்கர். அதனைக் கொண்டுவருவதுதான் சவால். மொழிபெயர்ப்பின் பலமும் பலவீனமும் இங்கேதான் மையங் கொண்டுள்ளன. இரண்டு கதைகளிலும், இருவேறு கலைஞர்கள்; கலைப்படைப்பு நிறைவடைந்ததும் சூழ்கிற வெறுமை. இரண்டிலும் கலையின் பூரணத்துவம் சூனியத்திலா முடிகிறது என்கிற ஒரே விதமான கேள்வி.

தற்போது மறுவாசிப்பு கோருகிற மற்றோர் அற்புதமான சிறுகதை எலியா எஹ்ரன் பர்க்கின் ஓம் சாந்தி! சாந்தி! (புதுமைப்பித்தன் மொழிபெயர்த்த கதைகளின் தலைப்புகளிலும் வசனங்களிலும் சிற்சில முறை இவ்வாறான இந்திய, தமிழக, வட்டாரக் கலாச்சாரப் பாதிப்புகள் மயங்கிக் காணப்படுவது ஒரு சில்லரை இடறல்தான்.) பாழ்வெளியான ஒரு பிரதேசத்தைக் கைப்பற்ற நடக்கும் ஒரு வியர்த்தமான யுத்தத்தின் மத்தியில் எதிரிகள் இருவர் நேருக்கு நேர் சந்தித்துக்கொள்கின்றனர். களைப்பில் ஸ்தம்பித்து, ஒருவரையொருவர் தாக்கவும் திராணியின்றி வெறித்துக்கொண்டு நிற்கின்றனர். பின் ஒருவன் தன்னிடம் இருந்த புகைக்குழலை எதிரிக்குத் தருகிறான். இருவரும் மாறி மாறிப் புகைத்து, ஆசுவாசப்படுத்திக்கொண்டு, பின் ஒருவரையொருவர் தாக்கிக்கொண்டு மடிந்துபோகின்றனர். அவர்கள் மடிந்து, மக்காகி, பலகாலம் கழித்து மனித சூன்யப் பிரதேசமாக வெறிச்சோடிப்போயிருக்கும் அப்பகுதியில் ஒன்றோடொன்று கலந்து பிணைந்திருக்கும் எலும்புக் கூடுகளுக்கும் அருகே விழுந்து கிடக்கும் புகைக்குழலுக்கும் மத்தியில் கதை தொடர்ந்து செல்கிறது. வெகு நுணுக்கமான இக்கதையை ஒரு மகத்தான கலைஞனால்தான் இவ்வளவு துல்லியமாக மொழிபெயர்க்க முடிந்திருக்கும்.

இக்கதையைப் போலவே ‘ரோஜர் மால்வினின் ஈமச்சடங்கு’ என்ற நாதனியேல் ஹாதார்ண்ணின் கதையிலும் மிகப் பெரிய சவாலைப் புதுமைப்பித்தன் வெற்றிகரமாக எதிர்கொண்டிருக் கிறார். துரோகம் செய்த குற்றவுணர்வில் பல வருடங்களாக இரத்தச் சுமையைத் தாங்கிக்கொண்டிருந்த ஒருவன் தன்னை யறியாமல் தனக்கு விதித்துக்கொள்ளும் தண்டனையால் தன் வாழ்க்கையின் சிலுவையை இறக்கிவைக்கிறான். இக்கதையை உணர்ச்சி விலகிய வறட்டுத் தொனியில் மொழிபெயர்த்து, வெக்கையும் வியர்வையும் பிசுபிசுக்கும் வாசிப்பனுபவத்தைத் தன் நடையில் புதுமைப்பித்தன் ஏற்படுத்திவிடுகிறார்.

புதுமைப்பித்தனின் மொழியாளுமையும் நடையின் பலமும் அழுத்தமும் தெள்ளெனத் தெரிவது 'பலி பீட'த்தை வாசிக்கும் போதுதான், அலெக்ஸாண்டர் குப்ரின்னின் *'YAMA: The Pit'* நாவலின் முதல் ஒன்பது இயல்களை மட்டுமே புதுமைப்பித்தன் மொழிபெயர்க்க, அவர் மறைவுக்குப் பின் இந்நாவலின் முதல் பாகத்தின் எஞ்சிய நான்கு இயல்களைக் க.நா.சு. மொழிபெயர்த்து நிறைவுசெய்திருக்கிறார். முதல் ஒன்பது இயல்களிலிருந்த காத்திரமும் ஆழமும் எஞ்சிய பகுதிகளில் நீர்த்துப்போயிருப்பது புதுமைப்பித்தனின் மேதைமைக்குச் சான்று.

தமது மொழிபெயர்ப்புகளிலும் பல சோதனை முயற்சிகளை உட்படுத்திப் பார்த்த புதுமைப்பித்தன் ஐந்து மேலைநாட்டு 'நாடகங்களைக் கதை வடிவில் எழுதி அவை உலக அரங்கு என்னும் தொகுப்பில் வெளிவந்தன. நாடகங்களைக் கதையாக அமைத்திருப்பது பொருந்திவருகிறதா என்பதைத் தெரிந்துகொள்ள விரும்புகிறேன். பிறநாட்டு இலக்கியப் பரிச்சயத்திற்கு அந்த முறை சிறந்ததா என்பதுதான் எனக்குத் தெரிய வேண்டும் என்று இத்தொகுப்பினை வெளிக்கொண்டுவர முயன்றுகொண்டிருந்த மீ.ப.சோமுவுக்கு எழுதிய கடிதத்தில் குறிப்பிட்டிருக்கிறார். இந்த ஐந்து நாடகக் கதைகளில் மூன்று ஷேக்ஸ்பியருடையவை. மற்ற இரண்டும் மோலியரும் இப்ஸனும் எழுதியவை. கடுமையான பண நெருக்கடியில் இருந்த புதுமைப்பித்தன் உடனடியான வெளியீட்டுக்காக இவற்றை அவசரத்தில் எழுதித் தள்ளியிருப்பது அவருடைய அக்காலத்திய கடிதங்களிலிருந்து தெரிகிறது.

புதுமைப்பித்தனை முன்வைத்து நடத்தப்பட்ட மற்றொரு பெரிய விவாதம் தழுவல்கள் குறித்தது. 'மொப்பஸான் கதையின் தழுவல்' என்ற விளக்கக் குறிப்பைத் துணைத் தலைப்பாகச் சேர்த்துத் 'தமிழ் படித்த பெண்டாட்டி' என்ற கதையைப் புதுமைப்பித்தன் வெளியிட்டுள்ளார். இந்த ஒரு கதையைத் தவிர வேறெந்தத் தழுவல் கதையையும் புதுமைப்பித்தன் என்னும் பெயரில் எழுதி வெளியிடவில்லை. மேலும் அவரது வாழ்நாளில் அவர் செய்திருந்த தழுவல் கதைகள் எதுவும் நூலாக்கமும் பெறவில்லை. அவர் எழுத்துலகில் நுழைந்த முதலிரண்டு ஆண்டுகளில் மட்டுமே இத்தகைய தழுவல் கதைகள் சிலவற்றை எழுதியிருப்பதைத் தழுவல்கள் பிரதானமாக நிகழ்ந்துவந்த கால கட்டத்தில் பொதுத்தன்மைக்கு ஆளாகிச் செய்த காரியமாகத் தான் கருத இடமிருக்கிறது. தழுவலா மொழிபெயர்ப்பா என்ற விவாதத்தை 1937இல் தொடங்கிவைத்துத் தழுவியெழுதுதலை மிகத் தீர்க்கமாக எதிர்த்த அவர், 'புதுமைப்பித்தன்' என்ற பெயரில் அல்லாது வேறு பெயர்களில் இக்கதைகளை வெளியிட்டதை வைத்துப் பார்க்கையில், தன் படைப்பியக்கத்தில் கதையைக் கையாளும் வெவ்வேறு உத்திகளுக்கான பயிற்சியாகவே

இத்தகு தழுவல்களை முயன்றுபார்த்திருக்க வேண்டுமென்றும் தோன்றுகிறது.

○

சாதாரண மனிதனுக்குப் பிறநாட்டு நாகரிகச் சம்பிரதாயங்கள் மீது உள்ள சந்தேகத்துடனும் பயத்துடனும் கலந்த வெறுப்பைப் போக்கி, மற்றவர்கள் இலக்கியங்களை அனுதாபத்துடன் அளவளாவ வைக்கும் நோக்கத்தில் மட்டுமே மொழிபெயர்ப்ப தாகக் கூறும் புதுமைப்பித்தன், அயல்மொழி மனிதர்களின் பெயர்கள், புறச் சின்னங்கள், பழக்கவழக்கங்கள் போன்றவற்றை அப்படியே மொழிபெயர்ப்பிலும் கொண்டுவருகிறார். பல சமயங்களில் வாக்கியத்தின் போக்கிலோ அடைப்புக்குள்ளோ அடிக்குறிப்புகளிலோ விளக்கியும் சொல்கிறார். மொழிபெயர்க்கப் படும் கதையின் கலாச்சாரத்திற்கு மொழிபெயர்ப்புப் பிரதி விசுவாசமாக இருக்க வேண்டிய அதே நேரத்தில் வாசிப்பவனுக் கும் விலகலைக் கொண்டுவந்துவிடக் கூடாதென்ற கவனத்தில் இவ்விரு நிலைகளுக்குமிடையே சில வேளைகளில் அவர் சமன்செய்ய நேர்கிறது.

'மகளுக்கு மணம் செய்துவைத்தார்கள்' என்னும் ஜப்பானியக் கதையில் அமாதராஸு என்ற பெண் தெய்வமாக வழிபடப்படும் சூரியக் கடவுளின் கோவிலைச் சூரிய தேவியின் மகாலயம் என்று மொழிபெயர்த்து அதற்கான பாடபேத விளக்கத்தையும் அடிக்குறிப்பில் வெளியிடுகிறார். 'எமனை ஏமாற்ற' என்ற மற்றொரு ஜப்பானியக் கதையில் எம்மோ தாவோ என்ற மரண தெய்வத்தை எமதர்மன் எனப் பெயர்த்திருக்கிறார். 'பலிபீடம்' நாவலில் பல வசனங்கள் தமிழக வட்டார வழக்கிலும் ஓரிடத்தில் "அவாள வாளுக்கு எது பிரியமோ அதுபடி..." என்றும் காணப்படுவதைப் பார்க்கிறோம்.

இத்தகைய சிற்சிறு சறுக்கல்களை அவற்றுக்குரிய விமர்சன மதிப்பில் நிறுத்திவிட்டு அவர் மொழிபெயர்த்த சுமார் எழுபது கதைகளில் உருவ அமைதி கூடிப்பெற்ற நுட்பமான கலையம்சங்கள் நிறைந்த, அழுத்தமான கதைகளாக 'இஷ்ட சித்தி', 'ஓம் சாந்தி! சாந்தி!', 'நாடகக் காரி', 'ரோஜர் பால்வினின் ஈமச் சடங்கு', 'சிரித்த முகக்காரன்', 'ஷெஹர் ஜாதி', 'முதலும் முடிவும்', 'மிளிஸ்', 'உயிர் ஆசை' போன்ற கதைகளைக் கூற முடியும். புதுமைப்பித்தன் என்று நாமெல்லோரும் அறிந்திருக்கும் கலைஞனின் ஆன்மா சிறிதளவேனும் பிரதிபலிக்கக்கூடிய கதைகளையே தெரிவுசெய்து வந்திருக்கிறார் என்பது 'சிரித்த முகக்காரன்', 'இஷ்ட சித்தி' போன்ற கதைகளை வாசிக்கும்போது புலப்படும்.

'சிரித்த முகக்காரன்' கதையில் காணப்படும் இந்தப் பத்தியைத் தனியாக வாசித்தால் அது புதுமைப்பித்தனின் ஏதோவொரு சிறுகதையில் இடம்பெற்றிருக்கக்கூடிய வரிகளாகவே தோன்றும்.

'ஒவ்வொரு சிறு பேச்சும் ஒவ்வொரு சிறு வம்பும் சிரிப்பைத் தூண்டும் விஷயமும் உலகத்தின் சோகத்திலேதான் பிறக்கிறது, அதுதான் உண்மை. மனிதர்கள் பரஸ்பரம் சந்தித்துக் கொள்ளுவது குதூகலமோ துக்கமோ எதுவானாலும் உலகத்தின் சோகத்திலும் சத்தியத்திலும் பிறக்கிறது.'

3

சுந்தர ராமசாமியின் எழுத்தியக்கம் புதுமைப்பித்தன் மறைந்து பத்தாண்டுகள் கழித்தே ஆரம்பித்ததென்றாலும் நவீனத்துவ மறுமலர்ச்சியின் வேகம் ஏறக்குறைய ஐம்பதாண்டுகளை இவ்விடைப்பட்ட காலத்தில் கடந்துவந்திருக்கிறது. தவழ்கிற நிலையிலிருந்த பல கருத்தாக்கங்களும் கோட்பாடுகளும் காலூன்றி அடுத்த தலைமுறையின் பாதைகள் பாவப்பட்டு விட்டன. இடதுசாரிச் சிந்தனை படைப்பு, விமர்சனத்துறைகளில் பெரும் தாக்கத்தை உண்டாக்கியிருந்தது.

'புதுமைப்பித்தனின் காலம் கலை மண்டிக்கிடந்த காலம் அல்ல. தமிழ் இலக்கியம் அவருக்கு எந்தச் சவாலையும் விடக் கூடிய நிலையில் இல்லை. தன்னிடம் உள்ளதைத் தான் அடைந்து விட வேண்டும் என்று அவரை ஏங்கவைக்கும் சூழ்நிலை அன்று இல்லை' என்று புதுமைப்பித்தனின் காலத்தை வர்ணிக்கும் சுந்தர ராமசாமிக்கு, அவர் இயங்கத் தொடங்கிய காலம் ஓரளவுக்குச் சாதகமாகவே இருந்ததென்று கூற வேண்டும். ஒரு தேசம் சுதந்திரம் பெற்று சுயராஜ்யத்தை அடைந்துவிட்டபின் அதன் சமூகத்தில் நிலவும் மதிப்பீடுகளும் பெரும் மாறுதல்களுக்குட்படுகின்றன. புதுமைப்பித்தனுக்கும் அவரது சமகால எழுத்தாளர்களுக்கும் இருந்த சவால்களின் முகம் சுந்தர ராமசாமியின் காலத்தில் மாறியிருந்தமை அவரது படைப்புகளிலேயே புலப்படும்.

சுந்தர ராமசாமிக்கு வாய்க்கப்பெற்ற தமிழும் மலையாளமும் கலந்த சூழலும் தமிழைவிடச் சில பாய்ச்சல்களேனும் முன்னால் சென்றுகொண்டிருந்த சமகால மலையாள இலக்கியப் பரிச்சயமும் தமிழில் சில எட்டுகளை முன்னால் வைத்துச் சென்றுவிட அனுகூலம் செய்திருக்கின்றன. முக்கியமாகத் தகழி சிவசங்கரப் பிள்ளை, கேசவதேவ், பொன்குன்னம் வர்க்கி, வைக்கம் முகம்மது பஷீர், சி.ஜே. தாமஸ், எம். கோவிந்தன் ஆகியோரிடம் ஏற்பட்டிருந்த வாசக உறவும் அவருக்குரிய அஸ்திவாரத்தை

வலுப்படுத்தியிருக்கிறது. அக்காலகட்டத்தில் சு.ரா.வின் மனவுலகிற்கு நெருக்கமாக இருந்த தகழியின் 'தோட்டியின் மக'னை அவர் மொழிபெயர்த்ததும் இயல்பான காரியமாகவே படுகிறது. தமிழை முறையாகக் கற்று இரண்டு மூன்றாண்டுகளுக்குள் செய்தது அதிகப்பிரசங்கித்தனமான முயற்சி என்று அவர் கூறினாலும் அப்படிப்பட்ட அறிகுறி ஏதும் தென்படவில்லை. அற்புதமாக மொழிபெயர்க்கப்பட்ட பத்து நாவல்களில் ஒன்று என அதனைத் தயக்கமின்றிக் கூறிவிடலாம். தகழியிடம் பொதுவாகக் காணப்படும் சிக்கல்களில் ஒன்று சில படைப்புகளை மார்க்ஸிய சித்தாந்தப்படுத்திவிடுதல். அது இந்நாவலிலும் நிகழ்ந்துவிடுகிறதென்றாலும் ஐம்பதுகளின் தொடக்கத்தில் தமிழுக்கு இத்தகையதொரு நாவலைக் கொண்டுவர வேண்டிய சமூக, கலாச்சார அவசியம் இருந்தது. அத்தகைய அக்கறை சுந்தர ராமசாமியின் மொழிபெயர்ப்புப் பணிகளில் கடைசிவரை காணப்பட்டதை அவரது கவிதைகளின் தேர்ந்தெடுப்புகளில் காணலாம்.

சுந்தர ராமசாமி இரண்டே இரண்டு நாவல்களைத்தான் மொழிபெயர்த்திருக்கிறார். ஐம்பத்தி மூன்று ஆண்டுகளில் அவர் எழுதிய நாவல்களே மூன்று என்பதால் இவ்விஷயத்தைப் பொறுத்துக்கொள்ளலாம். மொழிபெயர்த்த மற்றொரு நாவலும் தகழியினுடையது. 'செம்மீன்' தகழியின் மிக உன்னதமான படைப்பு. இது பெண்மையைப் பற்றிய கதை. இந்தப் பெண்மை, ஒரு ஆணின் பார்வை வெளிப்படுத்தும் உண்மை. பெண்ணிற்கும் கடலுக்கும் இடையிலுள்ள உறவு சூட்சும மிக்கதாயிருக்கிறது. கடலுக்குச் சென்ற கணவன் திரும்புவது மனைவியின் தவத்தை, அவள் தூய்மையைப் பொறுத்தே அமைகிறது. கடல், தாய்மையுணர்வோடு உயிர்கொடுக்கும் சக்தியாக இருக்கும் அதேவேளையில் சமுதாய, கலாச்சாரக் காவல் சக்தியாகவும் விளங்குகிறது. ஒழுக்கக்கேடுகள் சகித்துக்கொள்ளப்படுவதில்லை. ஊனைப் பிளந்து, கடல் ரத்தபலி கொண்டுவிடுகிறது.

படைப்பாளியின் மொழி கருத்தம்மாவின் உணர்ச்சிகளை, அவளது ஒழுக்க வேலிகளை, அவளது உணர்ச்சிகளை, கணவன் பழனியின் அன்பை, அவளால் மறக்கவே முடியாத பரீக்குட்டியை, அத்தனை வலிகளோடும் இன்பங்களோடும் நுணுக்கமாகச் சித்தரித்துப்போகிறது. பெண்ணிடம் எழும் உடல் சார்ந்த விழிப்புணர்வை, பாலுணர்வுகளை, இந்தியப் பண்பாட்டுப் பின்புலத்தின் இறுகிய நெறிமுறைகளுக்கிடையே பதிவுசெய்வது சிக்கலாகவே இருந்துவருகிறது. மனிதநேயமிக்கதொரு கலைஞர் அதனைக் கலாபூர்வமாக வடித்துக்காட்டும்போது, வாசகருக்குப் புதிய பரிமாணங்கள் கிடைக்கின்றன. உடல்

சார்ந்த வேட்கை அதன் மிருகக் கூறுகளோடு கருத்தம்மாவைப் பீடிக்கும்போதும் அவளுக்கும் அவளுடைய அம்மா சக்கிக்கும் நெறிகள் சார்ந்த உராய்வு அதிகரிக்கும்போதும், நாவல் அதன் பெண்மைச் சூழலிலிருந்து பண்பாட்டுத் தளங்களிலிருந்து வேறொரு வாசலைத் திறந்துகொள்கிறது. பாத்திரங்களின் இத்தகைய சுயதேடல்களின் உள்நோக்கிய பார்வைகளுக்குள், மொழிபெயர்ப்பாளனின் மொழி ஊன்றிக்கொள்ள வேண்டியிருக்கிறது. மூலப்படைப்பைப் போலவே ஒவ்வொரு வரிக்கிடையிலும் தனது கூர்மையையும் எடையையும் மாற்றிக்கொண்டேயிருக்கும் உணர்ச்சிகளுக்கேற்றவாறு அந்த மொழியும் உருமாற வேண்டும். சுந்தர ராமசாமியின் மொழி, 'செம்மீ'னின் ஒவ்வொரு பாத்திரங்களுக்குள்ளும் சுருங்கி, விரிந்து, எழும்பி, தயங்கி, மருண்டு, கிளர்ந்து மிகத் துல்லியமாகச் சித்தரித்து வருகையில் படைப்பிற்கும் மொழிபெயர்ப்புக்கும் இடையே இருக்கும் இடைவெளிகள் அழிந்துபோகின்றன.

இதே நாவலை இந்தியில் பாரதி வித்யார்த்தியும் ஆங்கிலத்தில் நாராயண மேனனும் மொழிபெயர்க்கும்போது நாவலின் எண்ணற்ற உணர்வடுக்குகளுக்குள் அவர்களது மொழி உட்புகாமல் வெளியிலேயே தங்கிவிடுகிற தோல்வியை ராஜி நரசிம்மன் ஆதாரங்களுடன் விளக்குகிறார்.

ஆங்கிலத்தில் மொழிபெயர்த்த நாராயண மேனன் இந்நாவலை முழுமையாக உள்வாங்கிக்கொண்டு மொழிபெயர்த்திருக்கிறார். ஆனால் கருத்தம்மா என்னும் மலையாளத்து மீனவப் பெண்ணின் மென்மையான மனத்தையும் குழப்பமான உணர்ச்சிகளையும் ஆங்கிலம் போன்ற ஒரு கிறித்துவக் கலாச்சாரப் பின்னணி கொண்ட, மிகுஉணர்ச்சிக்கு இடமளிக்காத, தெளிவான, பட்டவர்த்தனமான மொழியால் அதே நுணுக்கத்துடன் பெயர்த்தெடுக்க முடியாமற்போகிறது. தமிழ்நடை அற்புதமாகக் கொண்டுவருகிற குழைவு இலேசாகக்கூட ஆங்கிலத்தின் நேரடியான, சிடுக்குகளற்ற வர்ணிப்புகளில் தென்படுவதில்லை. இதை மொழிபெயர்ப்பாளரின் திறமைக் குறைவெனக் கொள்ள முடியாது. ஆங்கிலம் சுமந்துகொண்டிருக்கும் மேற்கத்திய, கிறித்துவக் கலாச்சார சரித்திரச் சுமை இறக்கிவைக்கக் கூடியதல்ல. அம்மொழியில் கீழை உணர்வுகளை எவ்வளவு இலகுவாக அளக்க முற்பட்டாலும், ஒரு குறிப்பிட்ட தூரம் தாண்டிய பிறகு ஒன்று வழமையான சொற்றொடர்களில் சிக்கிக்கொள்ள நேரும்; அல்லது இணையான, ஆனால் அந்நியமான தளத்திற்குக் கொண்டு சென்றுவிடும்.

பாரதி வித்யார்த்தியின் இந்தி மொழிபெயர்ப்புக்கு வேறு வகையான சிக்கல் இருப்பதாக ராஜி நரசிம்மன் எழுதுகிறார்.

முதல் பிரச்சினை இந்நாவலின் நுட்பத்திற்குள் செல்லவே முடியாத மொழிபெயர்ப்பாளரின் திறமைக் குறைவான வாசிப்பு. அடுத்ததாகத் தேர்ந்தெடுக்கப்பட்ட இந்தி வார்த்தைகளின் பொருத்தமின்மை.

மேற்கண்ட இரு மொழிகள் சந்தித்த அதே பிரச்சினையைத் தமிழும் சந்தித்திருக்கக்கூடும். மலையாளத்திற்கு நெருக்கமான மொழி என்ற ஒரு சௌகரியத்தை மீறி மொழிபெயர்ப்பாளரின் துல்லியமான கலையுணர்வும் தமிழ் மொழிபெயர்ப்பை முழு வெற்றியடையவைத்திருக்கிறது.

சுந்தர ராமசாமி மொழிபெயர்த்திருக்கும் உலகக் கவிதைகளைப் பார்க்கும்போது முதலில் நாம் உணர்வது அவரது கவனமான தேர்ந்தெடுப்புகள். 'தமிழில் கடந்த காலத்தில் கவிதை மொழிபெயர்ப்புகளுக்கான தேர்வில் கவிஞர்களின் பெயர்கள் பெற்றுள்ள மதிப்புக்கும் இயக்கம் சார்ந்த சார்புநிலைக்கும் அதிக அழுத்தம் தரப்பட்டிருக்கிறது. கவிஞர்கள் பெற்றிருக்கும் படிமங்களை மறந்து, இயக்கம் சார்ந்த உணர்வுகளைத் தாண்டி ஒரு கவிதையின் உள்ளார்ந்த கவித்துவத்தை மதிப்பிடும் பயிற்சி தமிழ் வாசகர்களுக்கு அவர் வாசிப்பின் குறுக்குவெட்டுத் தோற்றமாகவே அமைந்திருக்கிறது. பிரான்சிஸ்கோ கார்ஸிடா லோர்க்கா, அன்டானியோ மச்சடோ, கிய்விக் ஆகியோரின் கவிதைகள் மட்டும் அவர்களது பரிமாணங்களுக்கு மாதிரிகளாக அதிகமுறை மொழிபெயர்க்கப்பட்டுள்ளன.

ஒரு மொழிபெயர்ப்பாளர் சரியான வார்த்தையை மட்டும் தேர்ந்தெடுப்பதில்லை. அந்த வார்த்தையை வாழவைக்கவும் செய்கிறார். அவர் ஓர் உன்னதமான வாசகராகவும் நேர்மையான கலைஞராகவும் இருக்கும்பட்சத்தில், தான் மொழிபெயர்த்த பிரதியை மறுபரிசீலனைக்கு உட்படுத்திக்கொள்வதில் எந்த மனக்கிலேசமோ அசூயையோ அவருக்கு ஏற்படாது. சுந்தர ராமசாமி முதன்முதலில் மொழிபெயர்த்த ழாக் ப்ரெவரின் 'ஒரு பட்சியின் படம் வரைய' கவிதை அற்புதமான வாசிப்பனுபவத்தை ஏற்படுத்துவது. ஆனால் இதே கவிதையை வெ. ஸ்ரீராம் பிரெஞ்சி லிருந்து நேரடியாகத் தமிழில் மொழிபெயர்த்து வெளியிட்ட போது சுந்தர ராமசாமி இவ்விரு கவிதைகளையும் தனது பத்தியில் வெளியிட்டு, கவிஞராக இல்லாவிட்டாலும், ஸ்ரீராம் பிரெஞ்சு மொழியின் நுட்பத்தை வெகு அழகாகத் தமிழுக்குக் கொண்டுவந்திருப்பதை மனம் திறந்து பாராட்டுகிறார்.

'எவ்வளவு தேர்ச்சிகொண்ட மொழிபெயர்ப்பாளனாலும் நெருங்கவே முடியாத கவிதைகள் இருக்கின்றன. கடினமான கவிதைகள் மட்டுமல்ல. சில எளிமையான கவிதைகள்கூட

அர்த்தத்தைப் பிடித்த நிலையிலும் சில கவிதை வரிகளில் மொழிக்கு வசப்படாமல் நிற்கும் சூட்சுமங்களையும் அழகு களையும் மொழிபெயர்க்க முடியாமல் போய்விடுகிறது' எனத் தன் மொழிபெயர்ப்பு அனுபவங்களைப் பற்றி அவர் கூறுவது மொழிபெயர்ப்பில் மிகக் கடினம் கவிதையை மொழிபெயர்ப்பது என்பதை உறுதிசெய்கிறது. அது ஏறக்குறைய சாத்தியமற்றதுங்கூட. எவ்வளவு நுட்பமாக மொழிபெயர்க்கப்பட்டாலும் அது பரிபூரணத்தை எட்டவே முடியாதென்பதை மொழிபெயர்ப் பாளர் உணர்ந்தே இருக்கிறார். எந்தவொரு மொழியும் அது விளைந்த மண்ணையும் புழங்கும் கலாச்சாரத்தையும் சார்ந்தே உருக்கொண்டிருக்கிறது. வேறோர் அந்நிய மொழியில் மூலப்படைப்பை அதன் அடிவேரோடு பெயர்த்து உருவாக்கம் செய்வது சாத்தியமேயில்லை. மொழிபெயர்க்கப்படும் மொழி சார்ந்த கலாச்சாரப் பின்னணியும் மொழி இலக்கணம் சார்ந்த நுட்பங்களும் மூலப்படைப்பின் படைப்பெழுச்சியையும் உணர் தளத்து எதிர்வினைகளையும் மொழிபெயர்ப்பில் நூறு சதவீதம் தூய்மையாகக் கொண்டுவர இடமளிப்பதில்லை. கவிதை வரிகளுக்கிடையே கவிஞர் உண்டாக்கும் மௌனமும் வாக்கிய அமைப்புகளில் பொதிந்திருக்கும் நுட்பங்களும் மூலமொழியின் கலாச்சாரத்தைச் சார்ந்தே இருக்கும்பட்சத்தில் மொழிபெயர்ப்பு பிரெண்டன் கென்னலி கூறுவதைப் போலக் கவர்ச்சியான தோல்வியாக முடிகிறது. அது சாத்தியமான அதே நேரத்தில் சாத்தியமற்ற ஒரு செயல். மறைபொருள்வாதத்திற்குரிய மொழியின் பொருள் முரண் மண்டியிருக்கும் சிக்கல் அது.

ஆனால் உலகில் அதிகமாக வாசிக்கப்பட்ட, நேசிக்கப்பட்ட கவிஞர் என்றழைக்கப்படும் பாப்லோ நெரூதாவின் இரு கவிதைகள் சுந்தர ராமசாமியின் மொழிபெயர்ப்பில் கடைசிக் கட்ட வேலியையும் வெற்றிகரமாகத் தாண்டுகின்றன.

Sometime, Travellor, man or woman
Later when I am no longer living
Look for me here, look for me
Between the stone and the ocean
In the stormy night of the foam

நெரூதாவின் I shall return என்னும் தமிழில் மொழிபெயர்க்கச் சிக்கலான கவிதை வரிகள் (ஆங்கில மொழிபெயர்ப்பு ரெகி சிரிவர்த்தனா).

சிறிது காலத்துக்குப்பின்
நான் வாழ்ந்திராத அக்காலத்தில்
பயணியே, ஆணோ அல்லது பெண்ணோ

இங்கு என்னைத் தேடு, தேடு
கல்லுக்கும் கடலுக்கும் இடையே
நுரையின் சூறை ஒளியில் என்னைத் தேடு.

என்று லாவகத்துடன் மொழிபெயர்க்கப்பட்டுள்ளது.

சுந்தர ராமசாமி மொழிபெயர்த்திருக்கும் 101 கவிதைகளில் என் மதிப்பில் குறைந்தது எழுபது கவிதைகளையாவது மகத்தானவையாக அறுதியிடுவேன். குறிப்பாக அமிக் ஹனாஃபியின் 'கவிதை' ராபர்ட் க்ரீலியின் 'அவர்கள் கூறுவதுபோல்', ஜேம்ஸ் தற்றேலின் 'வாலில்லாக் குரங்குக்கு எழுதக் கற்றுத்தருதல்', ஜீவான் ரேமன் ஜிமெனஸின் 'கடைசி யாத்திரை', சிய்விக்கின் சுடர் அனடானியோ மச்சடோவின் 'குழந்தைக் கால நினைவு'. லோர்க்காவின் 'ஒழுக்கம் கெட்ட மனைவி' போன்ற கவிதைகள் அபாரமானவை.

நவீனத் தமிழ் இலக்கியத்தின் பரிணாம வளர்ச்சியில் பாரதி, புதுமைப்பித்தன், சுந்தர ராமசாமி ஆகிய மூவரும் 25 வருட இடைவெளியில் விதைக்கப்பட்டிருக்கும் விருட்சங்கள். இவர்களின் வேர்களும் விழுதுகளும் நித்தியத்துவம் பெற்று நம் இலக்கியப் பரப்பைச் செறிவூட்டியிருப்பதுதான் அடுத்த தலைமுறையின் கன்றுகளுக்கு இம்முன்னோடிகள் ஒப்புவித்த கொடை.

கோவையில் நடைபெற்ற
பாரதி 125
புதுமைப்பித்தன் 100
சுந்தர ராமசாமி 75 விழாவில்
வாசித்த கட்டுரை

2

தமிழ் நாவல்களில் மொழிபெயர்ப்புகளின் தாக்கம்

இந்திய மொழிகளில் மிக நீண்ட மொழிபெயர்ப்புப் பாரம்பரியம் மிக்க மொழி தமிழ்தான் என்பதற்கு அதன் தொன்மை மட்டும் காரணமாக இருக்க முடியாது. கலாச்சார ரீதியாகவே தமிழுக்கு அமைந்திருக்கும் திறந்த மனப்பான்மை அதற்கு ஒரு முக்கியக் காரணம். பிற இந்திய மொழிகளில், குறிப்பாக சமஸ்கிருதத்தில் வெளிவந்த படைப்புகள் பல நூற்றாண்டுகளுக்கு முன்பிருந்தே தமிழில் மொழிபெயர்க்கப்பட்டு வந்திருக்கின்றன. பல்வேறு இந்திய மொழிகளிலுள்ள இலக்கியங்கள் அவற்றின் சகோதர மொழிகளில் காலம்தோறும் மொழிபெயர்க்கப்பட்டு வளம் சேர்த்திருக்கின்றன. மொழிபெயர்ப்பின் வழியே கலாச்சாரப் பரிவர்த்தனை நடந்ததற்கான நீண்ட வரலாறும் நம்மிடையே இருந்துவருகிறது. குஜராத்தி, மலையாளம், மராத்தி, வங்காளம் போன்ற மொழிகளில் முதலாவதாகத் தோன்றிய படைப்புகள் பாரதம், இராமாயணம், கீதை ஆகியவற்றின் மொழிபெயர்ப்புகளே. இந்த மொழிகளைப் பேசுவோர் தமக்குரிய மொழியுடன் தனித்தியங்கத் தொடங்கிய ஆரம்பக் கட்டத்தில் இது நிகழ்ந்திருக்க வேண்டும். அதே வேளையில் இந்தியாவின் பிற கலாச்சாரங்களுடனான நெருக்கத்தை இவை வெளிப்படுத்தினாலும் இந்தப் பிரதிகளை அப்படியே மொழிபெயர்த்துவிடாமல் தம் கலாச்சாரச் சூழலுக்கேற்ற வகையில் தமக்கான

பிரதிகளாகவே பல மாற்றங்களுடன் உருவாக்கிக்கொண்டனர். இது தமிழிலும் மிக அதிக அளவில் நிகழ்ந்திருந்திருக்கிறது. கால வளர்ச்சியில் அயல்மொழி இலக்கியங்கள் தமிழில் மொழி பெயர்ப்புகளின் மூலம் அறிமுகம் செய்யப்பட்டபோது அவை வாசகர்களை பாதித்ததைப் போலவே படைப்பாளிகளையும் பாதித்தது. அவர்களுக்குத் தமது புதிய படைப்புகளில் தமக்கான அடையாளங்களை வலுவாக நிறுவிக்கொள்வதற்கு இம்மொழிபெயர்ப்புகளின் தாக்கம் எப்படி உதவியிருக்கிறது என்பதை ஆராய்வதே இக்கட்டுரையின் நோக்கம்.

நவீனத் தமிழிலக்கியத்தில் இந்திய மொழிகளிலிருந்தும், பிறநாட்டு இலக்கியங்களிலிருந்தும் மொழிபெயர்க்கப்பட்ட நூல்களை கலாச்சாரப் பரிவர்த்ததனை என்ற தளத்திலும், அந்நிய இலக்கியங்களை அறிமுகப்படுத்திக்கொள்ளுதல் என்ற சாத்தியப்பாட்டிலும் இன்று மறுபரிசீலனை அல்லது மறு வாசிப்பு செய்து பார்க்கையில் இந்த அயல் மொழிபெயர்ப்புகள் நவீனத் தமிழ் இலக்கியத்திற்குப் புதிய பாதைகளைத் திறந்து விட்டிருப் பதையும்அப்படைப்புகளைத் தமிழ் நிலத்தில் பொருத்தி வைத்து நம்முடைய கலாச்சாரத்தையொட்டி, நம் சரித்திரத்தையும் நம் வாழ்வையும் நமது மரபுப் பார்வையிலிருந்து முன்னேறி தமிழ் நாவல்களில் புதிய கதைகூறல் முறைகளையும், புதிய மொழிநடையையும் முயற்சிசெய்து பார்த்திருப்பதையும், அவற்றில் வெற்றி கண்டிருப்பதையும் அறிய முடிகிறது..

நாவல் என்பதே நம் மரபுக்கு ஒரு புதிய வரவு. தமிழின் முதல் நாவலான பிரதாப முதலியார் சரித்திரம் ஆரம்பகால அயல்மொழி நாவல்களைப் போல் நிறைய தனித்தனி கதைகளைச் சேர்த்து நாவலாக உருவாக்கிய முயற்சி. மாயூரம் வேதநாயகம் பிள்ளை தனது நாவலை தமிழ் மண்ணுக்கேற்ப வடிவமைத்து, தனக்குப்பின் உருவாகப்போகிற ஒரு நெடிய பாரம்பரியத்தை 1879இல் துவக்கி வைத்திருக்கிறார்.

இந்திய சுதந்திரத்துக்கு முன்பும், சுதந்திரத்துக்குப் பின்பு கிட்டத்தட்ட பதினைந்து ஆண்டுகளிலும் நாவல்களில் தேசிய உணர்வு தலைதூக்கியிருந்ததைப் புரிந்துகொள்ளலாம். அதே நேரத்தில் இம்மகத்தான நாவல்கள் கதைகூறல் முறைகளில் பலமுக்கியமான அயலக நாவல்களிலிருந்து ஊக்கம் பெற்றிருப்பதையும் அனுமானிக்க முடிகிறது.

பங்கிம் சந்திரரின் பாதிப்பை அன்றைய தமிழ் எழுத்தாளர்கள் பலரிடமும் காணலாம் என்றாலும் குறிப்பிடத்தகுந்த நாவல்களாக கல்கியின் *அலை ஓசையையும் தியாக பூமியையும்* சொல்ல முடியும். தேசபக்தியும், காந்தியச்

சிந்தனையும் பல்வேறு எழுத்தாளர்களிடம் அவரவர் பார்வைகளுக்கேற்ப நாவல்களில் வடிவமைக்கப்பட்டிருக்கின்றன. சிதம்பர சுப்பிரமணியனின் *மண்ணில் தெரியுது வானம்*, ரா.சு.நல்லபெருமாளின் *கல்லுக்குள் ஈரம்* போன்ற நாவல்கள் இதற்கு உதாரணங்கள். தேசிய வாதம், சுதந்திர வேட்கை என்பதைத் தாண்டி நல்லொழுக்க போதனையும் அன்றைய காலகட்ட எழுத்தாளர்களிடம் விஞ்சிக் காணப்பட்டிருக்கிறது. சரத்சந்திரரின் பல நாவல்களும், காண்டேகரின் எழுத்துக்களும் மு. வரதராசன், நா. பார்த்தசாரதி போன்றோரிடம் செல்வாக்கை ஏற்படுத்தியிருக்கின்றன. கிட்டத்தட்ட ஒரு 'எல்டோராடோ' கனவு – பரிசுத்த மனிதன், முழுமையான சீர்திருத்தவாதி என்று பல பரிமாணங்கள் இக்கனவில் அடங்கும். நா.பா.வின் *சமுதாய வீதியும் பொன்விலங்கும்* வெகுஜன தளத்தில் ஒரு தலைமுறையையே ஆட்டிப்படைத்திருக்கின்றன. தேசியத் தலைவர்கள் இயற்பெயரிலும். பூடகமாகவும் தலைகாட்டுகிறார்கள். *கல்லுக்குள் ஈரம்* நாவலில் காந்தியே வருகிறார். நா.பா.வின் *ஆத்மாவின் ராகங்கள்* கதாநாயகனிடம் காமராசரைக் காண்கிறோம். கா.சி. வெங்கடமணியின் தேசபக்தன் நாவல்தான் முதன்முதலில் எழுதப்பட்ட தேசிய இயக்க நாவல் என்று க.நா.சு. குறிப்பிடுகிறார். அகிலனின் வெற்றித் திருநகர் விஜயநகரப் பேரரசின் எழுச்சியைச் சொல்லும் நாவலாக இருந்தாலும் அதை இந்தியா என்ற நாடு உருவானதைக் கொண்டாடுவதாகவே பார்க்க முடியும். பெரும்பாலான இந்நாவல்களின் கட்டமைப்பில் அலெக்ஸாண்டர் டூமாஸின் '*The Three Muskateers*' நாவலின் தாக்கத்தைக் காணலாம். மூன்று பாத்திரங்களைச் சுற்றி நடக்கும் கதை, அவற்றில் ஒன்று மறைமுகமான பாத்திரமாக வருவது என்பவை கல்கியின் *பார்த்திபன் கனவில்* பிரதிபலிக்கின்றன. நரசிம்ம வர்மர் சிவனடியாராக வருவதில் டூமாஸின் பாதிப்பு இருக்கிறது.

Pearl S. Buck ன் *The Good Earth*, ஆர். சண்முகசுந்தரத்தின் *நாகம்மாளில்* தெரிவதை கு.ப.ரா. குறிப்பிட்டு, இந்நாவலை 'தமிழின் முதல் இயல்புவாத கிராமிய நாவல்' என்கிறார். இவ்வரிசையில் சங்கர் ராமின் *மண்ணாசையையும்* சேர்த்துக் கொள்ளலாம்.

1950கள் தொடங்கி அடுத்த நான்கு தசாப்தங்களுக்குத் தமிழ் இலக்கியப் பரப்பில் 19ஆம் நுற்றாண்டின் ஆரம்பகால ரஷ்ய இலக்கியங்கள் செலுத்திய ஆதிக்கம் அலாதியானது. சோவியத் ரஷ்யாவின் முன்னேற்றப் பதிப்பகமும் ராதுகா பதிப்பகமும் தமிழில் வெளியிட்ட செவ்வியல் படைப்புகள் தமிழக இளைஞர்களிடமும் படைப்பாளிகளிடமும் பெரும் தாக்கத்தை ஏற்படுத்தியிருக்கின்றன.

மக்ஸீம் கார்க்கியின் *தாய்,* லேவ் தல்ஸ்தோயின் *புத்துயிர்ப்பு* உள்ளிட்ட நாவல்கள், குறுநால்கள், சிறுகதைகள், ஃபியோதர் தஸ்தயேவ்ஸ்கியின் *வெண்ணிற இரவுகள்* போன்ற குறுநாவல்கள், சிறுகதைகள் கொரலேன்கோவின் *கண் தெரியாத இசைஞன்,* துர்க்கனேவின் *தந்தையரும் தனயரும்* முதலான சோவியத் இலக்கியங்களின் மூலம் மட்டுமே தீவிர இலக்கியத்தை அறிமுகப்படுத்திக்கொண்ட பெரும் வாசகர் கூட்டம் தமிழில் இருந்துவந்துள்ளது. தமிழகப் படைப்பாளிகள் இந்நாவல்கள் மூலம் அடைந்த மனவெழுச்சியை அவர்களுடைய நாவல்களின் வழியே நம்மால் காணமுடிகிறது. *தாய்* நாவலை மொழிபெயர்த்த தொ.மு.சி. ரகுநாதனின் நாவலான *பஞ்சும் பசியும்* கார்க்கியிட மிருந்து பெற்ற உத்வேகம் எனலாம். இந்தியத் தொழிலாளர் யுகத்தில் தமிழக வாழ்வை சோஷலிசக் கண்ணோட்டத்தில் இந்நாவலில் தொ.மொ.சி, ரகுநாதன் சித்தரித்திருக்கிறார். இடதுசாரி எழுத்துக்களைத் தூய இலக்கியவாதிகள் அங்கீகரிக்காத காலகட்டத்தில் பெரும் சவாலாக வெளிவந்து வெற்றிகண்ட ஒன்றாகப் *பஞ்சும் பசியும்* நாவலைக் கூற முடியும்.

சோவியத் ரஷ்யாவின் பல்வேறு இனக்குழுக்கள், அவர்தம் பிரத்யேக வாழ்க்கை முறை, அங்கு பரந்து விரிந்திருக்கும் ஸ்டெப்பிப் புல்வெளிகள், பண்ணைவீடு, பனிப்பொழிவு என அனைத்தையும் தமிழ் எழுத்துக்களில் வாசித்துக்கொண்டிருந்த வாசகருக்கு கி. ராஜநாராயணன் தனது வம்சக் கதையை, தனது கிராமத்து மனிதர்களைக் கொண்டு *கோபல்ல கிராமம்* நாவலில் சொன்னபோது, தமிழ்ப் படைப்புலகில் ஒரு புதிய மடைவாய் திறக்கப்பட்டது. தமிழில் எழுதப்பட்ட முதல் இனவரைவியல் நாவல் என்று கோபல்ல கிராமத்தைச் சொல்லலாம்.

அயல்நாட்டு எழுத்து இந்திய/தமிழக நாவல்களை பாதித்திருப்பதைப் போலவே இந்தியாவும், அதன் கலாச்சார மும் பல வெளிநாட்டு எழுத்தாளர்களின் படைப்புகளிலும் பிரதிபலித்திருக்கின்றன. பிரதானமான உதாரணம் ஹெர்மன் ஹெஸ்ஸேவின் *சித்தார்த்தா.* சமீபத்திய உதாரணம் ராபர்ட்டோ கலாஸ்ஸோவின் *க.* புத்தரையும், கிருஷ்ணரையும் முறையே சித்தரிக்க முற்பட்ட இவ்விரு நாவல்களும் தன்னளவில் தோல்வி யடைந்தவையே. ஹெஸ்ஸேவையும் காலாஸ்ஸோவையும் இந்தியக் கலாச்சாரமும் அதன் பிரத்யேக குணாம்சங்களும் ஈர்த்திருக்கின்றன, ஆனால் இப்படைப்பாளிகளால் இந்திய மனத்தை, இந்திய ஆன்மாவை உள்வாங்க இயலவில்லை. இந்திய இல்லத்தின் வாசலுக்கு வெளியே தெருவில் நின்று கொண்டு, ஜன்னல் வழியே பார்த்த, கேட்ட விஷயங்களைப் பதிவு செய்திருப்பதாகவே இந்நாவல்களைப் படிக்கும் வாசகர் உணர்கிறார்.

ஆனால் ஜெர்மனியின் குந்தர் கிராஸ் சற்று வேறுவிதமானவர். கல்கத்தாவைத் தனது இரண்டாவது தாய்வீடாகக் கருதி அந்நகரை முழுமையாக கிரகித்துக்கொண்டிருந்த அந்த ஜெர்மானிய நாவலாசிரியருக்கு வங்கக் கலாச்சாரம் வெறும் வியப்பை மட்டும் அளித்ததாக இருக்கவில்லை. அவருடைய *The Flounder* நாவலில் கல்கத்தா ஒரு அத்தியாயம் முழுக்க விரவியிருக்கிறது. கல்கத்தாவில் அவர் தங்கியிருந்தபோது அந்நகரின் ஏழ்மை அவரை வெகுவாகப் பாதித்து எதையுமே எழுதவிடாமல் ஸ்தம்பிக்க வைத்திருந்தபோது அந்நகரக்காட்சிகளை குந்தர் கிராஸ் வரையத் தொடங்குகிறார். அவர் வரைந்துகொண்டிருக்கும்போதே எழுதவிடாமல் மறித்துக்கொண்டிருந்த அடைப்புகள் உடையத் தொடங்க, அவ்வோவியங்களின் மீதே கவிதைகளை எழுதுகிறார். குந்தர் கிராஸின் இந்திய மை ஓவியங்களும் அதன் மேல் கிறுக்கப்பட்டிருக்கும் கவிதை வரிகளும், அதன் பிறகு அவரால் தங்குதடையின்றி எழுத முடிந்த அத்தியாயங்களும் சேர்ந்த அந்நூலின் *Show Your Tongue* தலைப்பிலேயே கல்கத்தாவின் காளியை அமரவைத்த குந்தர் கிராஸ் பாதி இந்திய எழுத்தாளர்தான்.

ஈ.எம். ஃபாஸ்டரின் *A Passage To India*வை ஆங்கிலேயப் பாத்திரங்களின் வழியாக இந்தியவை வேடிக்கை பார்த்த நாவல் என்றே சொல்ல முடியும். ஆங்கிலேய வாசகர்களுக்கு இந்தியாவை எப்படிக் காட்டினால் பிடிக்குமென்று தெரிந்து கெட்டிக்காரத்தனமாக எழுதப்பட்ட இந்நாவலை இந்தியாவை உண்மையாக சித்தரித்த படைப்பாகச் சொல்ல முடியாது.

மேற்சொன்ன அயற்படைப்புகள் எதுவுமே தமிழில் பெரிய பாதிப்பை ஏற்படுத்தியதாகத் தெரியவில்லை. ஆனால் கடந்த இருபதாண்டுகளுக்கு முன்பு தமிழ் இலக்கிய உலகமும் 'உலகமயமாக்க'லின் பாதிப்புக்குள்ளானபிறகு, பெரும் வெள்ளமாக அயல்மொழிப் படைப்புகள் மொழிபெயர்க்கப் பட்டு வரத் தொடங்கின. தமிழ்ப் பதிப்பகங்கள் மாறிவரும் தொழில்நுட்பங்களாலும், புதிய தலைமுறையினரின் வாசிப்புத் தேவைகளாலும் கிளாஸிக் நாவல்களை மட்டுமன்றி சமகாலப் படைப்புகளையும் உரியமுறையில் உரிமைபெற்று மொழிபெயர்ப்புகளை வெளியிடத் தொடங்கியுள்ளன.

தற்போது வெளிவந்திருக்கும் மொழிபெயர்ப்புகளின் தாக்கத்தைத் தெளிவாக அறிந்துகொள்வதற்கு இன்னும் சில பத்தாண்டுகள் தேவைப்படலாம். ஆனால் இத்தகைய படைப்பு களின் புதிய கூறல்முறைகளுக்கும் வடிவ சோதனைகளுக்கும் தொடர்ந்து அறிமுகம் கிடைத்துக்கொண்டிருக்கையில் அந்த

மொழியில் உலகத் தரத்துக்கும், சில வேளைகளில் அவ்வெல்லைகளைக் கடந்தும் அபூர்வமான படைப்புகள் சுயமாக உருவாகி விடுகின்றன. உலகின் எந்த மொழியிலும் மிகவும் தைரியமாக அறிமுகப்படுத்தக்கூடிய நாவல்கள் இத்தகைய ஆரோக்கியமான சூழலால்தான் தமிழில் உண்டாகியிருக்கின்றன.

லத்தீன் அமெரிக்க இலக்கியவாதிகள் தமிழ்ச் சிறுபத்திரிக்கைகள் வாயிலாக 80களில் அறிமுகமாகத் தொடங்கினார்கள். காப்ரியல் கார்ஸியா மார்க்கேஸ் 1982இல் இலக்கியத்துக்கான நோபல் பரிசு பெற்றபோது அவரது *தனிமையின் நூறு ஆண்டுகள்* உலகம் முழுக்க வெளிச்சத்துக்கு வந்தது. தமிழில் அந்த அற்புதமான நாவலைப் பற்றிய விரிவான அறிமுகங்களும், விவாதங்களும் சிற்றிதழ்களில் நடந்து கொண்டிருந்த நேரத்தில் இணையாக அவருடைய சிறுகதைகளும் மொழிபெயர்க்கப்பட்டு வெளியாகக் கொண்டிருந்தன. அவரோடு அர்ஜென்டைனாவின் ஹோர்ஹே லூயிஸ் போர்ஹெஸ், பெரு நாட்டின் வார்காஸ் யோஸா, சீலே நாட்டின் மகத்தான கவிஞர் பாப்லோ நெரூதா, அர்ஜென்டைனாவின் ஜூலியோ கொர்தஸார், மெக்ஸிகோவின் யுவான் ரூல்ஃபோ ஆகியோரின் எழுத்துக்கள் விரிவாக அறிமுகப்படுத்தப்பட்டும், மொழிபெயர்க்கப்பட்டும் விவாதிக்கப்பட்டும் வந்தன.

நவீனத் தமிழ் இலக்கிய உலகில் ஒரு நட்சத்திரமாகவே போற்றப்பட்டுவந்த மார்கேஸின் *தனிமையின் நூறு ஆண்டுகள்* தமிழுக்கு மிகத் தாமதமாகவே மொழிபெயர்க்கப்பட்டு வந்தாலும் அதன் கவர்ச்சியும் வீச்சும் வேறெந்த அயல்மொழிப் படைப்போடும் ஒப்பிட முடியாத அளவுக்கு தீவிரமாக இருந்து வருவதைப் பார்க்கிறோம். இந்த நாவலின் பாதிப்பினால் இந்தியாவிலிருந்து விளைந்த முதல் படைப்பு சல்மான் ருஷ்டியின் *நள்ளிரவுக் குழந்தைகள்*. மாய யதார்த்தம் என்பது இந்தியாவுக்குப் புதிதான கதைசொல்லல் முறை ஒன்றும் அல்ல. நமது தொன்மக் கதைகளும், காப்பியங்களும், பஞ்ச தந்திரக்கதைகளும் இந்தியத்தனமான மாயயதார்த்தக் கதை வடிவங்களே. ஆனால் ருஷ்டியின் சர்வதேச எழுத்துமுறையால் இந்தியக் கதையாடலுக்கு ஒரு புதிய வண்ணம் பூசப்பட்டது. மார்க்கேஸின் பாதிப்பு தமிழவனின் *ஏற்கனவே சொல்லப்பட்ட மனிதர்கள்* நாவலில் தெரிந்தது. ஏற்கனவே எழுதப்பட்டுக் காலஓட்டத்தில் நிறுவப்பட்டிருந்த பல தலைமுறைகளின் வாழ்க்கைக் கதையைப் புதிய தலைமுறையினர் வாழ்ந்து தீர்ப்பது தமிழ் மண்ணில் நிகழ்த்திக் காட்டப்பட்ட நாவல் அது. மார்க்கேஸின் கதைகூறல் பாதிப்பை பா. வெங்கடேசனிடம் பார்க்கவைத்தது அவருடைய *தாண்டவராயன் கதை*. காலம்

கடந்த மொழி இந்நாவலை வழிநடத்திக் செல்கிறது. ஒரே பத்தியில், ஒரே வாக்கியத்தில் கடந்த காலமும், நிகழ்காலமும், வருங்காலமும் வரிசைமாறிக் காலங்களைத் தாண்டிச் செல்வதை வாசிக்கும் போது தமிழ் மொழி நவீனத்துவத்தின் எந்தச் சவாலையும் எவ்வளவு எளிதாக ஏற்று வெற்றிகொள்கிறது என்பதைப் புரிந்துகொள்ள முடிகிறது. பா. வெங்கடேசனின் இந்நாவலில் மார்க்கேஸின் மகோந்தா நகரப் பனிக்கட்டி அறிமுகத்தைப் போல வெளிநாட்டுப் புகைப்படக்காரனின் புகைப்படங்கள் அறிமுகமாகின்றன. கதை நிகழ்வுகளும் காட்சிகளும் பலநூறு ஆண்டுகளைத் தழுவிச் செல்கின்றன.

பா. வெங்கடேசனை லத்தீன் அமெரிக்க எழுத்தாளர்கள் அதிகம் பாதித்திருப்பது அவரது மற்ற நாவல்களிலும் தெரிகிறது. அவருடைய சமீபத்திய நாவலான *வாராணசியின்* கதை சொல்லல் பாணியில் போர்ஹெஸ் தெரிகிறார். போர்ச்சுகல்லைச் சேர்ந்த ஜோஸ் சரமாகோ மற்றொரு முக்கியமான நவீன எழுத்தாளர். 1998ஆம் வருடம் நோபல் பரிசு பெற்ற இவர் மிகத்தீவிரமான எழுத்து முறையைக் கொண்டவர். இவருக்கு நிறுத்தற்குறிகளில் நம்பிக்கை கிடையாது. முற்றுப்புள்ளி, காற்புள்ளி, முக்காற்புள்ளி மேற்கோள்குறிகள் என எதுவுமின்றி எழுதிச்செல்லும் அலாதி யான பாணி சரமாகோவினுடையது. பா. வெங்கடேசனின் மற்றொரு நாவலான *பாகீரதியின் மதியம்* சரமாகோ பாணிக்குச் சிறந்த உதாரணம். புறவர்ணனை இல்லாத, வசனங்கள் இல்லாத நாவலான இது தமிழுக்குப் புதிய சாளரங்களைத் திறந்து விட்டிருக்கிறது.

புதிய பாணி எழுத்துக்கள் தொண்ணூறுகளின் ஆரம்பத்தில் உற்சாகமாக வெளிவரத் தொடங்கின. லத்தீன் அமெரிக்க நாவல்களைப் போலவே வில்லியம் பர்ரோஸ் போன்ற புதுயுக அமெரிக்க கொலாஜ் எழுத்துக்களும் எதிர்க்குரல்களும் சாருநிவேதிதாவின் மூலம் தமிழில் எழத் தொடங்கின. *எக்ஸிஸ்டென்ஷியலிசமும் ஃபேன்ஸி பனியனும்* இவ்வகையில் ஒரு முக்கியப் படைப்பு.

பொதுவாகத் தமிழ் எழுத்தாளர்கள் தமது நாவல்களுக்கான பொறி எங்கிருந்து கிட்டியது என்பதையோ அல்லது அந்நாவலுக் கான மொழிநடைக்குத் தூண்டுதலாக, அல்லது வழிகாட்டியாக இருந்திருக்கக்கூடிய நாவல் எது என்பதையோ வெளிப்படையாக அறிவிப்பதில்லை. ஆனால் இன்றைய தமிழ் எழுத்தாளர்களில் மிகவும் காத்திரமான எழுத்துக்குரியவரான தேவிபாரதி தனது மனதுக்குள்ளேயே வெகுகாலமாக தூங்கிக் கிடந்த *நிழலின் தனிமை* நாவலை எழுதவைத்தது ஜான்பான்வில்லின் *கடல்* நாவல்தான் என்பதைக் குறிப்பிட்டிருக்கிறார். *நிழலின் தனிமை*

மிகவும் உள்முகமான நாவல். அந்நாவலைச் சொல்வதற்கான சரியான குரல் – தொனி, அகப்படாமலிருந்த நிலையில் ஜான் பான்வில்லின் நடை அந்நாவலுக்கான மடையைத் திறந்து விட்டது என்று தேவிபாரதி பதிவுசெய்திருக்கிறார்.

முப்பதாண்டுகளுக்கு முன்புவரை சமகால உலக இலக்கியங்கள் உடனுக்குடன் தமிழில் வெளிவருவதென்பது எட்டாக்கனவாகவே இருந்துவந்தது. ஆங்கிலத்தில் அவற்றை வாசித்த எழுத்தாளர்கள் சிற்றிதழ்களில் எழுதும் கட்டுரைகளிலும் அவற்றைத் தொடர்ந்து பெரும்பாலும் எழுத்தாளர்களாகவே இருக்கும் தீவிர வாசகர்கள் மத்தியிலும் சூடான விவாதங்கள் நடக்கும். ஆல்பெர் காம்யு, ஃப்ரன்ஸ் காஃப்கா போன்றவர்களின் நாவல்கள் அவை வெளிவந்து கிட்டத்தட்ட அரை நூற்றாண்டுக்குப் பிறகே தமிழில் வெளிவந்த காலம் அது. ஆனால் மிகவும் தொழில் நேர்த்தியோடு இயங்கத் தொடங்கியிருக்கும் தமிழ்ப் பதிப்பாளர்களால் பல முக்கியமான நாவல்கள் வெளிவந்த ஐந்தாண்டுகளுக்குள்ளாகவே தமிழில் வெளியாகும் நிலை இன்று ஏற்பட்டுள்ளது.

இன்றைய உலக எழுத்தாளர்களில் முன்னணியில் இருக்கும் ஓரான் பாமுக்கின் நான்கு நூல்கள் தமிழில் எனது மொழிபெயர்ப்பில் வெளிவந்துள்ளன. பெரும் வரவேற்பைப் பெற்ற *என் பெயர் சிவப்பு* 16ஆம் நூற்றாண்டில் சரியத் தொடங்கியிருந்த ஆட்டமன் சாம்ராஜ்ஜியத்தின் கதையாக இருந்தாலும், மதத்துக்கும கலை வெளிப்பாட்டுக்கும் இடையில் எழுகின்ற உராய்வுகளையும், கலைஞனுக்கு மதம் வழங்கும் அனுமதி எல்லை பற்றியும் மிக நுட்பமாகப் பேசியது இந்திய/தமிழ்ச்சூழலுக்கும் பொருத்தமாக இருப்பதை வாசகர்கள் கண்டுகொண்டனர். பாமுக்கின் *பனி* துருக்கியின் சமகால அரசியலைப் பேசினாலும் அது இந்தியாவுக்கும் பொருத்தமாக இருக்கிறது.

நவீன ஐரோப்பிய நாவல்கள் பலவும் இன்றைய காலச் சூழலில் தனிமனிதனின் அகவுலகுச் சிக்கல்களைப் பற்றியதாகவே இருக்கின்றன. உலகமயமாக்கலின் விளைவால் இன்றைய ஐரோப்பியரின் உறவுச் சிக்கல்களும் மன அழுத்தங்களும் இன்றைய இந்தியர்களுக்கும் பொருத்தமாக இருக்கின்றன. ஐரிஷ் நாவலான ஜான் பான்வில்லின் *கடல்*, நார்வீஜிய எழுத்தாளர் தாக் சூல்ஸ்தாதின் *உடைந்த குடை* ஆகியவை இந்தியாவின் இன்றைய தலைமுறையினரால் மிக நெருக்கமாக அடையாளம் கண்டுகொள்ளக்கூடியனவாகவே இருக்கின்றன.

இஸ்ரேலின் டேவிட் கிராஸ்மன் எழுதிய மிக முக்கியமான (கிட்டத்தட்ட அவரது சொந்த அனுபவ) நாவலான *நிலத்தின்*

விளிம்புக்கு இன்றைய கொந்தளிப்பான சூழலுக்கான ஒரு இரத்த சாட்சி.

ஓரான் பாமுக் தமிழில் அறிமுகமான பிறகு, துருக்கியின் மிகச் செறிவான சமகால நாவல்கள் ஒன்றன்பின் ஒன்றாக தமிழுக்கு வரத் தொடங்கியிருக்கின்றன. அய்ஃபர் டுன்ஷின் *அஸீஸ் பே சம்பவம்*, அஹமத் ஹம்தி தன்பினாரின் *நிச்சலனம், நேர நெறிமுறை நிலையம்* ஆகியவை தமிழுக்கு வளம் சேர்த்திருக்கின்றன.

இவற்றைத் தவிர சல்மான் ருஷ்டியின் *நள்ளிரவுக் குழந்தைகள்*, சரமாகோவின் *பார்வை தொலைத்தவர்கள்*, மிலோராத் பாவிச்சின் *கசார்களின் அகராதி*, யுவான் ரூல்ஃபோவின் *பெட்ரோ பராமோ* போன்ற நவீன நாவல்கள் சமீபத்தில் தமிழில் வெளிவந்திருக்கும் புதிய வரவுகள். இந்த நாவல்களின் பாதிப்பு வரும் காலங்களில் நமது நாவல்களில் பிரதிபலிக்கக்கூடும்.

தமிழில் ஆங்கில நாவல்களின் நேரடி பாதிப்பு 20ஆம் நூற்றாண்டின் தொடக்கத்திலேயே ஆரம்பித்துவிட்டது எனலாம். அன்றைய ஆங்கில மர்மக் கதைகளின் வடிவமும் எழுத்துமுறையும் காட்சியமைப்புகளும் உரையாடல் பாணியும் ஆரணி குப்புசாமி முதலியார், வடுவூர் துரைசாமி ஐயங்கார், ஜே.ஆர். ரங்கராஜு போன்றோரின் புதினங்களில் நுழைந்திருந்தன. ஆர்தர் கொனன் டாயிலின் பிரசித்திபெற்ற பாத்திரமான ஷெர்லக் ஹோம்ஸ் ஆரணி குப்புசாமி முதலியாரின் துப்பறியும் கதைகளில் ஆனந்த சிங் என்று மாறியிருந்தது.

1900களின் ஆரம்ப வருடங்களிலேயே ஜே.ஆர். ரங்கராஜு வின் மர்ம நாவல்கள் பத்தாயிரம் பிரதிகள் விற்றிருக்கின்றன என்ற செய்தி இன்று நமக்கு வியப்பூட்டும். இலக்கியத் திருட்டுக் குற்றச்சாட்டில் சிறைத்தண்டனை பெற்ற ஒரே தமிழ் எழுத்தாளர் ஜே.ஆர். ரங்கராஜு என்பது கூடுதலான வியப்புச் செய்தி.

இவ்வகை எழுத்தாளர்களின் நூல்கள் உண்மையில் அசலானவைதானா அல்லது ஆங்கில நாவல்களின் தழுவல்களா என்ற விவாதம் அந்நாட்களிலேயே பரவலாக நிகழ்ந்திருந் தாலும், வணிகரீதியாக இவர்கள் வெற்றிகரமான எழுத்தாளர் களாகவே இருந்திருக்கின்றனர். தமிழ் நாவல் வரலாற்றின் ஆரம்ப அத்தியாயங்களில் இவர்களுக்கும் முக்கிய இடம் இருக்கிறது.

அயல்மொழி நாவல்கள் இதைப்போன்ற பல்வேறு வணிகக் காரணங்களுக்காக மொழிபெயர்க்கப்பட்டுவந்த சூழ்நிலையில் அதை ஒரு தீவிர இலக்கியச் செயல்பாடாகவே நிகழ்த்திக்காட்டியவர் க.நா. சுப்ரமணியன். செறிவான உலக

இலக்கியங்களை வெள்ளமாகத் தமிழில் அறிமுகப்படுத்தி, தீராத வெறியோடு, தன் வாழ்நாள் முழுக்கத் திறனாய்வுகள், நவீன இலகியப் படைப்புகளை அறிமுகப்படுத்துதல், மொழிபெயர்ப்புகள் என்று இயங்கிக்கொண்டிருந்தவர் க.நா.சு. அவர் அத்தனை முனைப்போடு எழுதித்தள்ளிய பல்லாயிரம் பக்கங்கள் இன்றுவரை நூலாக அச்சேறாமல் முடங்கிக் கிடக்கின்றன. வெளிவந்திருக்கும் கணக்கற்ற மொழிபெயர்ப்புகளும் எந்த அளவுகோலில் வைத்துச் சீர்தூக்கிப் பார்த்தாலும் முக்கியமான கதைகளே. தன்னுடைய சொந்த ரசனையின் அடிப்படையில் மட்டுமே தேர்ந்தெடுத்து மொழிபெயர்ப்பதாகவும், வேறெந்த இலக்கியக் கோட்பாட்டு அளவுகோள்களுக்குள்ளும் அவற்றை உட்படுத்தக் கூடாதென்றும் அவர் கூறியிருக்கிறார். அவரது பல மொழிபெயர்ப்புகள் அவசரக் கோலத்தில் செய்யப்பட்டவை எனப் பொதுவான கருத்து ஒன்று உண்டு. இருந்தும் ஸ்வீடிஷ் நாவலாசிரியர் ஸெல்மா லாகர்லாவின் *மதகுரு* தமிழில் மொழிபெயர்க்கப்பட்ட மிகச்சிறந்த நாவலாக இன்றளவும் கருதப்பட்டுவருகிறது. மற்றொரு ஸ்வீடிஷ் எழுத்தாளரும் நோபல் பரிசு பெற்றவருமான பேர் லாகர்க்விஸ்ட்டின் மகத்தான நாவலான *அன்பு வழி*யையும் க.நா.சு. மொழிபெயர்த்துள்ளார். தமிழின் மிக முக்கியமான இலக்கியவாதிகள் பலரும் *அன்பு வழி* தமக்கு ஆதசமான படைப்பாக இருந்துவருவதைக் குறிப்பிட்டுள்ளனர். இவ்விரு நாவல்களிலும் மிக அற்புதமாக, உள்ளடக்கத்துக்கு எந்தக் குறையும் ஏற்படாத வகையில் தன் மொழிநடையைக் கையாண்டிருக்கும் க.நா.சு, *மத குரு* நாவலை மொழிபெயர்க்கத் தொடங்குமுன் அந்நாவலின் ஆங்கில மொழிபெயர்ப்பை ஐம்பது முறை படித்ததாகக் குறிப்பிட்டுள்ளார்.

க.நா.சு. மொழிபெயர்த்த மற்றொரு குறிப்பிடத்தகுந்த நாவல் நார்வே நாட்டவரான நட் ஹாம்ஸனின் *நிலவளம்*. அவர் மொழிபெயர்த்து அரை நூற்றாண்டுக் காலம் ஆனபிறகும் இந்நாவலை ஒவ்வொரு தலைமுறையின் தமிழ் வாசகரும் பயின்று வருகிறார்.

க.நா.சு. அளவுக்கு உலக இலக்கியங்களைப் பரவலாக அறிமுகப்படுத்தி, விரிவான விவாதங்களில் ஈடுபட்டு, தமிழ் இலக்கிய ரசனையின் தரத்தை உயர்த்த அயராது பாடுபட்டவர் வேறெவருமில்லையெனக் கூற முடியும்.

60.70களில் பிரெஞ்சு நாவல்கள் தமிழ் எழுத்தாளர்களிடையே செல்வாக்குப் பெற்றிருந்தன. விந்தனின் *பாலும் பாவையும்* நாவல் எமிலி ஜோலாவின் *Nana*வுடன் நெருக்கமாக இருப்பதைப் பார்க்க முடியும். இக்காலகட்டத்துக்கு முன்புவரை அளவில் மிகப்பெரிய நாவல்கள் வெளிவந்துகொண்டிருந்த நிலையைக்

கச்சிதமான அளவில் சொல்லப்பட்ட பிரெஞ்சு நாவல்கள் மாற்றின எனலாம். செறிவாகச் சொல்வதற்கு 300 பக்கங்களே போதும் என்ற எழுதப்படாத விதி ஒன்று பிரான்ஸில் இருந்து வந்திருக்கிறது. அது இங்கும் பரவத் தொடங்கியது இந்தக் காலக்கட்டத்தில்தான். அதற்கு முக்கியமான காரணமாக நாவல் வாசிப்பு என்பது குடும்ப நிகழ்வாக இருந்த நிலையிலிருந்து தனிநபர் வாசிப்பாக மாறியதைச் சொல்லலாம். ஒரு கனமான புத்தகத்தைக் கூட்டுக் குடும்பத்தில் ஒருவர் மாற்றி ஒருவர் வாசிப்பதும், அதைக் கூட்டமாக அமர்ந்து பகிர்ந்துகொள்வதும், குடும்பங்கள் சுருங்கத் தொடங்கியதும் வழக்கொழிந்துபோயின. தீவிரமான சிறு நாவல்கள் வரத் தொடங்கின. ஆல்பெர் காம்யு, ழீன் பால் சார்த்தர், ழான் ஜெனே ஆகியோர் அதிகமாகப் பேசப்படத் தொடங்கினர். வெ. ஸ்ரீராமின் மொழிபெயர்ப்பில் வெளிவந்த காம்யுவின் *அந்நியன்* நவீனத் தமிழ் வாசகப் பரப்பில் உண்டாக்கிய தாக்கம் மகத்தானது. இந்நாவலை மறுதலித்து அல்ஜீரியன் ஒருவனின் பார்வையில் எழுதப்பட்ட காமெல் தாவுத்தின் *மெர்ஸோ: மறுவிசாரணையும் அந்நியனும்* இன்றுவரை புதிய வாசகர்களால் வாசித்து விவாதிக்கப்பட்டு வருகிறது. எக்ஸூபெரியின் *குட்டி இளவரசன்* தமிழில் வெளிவந்திருக்கும் பிரெஞ்சு நாவல்களின் மகுடம்.

இக்காலகட்டத்தில் தீவிரமாக இயங்கிவந்த அசோகமித்திரன், சுந்தர ராமசாமி, ஜெயகாந்தன் ஆகியோரின் செறிவான படைப்புகள் இந்தப் பின்னணியில் ஒரு புதிய வாசகத் தலைமுறையை உண்டாக்கின. குறிப்பாக அசோகமித்திரனின் எழுத்தில் காணப்படும் சொற்செட்டும், கூறல் முறையும் அமெரிக்க எழுத்தாளர்களை – முக்கியமாக ஹெமிங்வேவை– நினைவூட்டுபவை. 'அமெரிக்க செகாவ்' என்று வர்ணிக்கப்படும் ரேமண்ட் கார்வெர் நாவல்கள் எதுவும் எழுதவில்லையென்றாலும், அவருடைய கதைகளை வாசிக்கும்போது அசோகமித்திரனும், அசோகமித்திரனை வாசிக்கும்போது கார்வெரும் நினைவுக்கு வருவதைத் தவிர்க்க முடிவதில்லை. இருவருக்கும் ஒரே மாதிரியான 'மினிமலிஸ' கதை சொல்லும் பாணி. அதிக வர்ணணையற்ற, கிட்டத்தட்ட *matter of fact* தொனியில் செல்கின்ற நடை. இந்தச் சாதுவான மேல்தோற்றத்துக்கடியில் கவனமாகப் பொதித்து வைத்திருக்கும் கொந்தளிப்புகள்.

அந்த வருடங்களின் உச்ச நட்சத்திரமாக விளங்கிய ஜெயகாந்தனின் சிறுகதைகள் பலவற்றில் மாப்பசானின் சாயல் தென்பட்டிருக்கிறது. ஆனால் குறிப்பாக இரண்டு நாவல்களில் தல்ஸ்தோயும் கார்க்கியும் தலைகாட்டியிருக்கின்றனர். அவை *பாரீஸுக்குப் போ, ஒரு மனிதன் ஒரு வீடு ஒரு உலகம்.*

சமூகச் செயல்பாடுகள் அனைத்திலும் உள்ள நேர்மறையான அம்சங்ளை மட்டுமே தனது எழுத்துக்களில் பரிந்துரைப்பதை இலக்கியக் கொள்கையாகவே வைத்திருந்த ஜெயகாந்தன் மனிதர்களின் பிழைகள், வழுவல்கள் எல்லாவற்றுக்குள்ளும் நேராக நுழைந்து அடித்தளம்வரை சென்று அலசி, அந்த விலகல்களை நேர்க்கோட்டில் இணைப்பதையும், முரண்பாடுகளை இயல்பாக மாற்றுவதையும் தொடர்ந்து நிகழ்த்திவந்திருக்கிறார். அவரை வெகுவாகக் கவர்ந்திருந்த *அன்னா கரீனினா*வைக்கூடத் தனது நாவலின் வழியே தண்டனையை விலக்கி – மன்னிப்பு வழங்கி யல்ல – இயல்பாக நகர்ந்துசெல்ல வைக்கிறார். அவரது *பாரீசுக்குப் போ* அம்மகத்தான ரஷ்யப் படைப்பின் பாதிப்பிலிருந்தே எழுந்தது என்பதை எளிதாக ஊகிக்க முடியும். அதற்கான தடயங்களையும் அந்நாவலிலேயே விட்டுவைத்திருக்கிறார். அன்னா செய்த 'தவறு'க்கு ரயிலில் தலையைக் கொடுத்துச் சாகின்ற தண்டனையை ஒழுக்க போதிப்பாளர் தல்ஸ்தோய் தந்திருக்க, ஜெயகாந்தன் தன்னுடைய நாயகிக்கு அந்த வழுவலைக் குற்றவுணர்வின்றி இயல்பாக ஏற்றுக்கொண்டு, வாழ்வின் அடுத்த கட்டத்துக்கு நகர்ந்துவிடும் நேர்மறையான மார்க்கத்தைக் காட்டுகிறார்.

ஜெயகாந்தனின் புகழ்பெற்ற பாத்திரமான ஹென்றியும்கூட (*ஒரு மனிதன் ஒரு வீடு ஒரு உலகம்*) மக்ஸீம் கார்க்கியின் *The Life Of Matvei Kozhemyakin* நாவலின் பாதிப்பில் உருவானதென்று ஊகிக்க இடமிருக்கிறது.

80களில் தமிழ் வாசகப் பரப்பில் ஒரு தீவிரத் திருப்பம் நிகழத் தொடங்கியது. நெருக்கடி காலம் முடிந்து, மிகக் குறைந்த காலத்துக்கு நம்பிக்கையளித்துவிட்டு வந்த வேகத்தில் மறைந்து போன தேனிலவுக் காலத்தின் விரக்தியும் கசப்பும் இலக்கிய வாசிப்பிலும் எதிரொலித்தது. பொதுச் சமூகத்திலிருந்து மையப்பாத்திரம் அந்நியனாக, அல்லது அந்நியப்பட்டு நிற்கும் கதைகள் வரத் தொடங்கின. இத்தகைய புனைவுகளின் முன்னோடியென காம்யுவின் அந்நியனைச் சொல்லலாம். *நாளை மற்றுமொரு நாளே* நாவலில் ஜி. நாகராஜன் உருவாக்கிய கந்தனை காம்யுவின் மெர்ஸோவுடன் பூரணமாகப் பொருத்திப் பார்க்க முடியாவிட்டாலும் சில அடிப்படையான ஒற்றுமைகள் இருக்கின்றன. பிரெஞ்சு காலனியாக இருந்த அல்ஜீரியாவில் பெரும்பான்மையினர் ஒடுக்கப்பட்டிருக்கும் பின்னணியில் ஆதிக்க நிலையில் உள்ளவர்களிடம் ஏற்பட்டிருந்த அந்நிய மாதலும் அபத்தவாதமும் தமிழ் எழுத்துக்களுக்கும் பரவி யிருக்கிறது. இருண்ட உலகங்கள் தமிழ் நாவலில் தலைகாட்டத் தொடங்கின. அமெரிக்கரான ஸால் பெல்லோவின் இருண்மை அசோகமித்திரனின் *ஒற்றன்* நாவலில் சித்தரிக்கப்படுகிறது.

'புன்னகையின் ஜரிகை ஒட்டிய கசப்பு' என்ற கவிஞர் சுகுமாரனின் வர்ணனைக்குப் பொருத்தமான உதாரணம் *ஒற்றன்*.

நவீன இந்தியாவின் அடையாளப் பாத்திரமாகச் சொல்லத் தக்கது வங்க எழுத்தாளரான சீர்ஷேந்து முகோபாத்தியாயவின் *கறையான்* நாவலின் ஷியாம் என்ற முதன்மைப் பாத்திரம். இவனிடத்திலும் அந்நியனைக் காண்கிறோம். அதிகார மட்டத்தில், அதன் படிநிலைகளில் நிலவும் அரசியலைச் சொல்லும் நாவல் களும் இந்த வரிசையில் சேரத்தக்கன. இந்திரா பார்த்தசாரதியின் *தந்திர பூமி*, ஆதவனின் *காகித மலர்கள்* பி.ஏ. கிருஷ்ணனின் *கலங்கிய நதி* போன்றவை சிறந்த எடுத்துக்காட்டுகள்.

சுற்றுச்சூழலை கவனத்துக்குட்படுத்தும் நாவல்கள் கடந்த முப்பதாண்டுகளாக மேலைநாடுகளில் வரத் தொடங்கியிருக் கின்றன. அமிதவ் கோஷின் *Gun Island* இந்தியாவிலும் சூழலியல் நாவல்கள் வரத் தொடங்கியிருப்பதற்குச் சான்று. ஆனால் தமிழில் நாற்பது வருடங்களுக்கு முன்பே மூன்று முக்கிய நாவல்கள் சூழலியல் பற்றிப் பேசியிருக்கின்றன என்பதைச் சொல்ல வேண்டும். சா. கந்தசாமியின் *சாயாவனம்*, ஆ. மாதவனின் *புனலும் மணலும்*, க. சுப்பிரமணியணின் *வேரும் விழுதும்*.

சாயாவனம் நாவலில் காட்டை அழித்துக் கரும்பு வயல் உண்டாக்கப்படுகிறது. கரமணை நதியின் மணலை அள்ளி, ஆற்றைத் தூர்த்து, அதன் போக்கை மாற்றுவது *புனலும் மணலும்* நாவலில் காட்டப்படுகிறது. *வேரும் விழுதும்* நாவலில் ஒரு பிரமாண்டமான அணையைக் கட்டுவதற்காகக் கிராமங்கள் நீரில் மூழ்கடிக்கப்படுகின்றன.

நெய்தல் நில நாவல்கள் தமிழில் அதிகம் இல்லை. எர்னெஸ்ட் ஹெமிங்வேயின் புகழ்பெற்ற *Old Man And The Sea* திரும்பத் திரும்பப் பேசப்படுகிற, திரும்பத் திரும்ப மொழிபெயர்க்கப்பட்டுவருகிற நாவலாக இருந்துவருகிறது. மலையாளத்தில் தகழியின் *செம்மீனும்* வண்ணநிலவனின் *கடல்புரத்தில்* நாவலும் *கடல்* சார்ந்த வாழ்வைக் காட்டுவன. ஆனால் உண்மையான நெய்தல் நில நாவலாக ஜோ.டி. குரூஸின் *ஆழி சூழ் உலகு* வை மட்டுமே சொல்ல முடியும். அதற்கான காரணம் எளிமையானது. தகழியும் வண்ணநிலவனும் கரையிலிருந்து கடலைப் பார்த்துக் கதை எழுதியிருக்கின்றனர். ஜோ.டி. குரூஸ் கடலுக்குள்ளிருந்து கதையைச் சொல்கிறார். வண்ணநிலவனுக்குக் கரையில் புழங்கும் 'லாஞ்சு' 'வலம்', பற்றி மட்டுமே தெரிந்திருக்கிறது. ஆனால் ஜோ.டி. குரூஸின் நாவலில் உப்புநீரில் ஊறிய நடுக்கடலின் சொற்கள் எங்கெங்கும் விரவியிருக்கின்றன. வாநீவாடு, சோநீவாடு, படுமல், தாமான்,

சோழவெலங்க, வாடவெலங்க போன்ற மீனவச் சொற்கள் நாவலின் நம்பகத்தன்மையைக் காட்டுகின்றன.

தோட்டியின் வாழ்க்கை முல்க்ராஜ் ஆனந்தின் *Untouchable*, தகழி சிவசங்கரன் பிள்ளையின் தோட்டியின் மகன் ஆகிய நாவல்களில் உருக்கமாகச் சொல்லப்பட்டாலும் பூமணியின் பிறகு நாவலில் தெரியும் உண்மைத்தன்மை மேற்சொன்ன இரண்டு பிரபலமான நாவல்களை விடவும் அதை விஞ்சி நிற்கவைக்கிறது.

சிவராம் கரத்தின் சோமன துடி என்ற சோமனின் உடுக்கையும் அதிகம் பேசப்பட்ட நாவலே. ஆனால் இந்நாவலை விடவும் இமயத்தின் செடல் காட்டும் உலகம் கற்பனை அலங்காரமற்று இருக்கிறது.

உலகமயமாக்கல் தமிழ் இலக்கிய உலகத்துக்கு அளித்த முக்கியமான கொடையாகச் சமகால அயற்படைப்புகள் உடனுக்குடன் தமிழுக்கு வந்ததைச் சொல்வதைக் காட்டிலும் தன் அடையாளத்தை மீட்கும் முயற்சியில் ஈடுபடுவதற்குப் படைப்பாளிகளை ஊக்கப்படுத்தியதைச் சொல்லலாம். வேறு எந்தக் காலத்தையும்விடப் பண்பாட்டுடன் இலக்கியம் மிகவும் ஒட்டியிருக்கும் காலக்கட்டம் இதுதான் என்று தயக்கமின்றிச் சொல்ல முடியும்.

ஒடுக்கப்பட்டிருந்த இனங்களின் கதைகளை அவர்களின் வாழ்க்கைக்கு வெளியேயிருந்து பார்த்துக்கொண்டு மற்றவர்கள் சொல்லிக்கொண்டிருந்த காலம் 90களின் ஆரம்பத்தில் முடிவுக்கு வந்தது. மஹாராஷ்டிரத்தில் தோன்றிய தலித் எழுச்சி தமிழ் இலக்கிய உலகுக்குள் இந்தக் காலகட்டத்தில் நுழைந்தது. இமையம், என்.டி. ராஜ்குமார், பாமா, சிவகாமி, அழகிய பெரியவன் என ஒரு மிகப்பெரிய படை தமிழ் இலக்கியத்தில் நுழைந்து உண்மையான குரலில் ஒடுக்கப்பட்டவர்களின் நிஜமான கதைகளை எழுதத் தொடங்கியது. நைஜீரியாவின் சினுவா ஆச்செபெயின் சிதைவுகள், வா தியோங்கோவின் சிலுவையில் தொங்கும் சாத்தான்கள், சீமமாண்டா என்கோஸி அடீச்சியின் ஊதா செம்பருத்தி, மஞ்சள் சூரியனின் ஒரு பாதி ஆகியவை புதிய தலித் எழுத்துக்களை ஊக்குவித்தும் தாக்கம் செலுத்தியும் இருக்கின்றன.

எதிர்மறை அம்சமாக இந்தக் காலகட்டத்தில் தோன்றி யிருக்கும் இனப்பெருமையை நிறுவும் முயற்சிகளையும் பார்க்க நேர்கிறது. கடந்த காலக் கீழ்மைகளை, தாழ்வுகளை சௌகரியமாக இருட்டடிப்பு செய்துவிட்டுப் பொன்முலாம் பூசிக்காட்டும் வேலையை இலக்கியம் செய்ய வேண்டுமென்று நிர்பந்தம் செய்யப்படுகிறது. வாழ்க்கை என்னவாக இருந்தது என்று

இலக்கியம் பேசுவது ஆறிய புண்களைக் கிளறுவதற்காக அல்ல. கடந்து வந்த பாதையிலிருந்து கற்றுக்கொண்ட பாடங்களை வைத்து எதிர்காலப் பாதையை நேராக்கிக்கொள்ள. அப்பழுக்கு மண்டிய கடந்த காலம் இருந்தது என்ற கதையைச் சொல்வதன் மூலம் முந்தைய நிலையை மாற்றிவைக்கும் வேலையை இலக்கியம் செய்கிறது என்பதை கலாச்சாரக் காவலர்கள் உணர்வதில்லை. பெருமாள் முருகனின் மாதொருபாகன் சந்தித்த சிக்கல்கள் இந்த நிலை நாளுக்கு நாள் மோசமாகிவருவதன் சமீபத்திய உதாரணம்.

அமெரிக்கப் பூர்வக்குடிகளின் சரித்திரத்தை லூவிஸ் எட்ரிச் போன்ற இன்றைய அமெரிக்க எழுத்தாளர்கள் தமது படைப்புகளில் திரும்பிப் பார்க்கின்றனர். மனவிரிவை ஏற்படுத்துவதே இலக்கியத்தின் வேலை. "தமிழ் மரபு படைப்பில் சென்று சேர வேண்டிய பாதையை வரையறுக்கக்கூடியது. வாழ்க்கை அதன் போக்கில் எந்த மதிப்பீடுகளை உறுதிசெய்து கொண்டு வருகிறதோ அந்தப் போக்கை உறுதிப்படுத்துவது படைப்பே ஆகாது. அதுவும் படைப்புதான் என்றால் அது பலகீனமான ஆற்றலற்ற படைப்பாகத்தான் இருக்கும்" என்கிறார் சுந்தர ராமசாமி.

எனவே மொழிபெயர்ப்பின் நோக்கம் புதிதான ஒரு குரலை வித்தியாசமான ஓர் எடுத்துரைப்பை, பரிச்சயமற்ற ஒரு கலாச்சாரத்தை, மாற்றத்தைக் கோரும் ஓர் அணுகுமுறையை அறிமுகப்படுத்துவதே. அப்புதிய வெளிச்சத்திற்கு நமது கண்களைப் பழக்கிக்கொண்டு அக்கதிர்களை நமது நிலத்தின் மீது பாய்ச்சி, நமக்கான படைப்புகளை பயிரிட்டு அறுவடை செய்யவேண்டியதே தமிழ் படைப்பாளிகளின் முன்னிருக்கும் சவால். இந்தச் சவாலில் வெற்றிகாண்பதற்கு இன்றைய தலைமுறைக்குப் போதிய உரமும் தெளிவும் உண்டு என்று நாம் உறுதியாக நம்பலாம். அதற்கான அறிகுறிகள் சமீப காலமாகத் தென்படவும் தொடங்கியிருக்கின்றன.

சாகித்ய அகாதமி, தஞ்சை தமிழ் பல்கலைக்கழகம் இணைந்து 16 ஆகஸ்ட் 2019இல் நடத்திய கூட்டத்தில் வாசித்த கட்டுரை

3

பார்வையை விரிவாக்கும் மொழிபெயர்ப்புகள்

மொழிபெயர்ப்புகளை மட்டும் தேடித்தேடி வாசிக்கும் வாசகர்கள் எல்லாத் தலைமுறைகளிலும் இருந்துவருகிறார்கள். தாய்மொழி படைப்புகள் மீது கொண்டிருக்கும் ஒவ்வாமையால் அல்ல. உண்மையில் தமது சொந்த மொழியின் படைப்பெல்லைகளை அயல்மொழி இலக்கியங்களினால் விரிவுப்படுத்திக்கொள்ளும் முயற்சிதான் அது. கல்லூரி தினங்களில் என்னையும் அம்மோகம் பீடித்திருந்தது. ரஷ்ய மொழி இலக்கியங்கள் ராதுகா பதிப்பகத்தின் மூலம் வெள்ளமாக வந்துகொண்டிருந்த காலகட்டம் அது. விலையும் மிகக் குறைவாக இருக்கும். மாணவப் பருவத்தில் 'கதைப் புத்தகங்கள்' வாங்குவதற்கு வீட்டில் காசு அதிகமாகக் கிடைக்காது. ரஷ்ய நூல்களை வாங்குவதற்காகவே சாப்பாட்டுச் செலவை, காபி, டீயைக் குறைத்துப் பணம் சேகரித்துப் புத்தகங்கள் வாங்கிய எங்களைப் போன்ற தியாகச் செம்மல்களின் பரம்பரை 90களுக்கு முந்தைய காலம்வரை இருந்தது. ரஷ்ய மொழி இலக்கியங்களில் தமிழுக்குக் கிடைத்த மிக அற்புதமான படைப்புகள் என விளாமெதீர் கொரலேன்கா வின் கண் தெரியாத இசைஞனை யும் லேவ் தல்ஸ்தோயின் புத்துயிர்ப்பு வையும் என் தனிப்பட்ட தேர்வாகச் சொல்வேன். இவ்விரு நூல்களையும் மொழிபெயர்த்த ரா. கிருஷ்ணையா வின் எழுத்துத்திறன் மீது அந்த வயதில் எனக்கு

உண்டான கவர்ச்சிதான் பின்னாட்களில் மொழிபெயர்ப்புத் துறையைத் தேர்ந்தெடுக்கக் காரணமாக இருந்திருக்கும் என்று நினைக்கிறேன். ‘கண் தெரியாத இசைஞன்’ மிகச்சிறிய நாவல். பிறவிக்குருடனான பியோத்தருக்கு தான் இழந்திருப்பது என்னவென்று புரிவதேயில்லை. அவனது அவகவுலகத்தில் இசை உண்டாக்கும் மாற்றங்கள், அவனைப் பெரும் இசைக்கலைஞனாக உருவாக்குகிறது. எங்கிருந்தோ அவனை வந்தடையும் வாத்திய இசை அவனிடம் உண்டாக்கும் பதற்றம், யதேச்சையாக சூரியனை அண்ணாந்து பார்க்கும்போது அந்தக் குருட்டுக் கண்களுக்குள் நிகழும் சலனங்கள், தோழியுடன் ஏற்படும் கோபம் ... எத்தனை வருடங்களானாலும் மறக்க முடியாத மகத்தான படைப்பு கொரலேன்கோவின் கண் தெரியாத இசைஞன். இன்றுவரை நான்வாசித்த நாவல்களில் முதலிடத்தை வகித்திருப்பது புத்துயிர்ப்பு. மகாத்மா காந்திக்கும் மிகப் பிடித்தமான நாவல் இதுவே. தன்னைச் சந்திக்க வந்த பலருக்கும் புத்துயிர்ப்பு பிரதிகளை அன்பளித்து வாசிக்கச் சொல்வார். இளவரசன் டிமிட்ரி நெஹ்லூதவ் மூலமாக தல்ஸ்தோய் தனது வாழ்வின் ஆன்மிகத் தேடலை விரிவாக நிகழ்த்திச் சொல்கிறார். என்னைப் பொறுத்தவரை இந்நாவலை விஞ்சக்கூடிய கலைப்படைப்பு எந்நாளும் சாத்தியமில்லை என்பேன்.

வெறும் 117 பக்கங்கள் மட்டுமே இருக்கின்ற (அதில் கிட்டத்தட்ட பாதிப் பக்கங்களுக்குப் படங்கள்) ஒரு நாவல் காலத்தால் அழியாத படைப்பு என்று பெயர் பெற்றிருக்கிறது. இரண்டாம் உலகப் போர் காலத்தில் பிரஞ்சு மொழியில் அந்த்வான் து செந்த் – எக்சூபெரியால் எழுதப்பட்ட குட்டி இளவரசன் இன்றளவும் உலகின் மகத்தான நாவல்களில் ஒன்றாக அறியப்பட்டுவருகிறது. இதுவரை கிட்டத்தட்ட நூற்றிஎழுபத்தைந்து மொழிகளில் மொழிபெயர்க்கப்பட்டு எட்டுக் கோடி பிரதிகள் விற்பனையாகியுள்ள இந்நாவல் க்ரியா பதிப்பக வெளியீடாக வெ. ஸ்ரீராம், ச. மதனகல்யாணி ஆகியோரின் மொழிபெயர்ப்பில் தமிழில் வெளிவந்துள்ளது. குட்டி இளவரசன் ஒவ்வொரு கிரகமாகச் செல்கிறான். அங்கே பூ, பாம்பு, நரி போன்றவையோடு உரையாடுவதுதான் நாவல். இந்த உரையாடல்களின் மூலமாக நாம் அடையும் மனவெழுச்சி அசாதாரணமானது. இது குழந்தைகளுக்கான புத்தகத்தைப் போலிருந்தாலும் அற்புத உலகில் ஆலிஸ்ஸைப் போலவே ஆழமான தத்துவங்களையும், வாழ்வின் புதிர்த் தன்மையையும் சொல்லும் நாவலாக இருக்கிறது.

ஃபிரன்ஸ் காஃப்காவின் பிரசித்தி பெற்ற ‘உருமாற்றம்’ என்ற குறுநாவலைப் பற்றி புதுமைப்பித்தனே கடிதம் ஒன்றில்

குறிப்பிடுகிறார். க.நா.சு. இந்நாவலைப்பற்றி அறிமுகக் கட்டுரை எழுதியிருக்கிறார். கிரிகோர் சாம்சா என்று விற்பனைப் பிரதிநிதி கடுமையான மன அழுத்தத்தில் வாழ்கிறான். குடும்பத்துக்காகக் கடுமையாக உழைக்க வேண்டியிருப்பவன். அவனைச் சுற்றிலும் சுயநலக்காரர்கள். திடீரென ஒருநாள் தூங்கியெழும்போது அவன்தான் மிகப்பெரிய அசிங்கமான பூச்சியாக மாறிவிட்டிருப்பதைக் காண்கிறான். இந்த விநோதமான கதை நூற்றுக்கணக்கான மொழிகளில் மொழிபெயர்க்கப்பட்டு இன்றளவும் விவாதிக்கப்பட்டுவருகிறது. சில திரைப்படங்களும் எடுக்கப்பட்டுள்ளன. முரகாமி இந்நாவலின் தொடர்ச்சியாக ஒரு சிறுகதையும் எழுதியுள்ளார். ருஷ்டியின் நாவல் ஒன்றில் இப்பாத்திரம் இடம்பெறுகிறது. காஃப்காவைப் படிப்பதும், தூக்கத்தில் துர்சொப்பனத்தில் ஓர் உலகத்தைக் காண்பதும் ஒன்றுதான் என்று க.நா.சு. எழுதுகிறார். தமிழில் மிக அற்புதமாக மொழிபெயர்க்கப்பட்டிருக்கும் நூல்களில் உருமாற்றமும் ஒன்று. மொழிபெயர்ப்பாளர் ஆர். சிவக்குமார் இம்மொழிபெயர்ப்பை பலமுறை செப்பனிட்டு வழங்கியிருக்கிறார் (தமிழினி பதிப்பகம்).

சுகுமாரன் மொழிபெயர்ப்பில் 2011இல் ‘காலச்சுவடு’ பதிப்பக வெளியீடாக வந்துள்ள துருக்கிய நாவலான *அஸிஸ் பே சம்பவம்* (அய்ஃபர் டுன்ஷ்) கடந்த பத்தாண்டுகளில் வெளிவந்துள்ள மொழிபெயர்ப்புகளில் குறிப்பிடத்தக்க நூல். இசைக்கலைஞர் ஒருவனின் தோற்றம், வளர்ச்சி, வீழ்ச்சி என வெவ்வேறு தளங்களில் விரியும் நுட்பமான கதையாடல் தேர்ந்தெடுத்த சொற்களாலும் நேர்த்தியான வாக்கிய அமைப்புகளாலும் அஸிஸ் பே என்ற இசைஞனின் அகவுலகை அற்புதமாக வாசகனிடம் கடத்தப்படுகிறது.

என் வாசிப்பில் முக்கியமான மொழிபெயர்ப்பு நூல்கள் எனப்பட்டியலிட்டால் அது நீளமாகச் செல்லும். குறிப்பிட்டுச் சொல்வதென்றால் வெ. ஸ்ரீராம் பிரெஞ்சு மொழியிலிருந்து நேரடியாக மொழிபெயர்த்துள்ள க்ரியா பதிப்பக வெளியீடுகளான ஆல்பெர் காம்யுவின் *முதல் மனிதன், அந்நியன்,* பியரெத் ஃப்லுசியோவின் *சின்ன சின்ன வாக்கியங்கள்,* எக்சூபெரியின் *காற்று, மணல், நட்சத்திரங்கள்* ஆகிய நூல்களையும் கீழ்வரும் சில புத்தகங்களையும் சொல்லலாம். ஹொஸே ஸரமாகோ போர்ச்சுகீஸைச் சேர்ந்த எழுத்தாளர். 1998இல் நோபல் பரிசு பெற்றவர். இடதுசாரிச் சிந்தனையாளர். இவரது *அறியப்படாத தீவின் கதை* ஆனந்த் அவர்களால் அற்புதமாக, சரமாகோவின் பிரத்தியேக நடையை ஒட்டி தமிழில் மொழிபெயர்க்கப்பட்டுள்ளது. உலகின் மிக அதிகமாக விற்பனையான *சோஃபியின் உலகம்* (யொஸ்ட்டைன் கார்டர்) இளம் வாசகர்களுக்கான நாவல்.

உலகின் பல்வேறு சிந்தனை மரபுகளை ஓர் இளம்பெண்ணுக்கு சுவாரஸ்யமாக விளக்கிச் சொல்வதுபோல் அமைந்த நாவல். ஆர். சிவக்குமாரின் மொழிபெயர்ப்பு (காலச்சுவடு). கடந்த நாற்பதாண்டுகளாக எல்லா நாடுகளிலும் மிகவிருப்பத்துடன் வாசிக்கப்படுகிற நாவலான காப்ரியல் மார்க்கேஸின் *தனிமையின் நூறு ஆண்டுகள்* சுகுமாரன் மொழிபெயர்ப்பில் காலச்சுவடு வெளியீடு. இந்திய மொழிநாவல்களில் குர் அதுல் ஐன் ஹைதரின் *அக்னி நதியும்*, அதீன் பந்தியோ பாத்யாயவின் *நீலகண்ட பறவையைத் தேடியும்* பிபூதி பூஷனின் *பதேர் பாஞ்சாலியும்* ஓ.வி விஜயனின் *கஸாக்கின் இதிகாசமும்* தமிழில் வந்திருக்கும் ஏராளமான நல்ல மொழிபெயர்ப்புகளில் சில.

_இந்து தமிழ்_, 19 ஜனவரி 2018

4

மொழிபெயர்ப்புகளினூடாக நவீனத் தமிழ் இலக்கியம்: மறுவாசிப்புகளும் புதிய தேவைகளும்

> மொழிபெயர்ப்பு என்பது மொழிபெயர்ப்பாளன் காணாமல் போவதும், அவனது படைப்பாக்கம் வெளிப்படுவதும் ஒருசேர நிகழும் இரட்டை செயற்பாங்கு. எனது மொழிபெயர்ப்புகளில் எனது சொந்தப் பாணியின் சிறு துகள்கூட இருக்கக் கூடாது என்பதில் கவனமாக இருக்கிறேன். எனது இன்மையின் மூலம் மட்டுமே நான் அங்கீகரிக்கப்பட விரும்புகிறேன்.
>
> – தொமினிக் விதால்யோ[1]

பல்வேறு தேசிய இனங்களையும் மொழிகளையும் கலாச்சாரங்களையும், பலதரப்பட்ட வாழ்நிலைகளையும் உள்ளடக்கியுள்ள இந்தியா என்பது ஒரே தேசம்தான் என்று நிறுவப்பட்டிருக்கிறது. அரசியல் சரித்தன்மையின்படி இத்தகைய கூற்றுகள் சரியானவையே என்றாலும் தேசியவாதம் என்றதொரு தட்டையான சொல்லாடலில் இந்தியாவிற்குள்ளிருக்கும் வேறுபட்ட கலாச்சாரங்களை ஒற்றைப் பரிமாணத்தில் அடக்கிவிடவும் இயலாது. மொழியை மட்டும் வைத்துப் பார்த்தால் இந்திய இலக்கியம் என ஒன்று இல்லைதான். ஆனால் இலக்கியம் என்பது மொழியை மட்டும் அடிப்படையாகக் கொண்டிருப்பதில்லை. மொழியின் மூலம் வெளிப்பாடு பெற்றாலும் மொழியைத் தாண்டிய

அம்சங்கள் இலக்கிய உருவாக்கத்தில் உள்ளன. பொதுவான வேர்ச்சொற்கள், வெளிப்பாடுகள், படிம வளம், கதைகளின் மூலமாதிரிகள் என்ற வகையில் இந்திய மொழிகளுக்கிடையே பொதுவான அம்சங்கள் இழையோடுகின்றன (கே.சச்சிதானந்தன், இந்தியன் லிட்டரேச்சர், 3.4.94).

பல்வேறு இந்திய மொழிகளிலுள்ள நவீன இலக்கியங்கள் அவற்றின் சகோதர மொழிகளில் பெயர்க்கப்பட்டுவரும் நீண்ட மரபும் நம்மிடையே இருந்துவருகிறது. குஜராத்தி, மலையாளம், மராத்தி, வங்காளம் போன்ற மொழிகளில் முதலாவதாகத் தோன்றிய படைப்புகள் பாரதம், இராமயணம், கீதை ஆகிய வற்றின் மொழிபெயர்ப்புகளே. இந்த மொழிகளைப் பேசுவோர் தமக்குரிய மொழியுடன் தனித்தியங்கத் தொடங்கிய ஆரம்பக் கட்டத்தில் இது நிகழ்ந்திருக்க வேண்டும். இந்தியாவின் பிற கலாச்சாரங்களுடனான நெருக்கத்தை இவை வெளிப்படுத்தி னாலும், இந்தப் பிரதிகளை அப்படியே மொழிபெயர்த்து விடாமல் தம் கலாச்சாரச் சூழலுக்கேற்ற வகையில் தமக்கான பிரதிகளாகவே, பல மாற்றங்களுடன் உருவாக்கிக்கொண்டனர்.

நவீனத் தமிழிலக்கியத்தில் இந்திய மொழிகளிலிருந்தும் பிறநாட்டு இலக்கியங்களிலிருந்தும் மொழிபெயர்க்கப்பட்ட நூல்களைக் கலாச்சாரப் பரிவர்த்தனை என்ற தளத்திலும், அந்நிய இலக்கியங்களை அறிமுகப்படுத்திக்கொள்ளுதல் என்ற சாத்தியப்பாட்டிலும் இன்று மறுபரிசீலனை அல்லது மறுவாசிப்பு செய்து பார்க்கையில் தமிழ் வாசகருக்கு உண்டாகும் புதிய தேவைகளைப் பற்றி கவனம் கொள்வதும், சென்ற தலைமுறையின் பிரதிகள் இன்றைய வாசகனிடம் சந்திக்கும் சவால்களை எந்த முறையில் எதிர்கொள்வதென்று விவாதிப்பதும் இன்றைய தினத்தின் முக்கிய தேவையாயிருக்கிறது.

இந்திய மொழிகளிலிருந்து தமிழில் மொழிபெயர்க்கப்பட்ட படைப்புகளில் ஓர் உதாரண நாவலாக அதீன் பந்தோபாத்தியாய வின் வங்க நாவலான *நீலகண்ட பறவையைத் தேடி* நாவலைக் கூறலாம்.

விரிவான கதைத்தளம், முரண்பாடான போக்குகள், அடிப்படையான கேள்விகள், பல்வேறு வகையான பாத்திரங்கள் போன்றவற்றுடன் இதிகாசத்தின் பரிமாணங்களை இந்நாவல் கொண்டிருக்கிறது. கிழக்கு வங்காளத்தின் குறிப்பிட்டதொரு காலகட்டத்தைப் பற்றிய இச்சித்திரம் இன்றைக்கும் பொருத்தப் பாடு கொண்டுள்ளது.

இந்நாவலுக்கிணையாக பகவதி சரண் வர்மாவின் *மறைந்த காட்சிகள்*, சிவராம் கரந்த்தின் *மண்ணும் மனிதர்களும்* குர் அதுல்ஜன் ஹைதரின் *அக்னி நதி* போன்ற நாவல்களையும் தமிழில் மொழியாக்கம் செய்யப்பட்ட முக்கிய படைப்புகளாகக் கூறலாம்.

இந்திய மொழிகளிலேயே மலையாளத்திலிருந்துதான் தமிழுக்கு மிக அதிகமான மொழிபெயர்ப்புகள் செய்யப் பட்டுள்ளன. அனைவருக்கும் முதலில் நினைவிற்கு வரும் *செம்மீன்*, தகழி சிவசங்கரன் பிள்ளையின் மிகச்சிறந்த கலைப்படைப்பு. தகழியிடம் பொதுவாகக் காணப்படும் சிக்கல் என்னவென்றால் தனது படைப்புகளை ஒன்று, கற்பனைத் தளத்திற்குகொண்டு சென்று புனைவியலாக்கிவிடுதல் (*ஏணிப்படிகள்*), அல்லது மார்க்ஸிய சித்தாந்தப்படுத்திவிடுதல் (*தோட்டியின் மகன், ரெண்டிடங்கழி*) அல்லது இலட்சியவாதப்படுத்திவிடுதல். ஆனால் செம்மீன் இத்தகைய சிக்கல்களில் தடம் புரளாமல் அவருடைய படைப்புகளிலேயே மிக உன்னதமான படைப்பாகியுள்ளது. இந்நாவலை தமிழில் மொழிபெயர்த்த சுந்தர ராமசாமியே ஒரு மகத்தான கலைஞர் என்பதால் மிக அற்புதமாக மொழியாக்கம் செய்திருந்தார்.

செம்மீன் பெண்மையைப் பற்றிய கதை. இந்தப் பெண்மை, ஒரு ஆணின் பார்வை வெளிப்படுத்தும் பெண்மை. பெண்ணிற்கும் கடலுக்கும் இடையிலுள்ள உறவு சூட்சுமமிக்கதாயிருக்கிறது. கடலுக்குச் சென்ற கணவன் திரும்புவது மனைவியின் தவத்தை, அவள் தூய்மையைப் பொறுத்தே அமைகிறது. கடல், தாய்மையுணர்வோடு உயிர்கொடுக்கும் சக்தியாக இருக்கும் அதே வேளையில், சமுதாய, கலாச்சாரக் காவல் சக்தியாகவும் விளங்குகிறது. ஒழுக்கக்கேடுகள் சகித்துக்கொள்ளப்படுவ தில்லை. ஊனைப் பிளந்து ரத்த பலி கொண்டுவிடுகிறது.

படைப்பாளியின் மொழி கருத்தம்மாவின் உணர்ச்சிகளை, அவளது ஒழுக்க வேலிகளை, அவளது உணர்ச்சிகளை, கணவன் பழனியின் அன்பை, அவளால் மறக்கவே முடியாத பரீக்குட்டியை, அத்தனை வலிகளோடும் இன்பங்களோடும் நுணுக்கமாகச் சித்தரித்துப் போகிறது. பெண்ணிடம் எழும் உடல் சார்ந்த விழிப்புணர்வை, பாலுணர்வுகளை இந்தியப் பண்பாட்டுப் பின்புலத்தின் இறுகிய நெறிமுறைகளுக்கிடையே பதிவுசெய்வது சிக்கலான காரியம்தான். மனித நேயமிக்கதொரு கலைஞர் அதனை கலாபூர்வமாக வடித்துக் காட்டும்போது, வாசகருக்குப் புதிய பரிமாணங்கள் கிடைக்கின்றன. உடல் சார்ந்த வேட்கை அதன் மிருகக் கூறுகளோடு கருத்தம்மாவைப் பீடிக்கும்போதும்,

அவளுக்கும் அவளுடைய அம்மா சக்கிக்கும் நெறிகள் சார்ந்த உராய்வு அதிகரிக்கும்போதும், நாவல் அதன் பெண்மைச் சூழலிலிருந்து, பண்பாட்டுத் தளங்களிலிருந்து வேறொரு வாசலைத் திறந்துகொள்கிறது.

பாத்திரங்களின் இத்தகைய தேடல்களின் உள்நோக்கிய பார்வைகளுக்குள் மொழிபெயர்ப்பாளரின் மொழி ஊன்றிக் கொள்கிறது. ஒவ்வொரு வரிகளுக்கிடையிலும் தனது கூர்மையையும், எடையையும் மாற்றிக்கொண்டேயிருக்கும் மூலப்படைப்பின் மொழியைப் போலவே மொழிபெயர்ப்புப் பிரதியிலும் உருமாறுகிறது. சுந்தர ராமசாமியின் மொழி, செம்மீனின் ஒவ்வொரு பாத்திரத்திற்குள்ளும் சுருங்கி, விரிந்து, எழும்பி, தயங்கி, மருண்டு, கிளர்ந்து மிகத் துல்லியமாக மேலெழுந்து வருகையில் படைப்பிற்கும், மொழிபெயர்ப்புக்கும் இடையே இருக்கும் இடைவெளிகள் அழிந்துபோகின்றன.

இதே நாவலை இந்தியில் பாரதி வித்யார்த்தியும், ஆங்கிலத்தில் நாராயண மேனனும் மொழிபெயர்த்திருக் கின்றனர். இம்மொழிபெயர்ப்புகளில் நாவலின் எண்ணற்ற உணர்வடுக்குகளுக்குள் அவர்களது மொழி உட்புகாமல் வெளியிலேயே தங்கிவிடுகிற தோல்வியை ராஜி நரசிம்மன் ஆதாரங்களுடன் விளக்குகிறார்.[2]

ஆங்கிலத்தில் மொழிபெயர்த்த நாராயண மேனன் இந்நாவலை முழுமையாக உள்வாங்கிக்கொண்டு மொழிபெயர்த்திருக்கிறார். ஆனால் கருத்தம்மா என்ற மலையாளத்து மீனவப் பெண்ணின் மென்மையான மனதையும் குழப்பமான உணர்ச்சிகளையும் ஆங்கிலம் போன்ற, சென்டிமென்ட்டுக்கு இடமளிக்காத, தெளிவான, பட்டவர்த்தனமான மொழியால் அதே நுணுக்கத்துடன் பெயர்த்தெடுக்க முடியாமற்போகிறது. தமிழில் அற்புதமாகக் கொண்டுவரப்படுகிற குழைவு, இலேசாகக் கூட ஆங்கிலத்தின் நேரடியான, சிடுக்குகளற்ற வர்ணிப்புகளில் தென்படுவதில்லை. இதை மொழிபெயர்ப்பாளரின் திறமைக் குறைவென்று கொள்ள முடியாது. ஆங்கிலம் சுமந்து கொண்டிருக்கும் மேற்கத்திய, கிறிஸ்தவக் கலாச்சார சரித்திரச் சுமை இறக்கி வைக்கக்கூடியதல்ல. அம்மொழியில் கீழை உணர்வுகளை எவ்வளவு இலகுவாக அளக்க முற்பட்டாலும், ஒரு குறிப்பிட்ட தூரம் தாண்டிய பிறகு, ஒன்று வழமையான சொற்றொடர்களில் சிக்கிக்கொள்ள நேர்கிறது, அல்லது வேறோர் இணையான, ஆனால் அந்நியமான தளத்திற்குக் கொண்டு சென்றுவிடுகிறது. “தாழ்ந்த குலத்தைச் சேர்ந்த எந்தவொரு

மீனவனுக்காவது படகோ, வலையோ இருக்கிறதா?" என்றதொரு எளிமையான வாக்கியத்தை ஆங்கிலத்தில் எப்படிக் கொண்டுவர முடியும்? *Wrong Caste* என்கிறார் மேனன். தவறான சாதி! எவ்வளவு மொண்ணையான பிரயோகம்!

பாரதி வித்யார்த்தியின் இந்தி மொழிபெயர்ப்புக்கு வேறுவகையான சிக்கல் இருப்பதாக ராஜி நரசிம்மன் எழுதுகிறார். முதல் பிரச்சினை இந்நாவலின் நுட்பத்திற்குள் செல்லவே முடியாத மொழிபெயர்ப்பாளரின் திறமைக் குறைவான வாசிப்பு. அடுத்ததாக, தேர்ந்தெடுக்கப்பட்ட இந்தி வார்த்தைகளின் பொருத்தமின்மை.

மேற்கண்ட இரு மொழிகள் சந்தித்த அதே பிரச்சினையைத் தமிழும் சந்தித்திருக்கக்கூடும். மலையாளத்திற்கு நெருக்கமான மொழி என்ற சௌகரியமும் மொழிபெயர்ப்பாளரின் துல்லியமான கலையுணர்வும் தமிழ் மொழிபெயர்ப்பை முழு வெற்றியடையவைத்திருக்கிறது.

மலையாளப் படைப்புகளை பிரெஞ்சில் தற்போது மொழிபெயர்த்துவரும் தொமினிக் விதால்யோ, "மூல நூலாசிரியரின் குரல் பிரெஞ்சிலேயே என் தலைக்குள் கேட்கத் தொடங்கும்வரை அவருடைய வெளிப்பாடுகள் முழுவதுமாக எனக்கு உள்ளகப்பட வேண்டும் என்பதில் கவனமாயிருக்கிறேன்" என்கிறார்.

பால் சக்கரியாவின் படைப்புகளை சுகுமாரன் தற்போது தமிழில் மொழிபெயர்த்துவருகையிலும் இதே ரசாயனம்தான் வெற்றிகரமாக நிகழ்கிறது. வைக்கம் முகம்மது பஷீரின் பல குறுநாவல்கள் தற்போது இரண்டு மூன்று வருடங்களாகத் தமிழில் வெளிவந்துகொண்டிருந்தாலும், கடந்த முப்பதாண்டுகளில் அவருடைய படைப்புகள் அங்கொன்றும் இங்கொன்று மாகவே மொழிபெயர்க்கப்பட்டு நமக்கு கிடைத்து வந்தன. ஆனால் பால் சக்கரியா மலையாளத்தில் எழுத எழுத அவை உடனுக்குடன் தமிழிலும் வெளிவந்துவிடுகிற அபூர்வச் சூழல் இப்போது ஏற்பட்டுள்ளது. மதம், சமூக யதார்த்தம், அரசியல் பிரச்சினைகள் இவற்றைத் திறந்த மனதோடு, மிகக் கூர்மையாக, தனக்கேயுரிய எள்ளல் நடையோடு சக்கரியா அணுகும்போது புதிய பரிமாணங்கள் கிடைக்கின்றன.

'கண்ணாடியில் பார்ப்பதுவரை'யில் இயேசு மறுவாசிப்பு செய்யப்படுவது போலவே 'இதுதான் என் பெய'ரில் கோட்ஸே என்ற ஆளுமை மறுவாசிப்பு செய்யப்படுகிறார். கலைஞர் எந்தக் கொள்கையின் சார்பாகவும் ஒதுங்கி நின்று ஆதரவு கோஷம் எழுப்புவனல்ல. ஆனாலும் மதவெறியையும் தீவிரவாதத்தையும்

சக்கரியாவின் கலை ஆளுமை தகர்த்தெறிவதுபோல் எந்த வெளிப்படையான பிரச்சாரங்களும் செய்ய முடியாது.

இதுதான் என் பெயர் தமிழில் மூன்று முறை மொழிபெயர்க்கப்பட்டுள்ளது. இவற்றில் சுகுமாரனின் மொழிபெயர்ப்பு அதன் ஒவ்வொரு வாக்கியத்திலும் முழுமையான கலைநிறைவோடு பரிமளிக்கிறது. ஒரு நல்ல மொழிபெயர்ப் பாளர் சரியான வார்த்தையை மட்டும் தேர்ந்தெடுப்பதில்லை. அந்த வார்த்தையை வாழவைக்கவும் செய்கிறார். மூலப் படைப்பாளி இத்தகைய மகத்தான மொழிபெயர்ப்புகளில்தான் பூர்ணத்துவம் பெறுகிறார். "மொழிபெயர்ப்பு என்பதே ஒரு கவர்ச்சியான தோல்வி" என்கிறார் பிரெண்டன் கென்னலி. "அது சாத்தியமான அதே நேரத்தில் சாத்தியமற்ற ஒரு செயல். மறைபொருள்வாதத்திற்கேயுரிய மொழியின் பொருள்முரண் மண்டியிருக்கும் சிக்கல் அது."[3]

பிற இந்திய மொழிகளிலிருந்து மொழிபெயர்க்கப்படுவதை விட மிக அதிகமாகவே பல அயல்நாட்டு நவீன இலக்கியப் படைப்புகள் தமிழில் தேர்ந்த மொழிபெயர்ப்பாளர்களால் மொழி பெயர்க்கப்பட்டுள்ளன. இம்மரபு இன்றுவரை தொடர்ந்து வருகிறது. நடுவில் சில பத்தாண்டுகள் மொழியாக்கங்களின் வருகையில் தொய்வு இருந்தபோதிலும் கடந்த ஏழுட்டு வருடங்களாகப் பெரும்பாய்ச்சல் நிகழ்ந்துள்ளது.

உலக இலக்கியங்களை வெள்ளமாகத் தமிழில் அறிமுகப் படுத்தி ஒரு தீராத வெறியோடு, தன் வாழ்நாள் முழுக்கத் திறனாய்வுகள், நவீன இலக்கியப் படைப்புகளை அறிமுகப் படுத்துதல், மொழிபெயர்ப்புகள் என்று இயங்கிக்கொண்டிருந் தவர் க.நா. சுப்ரமண்யம். அவர் அத்தனை முனைப்போடு எழுதித்தள்ளிய பல்லாயிரம் பக்கங்கள் இன்றுவரை அச்சேறாமல் தூங்கிக் கிடக்கின்றன. வெளிவந்திருக்கும் கணக்கற்ற மொழி பெயர்ப்புகளும் எந்த அளவுகோலில் வைத்துச் சீர்தூக்கிப் பார்த்தாலும் குறிப்பிட்டுச் சொல்ல வேண்டிய விசேஷமான கதைகளே. தன்னுடைய சொந்த ரசனையின் அடிப்படையில் மட்டுமே தேர்ந்தெடுத்து மொழிபெயர்ப்பதாகவும், வேறெந்த இலக்கியக் கோட்பாட்டு அளவுகோல்களுக்கும் அவற்றை உட்படுத்தக் கூடாதென்றும் அவர் கூறியிருக்கிறார். அவரது பல மொழிபெயர்ப்புகள் அவசரக் கோலத்தில் செய்யப்பட்டவை எனப் பொதுவான கருத்து ஒன்று உண்டு. இருந்தும் ஸ்வீடீஷ் நாவலாசிரியர் ஸெல்மா லாகர்லாவின் *மதகுரு* தமிழில் மொழிபெயர்க்கப்பட்ட மிகச் சிறந்த நாவலாக இன்றளவும் கருதப்பட்டுவருகிறது. மற்றொரு ஸ்வீடிஷ் எழுத்தாளரும் நோபல்

பரிசு பெற்றவருமான பேர் லாகர்க்விஸ்ட்டின் மகத்தான நாவலான *அன்பு வழியை*யும் க.நா.சு மொழிபெயர்த்துள்ளார். தமிழின் மிக முக்கியமான இலக்கியவாதிகள் பலரும் 'அன்புவழி' தமக்கு ஆதர்சமான படைப்பாக இருந்து வருவதைக் குறிப்பிட்டுள்ளனர். இவ்விரு நாவல்களிலும் மிக அற்புதமாக, உள்ளடக்கத்திற்கு எந்தக் குறையும் ஏற்படாத வகையில் தன் மொழி நடையைக் கையாண்டிருக்கும் க.நா.சு. மதகுரு நாவலை மொழிபெயர்க்கத் தொடங்குமுன் அந்நாவலின் ஆங்கில மொழிபெயர்ப்பை ஐம்பது முறை படித்ததாகக் குறிப்பிட்டுள்ளார்.

க.நா.சு. மொழிபெயர்த்த மற்றொரு குறிப்பிடத்தகுந்த நாவல் நார்வே நாட்டவரான நட் ஹாம்சனின் *நிலவளம்*. அவர் மொழிபெயர்த்து அரை நூற்றாண்டுக்காலம் ஆனபிறகும் இந்நாவலை ஒவ்வொரு தலைமுறையின் தமிழ்வாசகனும் பயின்று வருகிறான்.

க.நா.சு. அளவிற்கு உலக இலக்கியங்களை அறிமுகப்படுத்தி அழுத்தமான முத்திரையைப் பதித்தவர் வேறு எவருமில்லை யெனக் கூற முடியும்,

1960களில் தொடங்கித் தொண்ணூறுகளின் முற்பகுதி வரை நான்கு சதப்தங்களாகத் தமிழ் வாசகருக்கு ருஷ்ய இலக்கியங் களை சோவியத் ரஷ்யாவில் முன்னேற்ற பதிப்பகமும், ராதுகா பதிப்பகமும் தமிழில் அறிமுகப்படுத்திவந்திருக்கின்றன.

மக்ஸிம் கார்க்கியின் *தாய்*, லேவ் தல்ஸ்தோயின் *புத்துயிர்ப்பு*, அவரது எண்ணற்ற குறுநாவல்கள், சிறுகதைகள், ஃபியோதர் தஸ்தயேவ்ஸ்கியின் *வெண்ணிற இரவுகள்* போன்ற குறுநாவல்களும் சிறுகதைகளும், கொரலேன்கோவின் *கண் தெரியாத இசைஞன்*, புஷ்கினின் படைப்புகள், துர்கனேவின் *தந்தையரும் தனயரும்* என சோவியத் இலக்கியங்களின் மூலம் மட்டுமே நவீன இலக்கியத்தை அறிமுகப்படுத்திக்கொண்ட பெரும் வாசகர் கூட்டம் தமிழில் இருந்துள்ளது.

எர்னஸ்ட் ஹெமிங்வேவின் *கிழவனும் கடலும்* நாவலை திருலோக சீதாராமும், அதன் பின் எம்.எஸ்.ஸும் மொழிபெயர்த்துள்ளனர். தி. ஜானகிராமன் மொழிபெயர்த்த பேர் லாகர்க்விஸ்ட்டின் *குள்ளன்*, அனட்டோல் ஃபிரான்ஸின் *தாசியும் தபசியும்* வெ. ஸ்ரீராம் பிரெஞ்சிலிருந்து தமிழுக்கு நேரடியாக மொழிபெயர்த்த ஆல்பெர் காம்யுவின் *அந்நியன்* ஆர். சிவகுமாரின் மொழியாக்கத்தில் வெளிவந்த காஃப்காவின் *உருமாற்றம்* போன்றவை மிகத்திறமையாக

மொழிபெயர்க்கப்பட்ட படைப்புகளாகும். ஸாமுவேல் பக்கெட்டின் *கோதோவிற்காகக்காத்திருத்தல்* என்ற நவீன நாடக இலக்கியத்தின் முன்னோடிப் படைப்பைத் தமிழில் கி.அ. சச்சிதானந்தம் மொழிபெயர்த்திருக்கிறார் இது, தமிழில் மேடையேற்றப்பட்டுள்ளது.

கதை சொல்லும் முறைகளில் சாத்தியப்படும் பல்வேறு புனைவுக் கூறுகளையும் தனது கதைகளில் பயன்படுத்தும் இடாலோ கால்வினோவின் மிக முக்கிய மூன்ற படைப்புகள், *புலப்படாத நகரங்கள், குளிர்கால இரவில் ஒரு பயணி* மற்றும் *ஒன்று கலந்திடும் விதிகளின் கோட்டை* ஆகியவற்றை சா. தேவதாஸ் மிகத் திறமையாக மொழிபெயர்த்திருக்கிறார். 2003ஆம் வருடத்திற்கான நோபல் பரிசு பெற்ற தென்னாப்பிரிக்க நாவலாசிரியர் ஜே.எம். கூட்ஸீயின் பீட்டர்ஸ்பர்க் நாயகன் நாவலையும் தேவதாஸ் மொழிபெயர்த்திருக்கிறார். ஃபியோதர் தஸ்தயேவ்ஸ்கியின் எழுத்துக்கள் உலகெங்கும் பலரையும் தீவிரமாக பாதித்திருக்கும். அவரது வாழ்வின் பல சிதறல்கள் அவருடைய கதைகளெங்கும் புதைந்திருந்தாலும், அவருடைய வாழ்க்கையையே தனது புனைவின் களமாகக் கொண்டு கூட்ஸி படைத்த இந்நாவலோ, அல்லது இன்றைய தலைமுறையின் மிக விசேஷமான எழுத்தாளரான இவரது வேறெந்த நாவலோ இந்தியாவின் வேறெந்த மொழிகளிலோ, மொழிபெயக்கப்பட்டதாகத் தெரியவில்லை. இவரது மற்றொரு நாவல் *Life and Times of Michael K* நா, தர்மராஜனால் மொழிபெயர்க்கப்பட்டு தற்போது வெளியாகியுள்ளது. ஷாகிதாவின் மொழிபெயர்ப்பில் அவரது இன்னொரு நாவல் 'மானக்கேடு' சமீபத்தில் வெளிவந்துள்ளது.

மாயயதார்த்தப் புனைவுகளின் நாயகனான காப்ரியல் கார்ஸியா மார்க்கேஸின் 'தனிமையின் நூறு ஆண்டுகள்' சுகுமாரனின் மொழிபெயர்ப்பில் வெளிவந்துள்ளது. அவருடைய பல சிறுகதைகளும் குறுநாவல்களும் பல வருடங்களாகத் தமிழின் சிறுபத்திரிகைகளில் தொடர்ந்து வெளிவந்து, மார்க்கேஸ் என்ற பெயர் தமிழ் இலக்கிய உலகில் குடும்பப் பெயராக ஆகிவிட்டிருந்தது. அதேபோல ஜோர்ஜ் லூயிஸ் போர்ஹெஸ்ஸின் முக்கியமான சிறுகதைகள் அனைத்தையும் ஆர். சிவகுமார், பிரம்மராஜன் போன்றோர் மொழிபெயர்த்திருக்கிறார்கள். பெரிய குறுநாவல் ஒன்றை அசதா மொழிபெயர்த்துள்ளார்.

இன்றைய காலகட்டத்தில் தீவிரமாக இயங்கிவரும் ஹாருகி முரகாமி, வொலே சொயிங்கோ, மிலன் குந்தேரா, காசுவோ இஷிகுரோ, ஏ.எஸ், பையட் உள்ளிட்ட

எண்ணற்ற படைப்பாளிகளின் எழுத்துக்கள் உடனுக்குடன் மொழிபெயர்க்கப்பட்டுச் சிறுபத்திரிகைகளில் தொடர்ந்து வெளிவந்துகொண்டிருக்கின்றன. இந்த அளவிற்கு ஒரு மொழியின் இலக்கிய உலகம் உலக இலக்கியங்களோடு நெருங்கிய உறவு கொண்டிருப்பது தமிழின் மிக ஆரோக்கியமான சூழல் எனலாம்.

இத்தகைய படைப்புகளின் நவீனத்துவ எல்லைகளுக்குத் தொடர்ந்து அறிமுகம் கிடைத்துக்கொண்டிருக்கையில், அந்த மொழியில் உலகத்தரத்திற்கும், சில வேளைகளில் அவ்வெல்லை களைக் கடந்தும் அபூர்வப் படைப்புகள் பல சுயமாக உருவாகி விடுகின்றன. உலகின் எந்த மொழியிலும் மிகவும் தைரியமாக அறிமுகப்படுத்தக்கூடிய பலநூறு கதைகள் இத்தகைய ஆரோக்கியமான சூழலால்தான் தமிழில் உண்டாகியிருக்கின்றன.

உலகின் மூலைமுடுக்குகளிலுள்ள குட்டி தேசங்களிலிருந் தெல்லாம் உன்னதமான படைப்புகள் தமிழில் மொழிபெயர்க்கப் பட்டுவரும் சூழலில் தமிழின் அற்புதமான நவீன இலக்கியங்களைக் கணிசமான அளவில் ஆங்கிலத்திலோ அல்லது பிற இந்திய மொழிகளிலோ மொழிபெயர்த்துக் கொண்டு செல்லாதிருப்பது தமிழ்ச் சூழலுக்கேயுரிய பிரத்தியேகச் சிக்கலாகும்.

ஒரு மொழி நவீனத்துவத்தின் எல்லாச் சவால்களுக்கும் தன்னை ஒப்புவித்துக்கொள்ளும்போது, காலத்திற்குக் காலம், தலைமுறைக்குத் தலைமுறை வெவ்வேறு மொழிபெயர்ப்புகளை ஒவ்வொரு முக்கியப் படைப்பிற்கும் உண்டாக்கிக்கொள்கிறது. லேவ் தல்ஸ்தோயின் *War and Peace* நாவலுக்கு ஆங்கிலத்தில் நான்கு மொழிபெயர்ப்புகள் வந்துள்ளன. அன்னா கரீனாவிற்கு 1918ஆம் ஆண்டு தொடங்கி இன்றுவரை ஐந்து மொழிபெயர்ப்புகள் வெளிவந்துள்ளன.

தமிழிலும் பல அயல்நாட்டுப் படைப்புகளுக்கும் பிற இந்திய மொழி இலக்கியங்களுக்கும் ஒன்றிற்கு மேற்பட்ட மொழிபெயர்ப்புகள் வெளிவந்துள்ளன. நோபல் பரிசுபெற்ற ஜெர்மானிய நாவலாசிரியர் ஹெர்மன் ஹெஸ்ஸெவின் சித்தார்த்தாவை திருலோக சீதாராமும் சிவனும் மொழிபெயர்த்துள்ளனர். தற்போது மூன்றாவதாக ஒரு சுருக்கமான மொழிபெயர்ப்பும் வெளிவந்துள்ளது. திருலோக சீதாராமின் மொழிபெயர்ப்பு செறிவானதாகவும், மூலப்பிரதிக்கு விசுவாசமாகவும் இருக்க, சிவனின் மொழிபெயர்ப்பு மேம்போக்காகவும், வேண்டியபடி திருத்தி, எளிமைப்படுத்தியதாகவும், பல இடங்களில் கதைச்சுருக்க மாகவும் விடுதல்களோடும் காணப்படுகிறது.

ஜி. குப்புசாமி

ஒரு செவ்வியல் படைப்பிற்கு ஒரேயொரு மொழிபெயர்ப்பு போதுமானதாக இருக்காது. காலத்திற்கேற்பப் புதிய மொழிபெயர்ப்புகள் தேவைப்படுகின்றன. காலந்தோறும் மொழி மாறிக்கொண்டே வருகிறது. புதிய வாழ்க்கை முறைகளும் கலாச்சார நகர்வுகளும் புதிய சொல்லாடல்களைத் தருவிப்பதோடு, கலாச்சாரத்தின் புதிய பரிமாணங்களை உள்வாங்கிக்கொண்டு மொழிபெயர்ப்பில் பிரதிபலிக்கப் புதிய மொழியாக்கங்களையும் தோற்றுவிக்கிறது.

மொழிபெயர்ப்பாளர்களின் மிகப்பெரிய சவால், ஏற்கனவே மொழிபெயர்க்கப்பட்ட படைப்பை மீண்டும் மொழிபெயர்ப்பதுதான். தன் மொழியும் கலாச்சாரமும் சார்ந்த பண்பாட்டு அம்சங்களை அயல்நாட்டு இலக்கியத்தை மொழிபெயர்க்கும்போது சேர்த்துவிடுவதால் மொழிகளுக்கிடையேயான பரிவர்த்தனைகளும் பண்பாடுகளுக்கிடையேயான புரிந்துகொள்ளலும் மறுக்கப் படுகிறது. ஒற்றைப் பண்பாட்டுக்குள் அடைத்துவிடுதலும் பிற சாத்தியப்பாடுகளை அனுமதிக்காததும் அபாயகரமானதாகும்.

தல்ஸ்தோயின் *அன்னா கரீனினா* நாவலை தினமணி நாளிதழின் அப்போதைய உதவி ஆசிரியர் வெ. சந்தானம் மொழிபெயர்த்தார். எளிமைப்படுத்தப்பட்ட பிரதியாக *அன்னா கரீனா* என்று 1947இல் இது வெளிவந்தது. ஒட்டுமொத்தமாகப் பார்க்கையில் இது சிறப்பாகவே மொழிபெயர்க்கப்பட்டது என்று கூற முடிந்தாலும், கிறிஸ்தவ கலாச்சாரப் பின்னணியில் உள்ள பாத்திரங்களின் அவஸ்தைகளையும், பாடுகளையும் தல்ஸ்தோய் வர்ணிக்கையில் சந்தானம் அவற்றை இந்து சமுதாயத்தில் உள்ள பெண்ணின் அவலங்களாகத் தொனிக்கும் படி மொழிபெயர்த்துவிடுகிறார்.

ஒரு இடத்தில், "அட ஈஸ்வரா இதென்ன களைப்பு!" என்கிறாள் *அன்னா* (பக். 359)

அன்னாவின் விவாகரத்து பற்றிய பிரச்சினை முடிவிற்கு வருமானால் அன்னா திருந்தி மாறுதலடைவது மேலும் சிரமமானதாகும் என்ற இடத்தில் 'சன்மார்க்க வழியில்' என்று வருகிறது. (பக். 390) ஆங்கில மொழிபெயர்ப்பு *'On the path of virtue'* என்கிறது. (OUP - P.429) இங்குள்ள பிரச்சினை ஒழுக்கம் சார்ந்தது மட்டுமே; மத ஆன்மிகம் தொடர்பானதல்ல.

குடும்ப வாழ்க்கை என்பதைக் குறிப்பிட்ட கிரகஸ்தம் என்ற தொடர் பயன்படுத்தப்படுகிறது (II–பக்.33). இத்தொடர் குடும்ப வாழ்க்கையைக் குறிப்பிடக் கூடியதென்றாலும் இது இந்து

மரபு சார்ந்தது – பிரம்மச்சர்யம், கிருகஸ்தம், வானப்பிரஸ்தம், சந்நியாசம் என்று நான்கு நிலைகளைக் கொண்ட நிலையில் ஒரு வாழ்க்கைக் கண்ணோட்டத்தை உணர்த்துவது. இந்து தர்மம் சார்ந்த பிரயோகங்கள் தமிழ் வாசகர்களுக்கு ஒரு விஷயத்தை அழுத்தமாக உணர்த்திவிடும் என்ற மொழிபெயர்ப்பாளரின் கற்பிதம் இது.

இந்த எண்ணப் போக்கினால் ஆவிகளைப் பற்றிய உரையாடல் விடுபட்டுள்ளது. ஆப்ளான்ஸ்கியும் வெலினும் உணவகத்தில் இரு அத்தியாயங்களுக்கு உரையாடிக்கொண்டிருக்க, தமிழில் இது ஒரே அத்தியாயமாக முடிந்துபோகிறது. முதல் பாகம் மூலத்தில் 34 அத்தியாயங்களாக இருக்க, தமிழில் 30 அத்தியாயங்களாகி விடுகிறது.

குர் அதுல்ஜன் ஹைதர் எழுதிய உருது நாவலான *அக்னி நதியை* சௌரி தமிழில் மொழிபெயர்த்துள்ளார். இந்தியாவின் மரபு என்ன, இந்திய வரலாற்றின் நடப்புகள் உணர்த்துவது என்ன, இந்தியரின் பயணம் எத்திசை நோக்கியதாக இருக்க வேண்டும் என்பவற்றை ஆழமாகப் பரிசீலிக்கும் நாவல் இது. இந்து மதம் பௌத்தத்தை எதிர்கொள்ளல், இஸ்லாத்தின் வருகை, கிறிஸ்துவத்தின் நுழைவு போன்றவை இந்துக்களிடமும் அவர்களது கலாச்சாரத்திலும் உண்டாக்கிய தாக்கங்கள், அரேபியர், பாரசீகர், போர்த்துகீசியர், ஃபிரெஞ்சுகாரர், ஆங்கிலேயர் எனப் பல்வேறு நாட்டினரின் நுழைவு இந்திய வரலாற்றில் ஏற்படுத்திய திருப்பங்கள் ஆகியவை விவரிக்கப் பட்டு மறுபரிசீலனை செய்யப்படுகின்றன.

இத்தகைய முற்போக்கானதொரு நாவலில் *Proletariate* என்ற பதம் "தாழ்ந்த குலத்தவர்" என்று மொழிபெயர்க்கப் பட்டுள்ளது. சௌரி சொற்செறிவுமிக்க மொழிபெயர்ப்பாளர். மிகச் சரளமான நடையைக் கொண்டவர். ஆனால் அவர் வர்க்கச் சார்பான சொல்லான ப்ரொலெடேரியட் என்பதை ஏற்கனவே பரவலான புழக்கத்தில் இருக்கும் "பாட்டாளி வர்க்கம்" என்ற சரியான சொற்றொடரை விட்டுவிட்டு "தாழ்ந்த குலத்தவர்" என்று மொழிபெயர்ப்பதன் மூலம் தனது மரபு சார்ந்த சாய்வை வெளிப்படுத்திவிடுகிறார். நேர்மையான மொழிபெயர்ப்பாளர் கவனமாக இருக்க வேண்டிய இடங்கள் இவை போன்றவைதான்.

"ஒரு காலத்தில் ஏற்புடையவையாக இருந்த மொழிபெயர்ப்பு பிந்தைய காலத்தில் ஏற்புடையதல்லாமல் போய்விடும்" என்கிறார் லாரன்ஸ் வெனுதி.[4] ஜெர்மானிய மொழியிலிருந்து ஃபிரன்ஸ் காஃப்காவின் *The Castle* நாவலை முதலில்

மொழிபெயர்த்த எட்வின், வில்லாமூரின் பிரதி 1997வரை ஏற்கப் பட்டிருந்தது. இவர்களின் மொழிபெயர்ப்பிற்கு அடிப்படையாக இருந்த கையெழுத்துப் படிகள் காஃப்கா பயன்படுத்திய 1926ஆம் வருடத்திய ஜெர்மானிய மொழியில் எழுதப்பட்டவை. இன்று ஒருங்கிணைக்கப்பட்டு, செவ்வியதாக்கப்பட்டுள்ள நவீன ஜெர்மானிய மொழியல்ல அது. பல கிளைமொழிகளாகப் பிரிந்திருந்த அச்சிக்கலான ஜெர்மனிய மொழியை காஃப்கா தன்னிஷ்டத்திற்கு வாக்கிய அமைப்புகளைச் சுருக்கி எழுதியிருப்பதாக எட்வின்மூர் கூறுகிறார்.[5] "அந்த வினோத வரிசையில் மட்டுமே காஃப்கா தான் விரும்பியதை எழுதியிருக்க முடியும். எங்களுடைய பிரச்சனையே காஃப்கா எழுதிய அதே முறையில் ஆங்கில உரைநடையைக் கொண்டுவருவதுதான்."

மாக்ஸ் பிராட் செய்திருந்த திருத்தங்கள், காஃப்காவின் பிரதியில் அவர் சேர்த்திருந்த நிறுத்தக் குறிகள், எட்வின், வில்லாமூரின் மொழிபெயர்ப்பில் ஏற்பட்டிருந்த தவறுகள் போன்றவற்றைக் களைந்து 1997இல் மார்க் ஹார்மன், தன் மொழிபெயர்ப்பைச் செம்மையாகக் கொண்டுவர முற்பட்டார். இவ்விரு மொழிபெயர்ப்புகளையும் ஒப்பிட்டு ஜே.எம். கூட்ஸீ விமரிசிக்கும்போது, "ஹார்மன் சில இடங்களில் யந்திர கதியில் இயங்குகிறார். காஃப்கா குறித்த எட்வின், வில்லாமூர் ஆகியோரின் வாசிப்பு 'அவநம்பிக்கை மிகுந்த காலத்தின் மதவியல் மேதை' என்றும் 'மானுட அம்சமும் தெய்வீக அம்சமும் பொருத்திப் போகாததான விஷயத்தில் ஆழ்ந்து விட்ட மதவியல் உருவகக் கதை எழுத்தாளர்' என்பதாகவுமே இருந்திருக்கிறது" என்கிறார்.[6]

இந்தியப் புராணப் பாத்திரமான சகுந்தலையும் தன் உருவைப் பல பிரதிகளில் மாற்றிக்கொண்டிருக்கிறாள். மகாபாரதத்தில் இடம்பெறும் கதையில் சகுந்தலை துணிச்சல் மிக்கவளாக, அநீதியை எதிர்ப்பவளாக சித்தரிக்கப்படுகிறாள். ஆனால் காளிதாசன், அவளைக் கணவனுக்கு அடங்கியவளாக, இலட்சியப்படுத்தப்பட்ட இந்தியப் பெண்மையின் சித்திரமாக ஆக்கிவிடுகிறார். வில்லியம் ஜேம்ஸ், மோனியர் ஜேம்ஸ் போன்றோர் சகுந்தலையின் கதையை ஆங்கிலத்தில் எழுதுகையில் காளிதாச னின் சகுந்தலையையே கொண்டு வந்தனர். அவர்களுடைய நோக்கத்திற்கேற்ற பாத்திரம் காளிதாசனுடையதாகத்தானே இருக்க முடியும்! ஆனால் ரவீந்திரநாத் தாகூர் சகுந்தலையின் பாத்திரத்தை மறுவாசிப்பு செய்கையில் சரியானபடி மகாபாரத சகுந்தலையை முன்னிறுத்தி விடுகிறார்.

நாமறியாத கலாச்சாரம், வாழ்வியல் பார்வை போன்ற வற்றை அறிந்துகொள்ளத்தான் மொழிபெயர்ப்பு தேவைப்

படுகிறது. அந்நியப் படைப்பை உள்ளூர்மயப்படுத்திவிடுவது சரியானதாகாது.

எவ்வளவு நுட்பமாக மொழிபெயர்க்கப்பட்டாலும் அது பரிபூர்ணத்தை எட்டவே முடியாதென்பது மொழிபெயர்ப்பியல் விதி. மொழிபெயர்ப்பாளர் இதை உணர்ந்தே இருக்கிறார். எந்தவொரு மொழியும் அது விளைந்த மண்ணையும், புழங்கும் கலாச்சாரத்தையும் சார்ந்தே உருக்கொண்டிருக்கிறது. ஒரு படைப்பை அதன் அடிவேரோடு பெயர்த்து செய்வது வேறோர் அந்நிய மொழியில் உருவாக்கம் சாத்தியமேயில்லை. மொழிபெயர்க்கப்படும் மொழி சார்ந்த கலாச்சாரப் பிண்ணணியும், மொழி இலக்கணம் சார்ந்த நுட்பங்களும் மூலப்படைப்பின் படைப்பெழுச்சியையும் உணர்தளத்து எதிர்வினைகளையும் மொழிபெயர்ப்பில் நூறு சதவீதம் தூய்மையாகக் கொண்டுவர இடமளிப்பதில்லை. 'இலக்கியப் பிரதி தனது மேற்பரப்புப் பிரதியுடன் உட்பிரதி ஒன்றையும் கொண்டிருக்கும். மொழிபெயர்க்கையில் இந்த உட்பிரதிதானாகக் கொண்டுவரப்பட்டுவிடுமா?' என்று வினவுகிறார் அய்யப்பப் பணிக்கர். அதைக் கொண்டுவருவதுதான் சவால். மொழிபெயர்ப்பின் பலமும் பலவீனமும் இங்கேதான் மையங்கொண்டுள்ளது. இதனை எதிர்கொண்டுவிட்டாலே பிரதான சவாலைச் சமாளித்துவிடலாம்.

'மொழிபெயர்க்க முற்படுபவர் யாராக இருந்தாலும் கடன்படுகிறார்; அதனைத் தீர்க்க, அதே நாணயத்தால் இயலாது போயினும், அதே தொகையைச் செலுத்திட வேண்டும் என்கிறார். அமெரிக்க மொழிபெயர்ப்பியால் வல்லுநர் லாரன்ஸ் வெனூடி'[7]

காலந்தோறும் தன் உருவை மாற்றிக்கொண்டே வரும் மொழிக்கு, மறுவாசிப்பு தோற்றுவிக்கிற புதிய தேவைகளைப் பூர்த்தி செய்யவும், மூலப்படைப்பின் பூரணத்தை நெருங்கவும் ஒரே படைப்பிற்கு மென்மேலும் புதிய மொழிபெயர்ப்புகள் உண்டாகி புதிய வாசிப்புகளை நிகழ்த்திக் காட்ட வேண்டிய அவசியம் இருக்கிறது.

Catching the letter by the spirit of it என்பது மொழிபெயர்ப்பின் சூத்திரம். மொழியின் உணர்ந்துகொள்ள முடியாத வலிமையும், சக்தியும் மர்மமானவை; மாறிக்கொண்டேயிருப்பவை; முன்னறிய முடியாதவை. இந்த வாழ்வைப் போலவே வென்றெடுக்க முடியாத இதற்கு மொழிபெயர்ப்பாளர் தன்னை ஒப்புவித்துக்கொள்கிற போது இணையான படைப்பாக்கம் நிகழ்கிறது.

ஆதாரங்கள்

1. Dominique Vitalyos "Translation as absence" THE HINDU, March 6, 2005.

2. Raji Narasimhian, "Chemmeen : its Passage Through Three Languages" INDIAN LITERATURE : 162, July-Aug'94.

3. Kennclly, Brendan "On Translating fron Gaclic" The World of Translation, P.E.N. American Center, New York, 1987.

4. The Translation Studies Reader/Ed. by Larence Venuti, Routledge, London & Ny., 2000.

5. Edwin and Willa Muir, "Translating from the German" in on Translation Ed. Reuban Brower (NY:OUP, 1966)

6. J.M. Coetzee, 'Stranger Shores', Vintage, London, 2002.

7. The Translation Studies – pp126

சாகித்ய அகாதமியும் திருவண்ணாமலை SKP பொறியியல் கல்லூரியும் இணைந்து 2004ஆம் ஆண்டு நடத்திய கூட்டத்தில் வாசித்த கட்டுரை

5

மொழிபெயர்ப்பாளரின் மூன்று பாவங்கள்

அயல்மொழி இலக்கியங்களுக்கான வரவேற்பு கடந்த பதினைந்து ஆண்டுகளில் தமிழ் இலக்கியச் சூழலில் அதிகமாகியிருக்கிறது. மூலப்படைப்பு களுக்கு இணையாக மொழிபெயர்ப்புகளின் எண்ணிக்கையும் வளர்ந்துவருகிறது. இந்நிலையில் வாசகர்களும் விமரிசகர்களும் சக எழுத்தாளர் களும் இம்மொழிபெயர்ப்புகளை எப்படி அணுகுகிறார்கள், என்ன பயன் பெறுகிறார்கள் என்பதையெல்லாம் விரிவாக ஆய்வு செய்ய வேண்டியுள்ளது. வாசகர்களைப் பொறுத்தவரை – பெரும்பாலான விமரிசகர்களையும் சேர்த்தே சொல்லலாம் – நல்ல மொழிபெயர்ப்பு எது என்பதற்குச் சில ஆயத்தமான தகுதிகளை வைத்திருப்பதாகத் தோன்றுகிறது.

– வாசிப்பதற்கு எளிமையாக இருக்க வேண்டும்.

– தமிழிலேயே எழுதப்பட்டதுபோல இருக்க வேண்டும்

– பாத்திரங்கள், இடங்களின் பெயர்களைத் தவிர்த்துவிட்டுப் பார்க்கும்போது தமிழநாட்டிலேயே கதை நடப்பதைப் போல இருக்க வேண்டும்.

– நடை சரளமாக இருக்க வேண்டும்.

இவையெல்லாமே ஒரு மொழிபெயர்ப்பாளரைப் பெரும் அயர்ச்சியில் ஆழ்த்தக்கூடிய கோரிக்கைகள்.

நூற்றாண்டுகளுக்கு மேல் நவீன இலக்கிய மொழிபெயர்ப்புப் பாரம்பரியத்தைக் கொண்ட தமிழ்நாட்டில் மொழிபெயர்ப்பு முறைகள், வகைகள், பிரதியை அணுகுவதில் ஏற்படும் சிக்கல்கள் குறித்துத் தொடர்ந்தேர்த்தியான விவாதம் இருந்திருக்க வேண்டும். எது சரியான மொழிபெயர்ப்பு என்பது பற்றிப் பல தளங்களில் கருத்துப் பரிமாற்றங்கள் நிகழ்ந்திருக்க வேண்டும். ஆனால் இன்றுவரை மிகத் தட்டையான, எளிமையான கருத்துக்கள் மட்டுமே 'கோட்பாடு'களாக நம்மிடையே நிலவிவருகின்றன.

இலக்கிய மொழிபெயர்பபுக் கோட்பாடுகளைப் பற்றியும் ரஷ்ய இலக்கிய மொழிபெயர்புகளைப் பற்றியும் மிகத்தீர்க்கமான கருத்துக்களை, ஆணித்தரமான பாணியில் அறுபது ஆண்டுகளுக்கு முன்பே பேசியும் எழுதியும் வந்தவர் ஒருவர் உண்டு.

விளாதிமீர் நபக்கோவ் (1899–1977) என்ற பெயர் தமிழ் வாசகருக்குப் பரிச்சயமான பெயர்தான். தமிழில் இதுவரை அவருடைய நூல் எதுவும் வரவில்லை என்றாலும் 'லோலிடா' என்ற அவரது பிரசித்திபெற்ற (மிகவும் சர்ச்சைக்குள்ளாக்கப் பட்ட) நாவலும், அதே பெயரில் வெளிவந்த திரைப்படமும் பெரும்பாலோர் அறிந்தவை. ரஷ்யாவில் பிறந்த நபக்கோவ் இந்நாவலை ஆங்கிலத்தில்தான் எழுதினார். அக்டோபர் புரட்சிக்கு முந்தைய ரஷ்யாவில் பெரும் செல்வச் செழிப்பான மேட்டுக்குடியில் பிறந்த நபக்கோவ் ரஷ்ய மொழியோடு பிரெஞ்சும் ஆங்கிலமும் அறிந்தவர். அவர் குடும்பமே வீட்டுக்குள் இம்மூன்று மொழிகளிலும் உரையாடிக்கொள்ளும் உயர்குடிக் குடும்பம். முதல் உலகப்போருக்குப் பின் ரஷ்யாவிலிருந்து புலம் பெயர்ந்த நபக்கோவ் இங்கிலாந்தில் முதலில் குடியேறினார். ஆரம்பத்தில் கேம்பிரிட்ஜ் பல்கலைக்கழகத்தில் விலங்கியல் (பூச்சியியல் – குறிப்பாக வண்ணத்துப் பூச்சியியல்) படித்து, பின் இலக்கியத்திற்கு நகர்ந்து வந்தவர். (இந்த ஒரு காரணத்துக்காகவே தனிப்பட்ட முறையில் எனக்கு அணுக்கமாகிப்போனவர்.)

நபக்கோவ் ஆங்கிலத்திலும் ரஷ்ய மொழியிலும் பல சிறுகதைகள், நாவல்கள், கவிதைகளை எழுதியவர். அவரது தலைமுறையைச் சேர்ந்த வேறெந்தப் படைப்பாளியைவிடவும் மொழிபெயர்ப்பு நுட்பங்களைப் பற்றி அதிகம் பேசியிருக்கிறார். மொழிபெயர்க்கப்பட்ட பிரதியை எவ்விதக் கேள்விக்கும் உட்படுத்தாமல் நம்பி ஏற்றுக்கொண்டிருந்த ஒரு பாரம்பரியத்தை வேரோடு அசைத்துப் பார்த்தவை நபக்கோவின் கூர்மையான விமரிசனங்கள். அவர் சரியென்று நம்புகிற மொழிபெயர்ப்புக்

கோட்பாடுகள் அவை முன்வைக்கப்பட்டு அறுபது ஆண்டுகளுக்குப் பிறகும் தாண்டிச் செல்ல முடியாதவையாகத் தான் இருக்கின்றன.

அதுவரை ரஷ்ய இலக்கியங்கள் என்றாலே கான்ஸ்டன்ஸ் கார்னெட்டின் மொழிபெயர்ப்புகள்தான் என்று ஆங்கில வாசகர்கள் நினைத்துவந்த கருத்தை பலமாகத் தகர்த்தெறிந்தது நபக்கோவ்தான். கார்னெட் தனது நாற்பதாவது வயதில் மொழிபெயர்க்கத் தொடங்கி எழுபதுக்கும் மேற்பட்ட ரஷ்ய இலக்கியங்களை மொழிபெயர்த்தவர். தஸ்தயேவ்ஸ்கி, தல்ஸ்த்தோய் ஆகியோரின் அநேகமாக எல்லா படைப்புகளையும் அவர்தான் மொழிபெயர்த்திருந்தார். இவற்றைத் தவிர செகாவின் பல நூறு கதைகள், துர்க்கனேவ் என்று ஒரு மிக நீண்ட பட்டியல்.

அவரது மொழிபெயர்பை ரஷ்ய இலக்கியத்திற்குச் செய்திருக்கும் அவமரியாதை என்று நபக்கோவ் வர்ணித்தார். "ஒரு கண்ணை தஸ்தயேவ்ஸ்கியிலும் மறு கண்ணைக் கடிகாரத்தின் மீதும் வைத்துக்கொண்டு மொழிபெயர்த்தவர் கார்னெட்."

நபக்கோவின் பிரதான புகார், கார்னெட் தன்னுடைய குரலிலேயே எல்லோருடைய கதைகளையும் சொல்கிறார் என்பதுதான். அதாவது, கார்னெட் செய்தது மொழிபெயர்ப்பு அல்ல; மறுகூறல். ரஷ்ய இலக்கியங்களைப் பற்றி எழுதும்போது தல்ஸ்தோய், தஸ்தயேவ்ஸ்கி ஆகியோர் பயன்படுத்தும் நடை, வார்த்தைப் பிரயோகங்களைப் பற்றி மிகவிரிவாக உதாரணங்களுடன் பேசுகிறார். உதாரணத்திற்கு தல்ஸ்தோயின் மொழி நடை நாம் மொழிபெயர்ப்புகளில் காண்பதைப் போல அத்தனை சரளமானதோ, அழகானதோ அல்ல என்பது. உண்மையில் தல்ஸ்தோய் அழகான மொழிநடைக்குச் சொந்தமானவர் அல்ல என்பதை நபக்கோவ் உதாரணங்களுடன் விளக்கும்போது நமக்கு முதலில் அதிர்ச்சியாவே இருக்கிறது. ஒரே சொல்லைத் திரும்பத் திரும்பப் பயன்படுத்துவது அவருடைய வழக்கம். சற்றுத் திக்கித் திணறியபடி செல்லும் நடை. ஆனால் கார்னெட் ஆற்றொழுக்கான நடையில் தல்ஸ்தோய் தனது நாவல்களை எழுதியிருப்பதைப் போன்ற தோற்றத்தை தனது மொழிபெயர்ப்பு நடையில் ஏற்படுத்திவிடுகிறார் என்கிற நபக்கோவ், தஸ்தயேவ்ஸ்கியின் சொற்தேர்வும் நடையும் செறிவானது என்கிறார். கார்னெட் 'கரமஸோவ் சகோதரர்கள்' மொழிபெயர்ப்பில் தஸ்தயேவ்ஸ்கி பயன்படுத்திய பல்வேறு குரல் வேறுபாடுகளை, தொனிகளை, மழுங்கடித்து தட்டையாகத் தந்திருக்கிறார் என்றார்.

அலெக்ஸாண்டர் புஷ்கினின் 'யூஜின் ஒனேகின்' ஒரு ரஷ்யக் காப்பியம். வால்டர் ஆர்ன்ட் இதனை ஆங்கிலத்தில்

கவிதையாகவே மொழிபெயர்த்திருந்தார். கேள்வியே கேட்கப் படாமல் கொண்டாடப்பட்ட ஆங்கில மொழியாக்கம் அது. நபக்கோவ் இந்த மொழிபெயர்ப்பை விமரிசிக்கப் புகுந்ததை வெண்கலக்கடையில் யானை புகுந்ததற்கு ஒப்பிடலாம். பிரசித்திபெற்ற அந்தப்பிரதியைக் கருணையே இல்லாமல் நார்நாராகக் கிழித்தெறிந்து தனது வாதங்களை நபக்கோவ் முன்வைக்கிறார். மூலப்படைப்பின் கவித்துவத்தையும் ஒலிநயத்தையும் மொழிபெயர்ப்பில் கொண்டுவருவதற்காகச் சொற்பொருள் துல்லியத்தையும் இலக்கியத்தன்மையையும் வால்டர் ஆர்ன்ட் பலிகொடுத்திருப்பதாகக் குற்றம் சாட்டினார். யூஜின் ஒனேகின்னை எப்படி மொழிபெயர்க்க வேண்டும் என்று உலகத்திற்கு உணர்த்துவதற்காக அவரே மொழிபெயர்த்துக் காட்டினார்.

நபக்கோவ் தனது மொழிபெயர்ப்பில் புஷ்கினின் எழுத்தில் இருந்த இசைத்தன்மையையும் ஒலியையும் முற்றிலுமாகத் துறந்துவிட்டு மூலப்படைப்பின் அகப்பிரதியை ஆங்கிலத்துக்கு மாற்றியிருந்தார். இந்த மொழிமாற்றத்தின்போது நபக்கோவ் கையாண்ட உத்திகள் பெரும் விமரிசனத்துக்குட்பட்டன. குறிப்பாக நபக்கோவின் நெருங்கிய நண்பரான எடமண்ட் வில்சன் *நியூயார்க ரிவ்யூ ஆஃப் புக்ஸ்* இதழில் மிகக் கடுமையாகத் தாக்கி எழுதினார். ஆங்கிலத்தில் பெரும்புலமை வாய்க்கப் பெற்றவர்களே வரிக்கொருமுறை அகராதியைப் புரட்ட வேண்டி யிருப்பதைப் போல மிகமிகக் கடினமான சொற்களைப் பயன்படுத்தியருப்பதாகவும், திருகலான சொற்றொடர்களையும் பொருத்தமற்ற வாக்கியங்களையும் பிரயோகித்து வாசகனையும் தன்னையும் ஒருசேர சித்ரவதைக்குள்ளாக்கியிருப்பதாகவும் விமர்சித்திருந்தார். நபக்கோவ் இத்தகைய விமரிசனங்களை எவ்வளவு முரட்டுத்தனத்தோடு எதிர்கொள்வர் என்பதை மிகநன்றாகவே அறிந்திருந்த அவருடைய நெருங்கிய நண்பரான வில்சன் மிகத்துணிச்சலாக "தவறான ஆங்கிலம்" "தேவையில்லாத ஏடாகூடமான நடை" "ஆபாசமான சொற்றொடர்கள்" என்றெல்லாம் தனது கட்டுரையில் எழுதிவிட்டார்.

இதழ் வெளிவந்ததும் கட்டுரையை படித்த நபக்கோவ் 'ரிவ்யூ' இதழின் துணை ஆசிரியர் பார்பரா எப்ஸ்டீனுக்குத் தந்தியடித்தார்: "அடுத்த இதழில் என் இடிமுழக்கத்துக்குப் போதிய இடத்தை ஒதுக்கிவையுங்கள்."

வில்சனின் குற்றச்சாட்டுகளுக்கு நபக்கோவ் அளித்த பதில் வெறும் கோடையிடி முழக்கம் மட்டுமல்ல, அவர் நம்புகிற மொழிபெயர்ப்பு சித்தாந்தம் அதிர்ச்சி மதிப்புக்கானது அல்ல என்பதையும், இலக்கிய மொழிபெயர்ப்பு என்ற இயலை அவர்

எவ்வளவு ஆழ்ந்தும் விரிவாகவும் கற்றுத் தேர்ந்திருக்கிறார் என்பதையும் அது காட்டியது. அவர் அளித்த பதிலின் சாரம் இதுதான்:

‘புறத்தோற்றத்தை மட்டும் காட்டுவது இலக்கிய மொழிபெயர்ப்பாகாது. மூலப்படைப்பில் பயன்படுத்தப்பட்ட புராதனச் சாயலை மொழிபெயர்ப்பிலும் கொண்டுவருதலே சரியான உத்தி. ஆங்கிலத்தில் வாசிக்கும்போது உங்கள் செவிகளில் ரஷ்ய மொழியில் அது ஒலிக்க வேண்டும். அதுவே சரியான மொழிபெயர்ப்பு.‘

தான் நம்புகிற மொழிபெயர்ப்புக் கோட்பாடுகளைக் குறித்தும், பிற மொழிபெயர்ப்புகளைப் பற்றிய விமரிசனங்களையும் மிக வலுவான அபிப்பிராயங்களோடு உரத்த குரலில் தெரிவித்து வந்த நபக்கோவ் எவ்வளவு நுட்பமான கலைரசனையாளர் என்பது அவருடைய ‘மொழிபெயர்ப்புக் கலை’ என்ற கட்டுரையில் புலப்படுகிறது. பல இலக்கிய ஆய்வாளர்கள் அடிக்கடி மேற்கோள் காட்டி வரும் இக்கட்டுரையின் பிரபல்யத்துக்கு முக்கிய காரணம், இதில் நபக்கோவ் பட்டியலிடுகிற ‘மொழிபெயர்ப்பாளர்கள் புரியும் மூன்று பாவங்கள்’ என்ற பகுதிதான்.

முதல் பாவம்: அறியாமையும் தவறான புரிதலும்

இந்தப் பாவச்செயலுக்கு முக்கியக் காரணம் அயல் மொழியறிவில் போதாமை. ஒரு சாதாரண சொற்றொடரைக் கூட மூல ஆசிரியர் கனவிலும் நினைத்துப் பார்த்திடாத வாக்கியங்களாக்கிவிடுவது. ஆன்டன் செகாவின் கதை ஒன்றின் ஜெர்மானிய மொழிபெயர்ப்பில், ‘வகுப்பறைக்குள் நுழைந்த ஆசிரியர் செய்தித்தாளை விரித்துப் படிக்கத் தொடங்கினார்’ என்று இடம் பெறுகிறது. செகாவ் குறிப்பிட்டது தினசரி பாடங்களையும் மாணவர் செயற்பாடுகளையும் பதிவு செய்யும் ‘கிளாஸ்ரூம் ஜர்னல்’. ஜெர்மானிய மொழிபெயர்ப்பாளர் ஜர்னல் என்றால் செய்தித்தாள் என்று புரிந்துகொண்டிருக்கிறார். அதேபோல ஒரு சாதுவான ஆங்கில நாவலில் இடம்பெற்ற ‘*First Night*’, ‘*public house*’ என்ற சொற்கள் ரஷ்ய மொழிபெயர்ப்பில் ‘*nuptial night*’ (திருமணம் முடிந்த முதலிரவு) என்றும் ‘*Brothel house*’ (விபச்சார விடுதி) என்றும் மாறியிருக்கிறது!

பொதுவாகத் திறமைக் குறைவான மொழிபெயர்ப்பாளர்களை வழுக்கிவிழச்செய்பவை மரபுத்தொடர்கள். அந்நிய கலாச்சாரம், அம்மொழி புழங்கும் நிலம் போன்றவற்றின் ஆதிக்கத்திலிருந்து எழுகின்ற மரபுத்தொடர்களை இன்னொரு மண்ணுக்கு அதே வடிவத்தில் கைமாற்றிக் கொடுப்பது கடினம்.

அதற்கிணையான இலக்கு மொழியின் மரபுத் தொடரை அப்படி ஏதேனும் இருந்தால் - பயன்படுத்தலாம். ஆனால் அம்மரபுத் தொடரில் இலக்கு மொழியின் கலாச்சாரக் கூறுகளோ, உள்ளூர் வழக்கோ இடம்பெற்றிருக்கக் கூடாது.

இரண்டாவது பாவம்: புரியாத சொற்களைத் தவிர்த்துவிடுதல்

ஒரு படைப்பாளி தனது படைப்பைக் கிட்டத்தட்ட நனவிலி நிலையிலிருந்துதான் எழுதுகிறான். பல எழுத்தாளர்களும் சொல்வதைப்போல கதையை அவன் எழுதுவதில்லை. கதை அவனைக் கொண்டு தன்னைத்தானே எழுதிக்கொள்கிறது. அத்தகைய படைப்பு நிலையில் அவனால் தர்க்க நியாயங் களுக்குக் கட்டுப்பட்டுச் சொற்களையும் வாக்கியத் தொடர்களை யும் தேர்ந்தெடுக்க இயலுவதில்லை. தன்னெழுச்சியாக வந்து விழும் சொற்களின் பிரவாகத்தில்தான் அவனது கலையுணர்வும் படைப்பின் இச்சா சக்தியும் கலந்திருக்கிறது. திருகலான வாக்கியப் பிரயோகங்களின் சூட்சமத்தை நுட்பமான வாசகரால் மட்டுமே உணர்ந்துகொள்ள முடிகிறது. மொழிபெயர்ப்பாளருக்கு அந்தக் கூர்மையான வாசக மனம் இல்லாத நிலையில் அந்த வரிகள் மூட்டமாகவே தென்படும். அத்தகைய புரியாத குழப்பமான பகுதிகளை மொழிபெயர்ப்பாளர் விட்டுவிடுவது மகத்தான இரண்டாவது பாவம் என்கிறார் அவர்.

புரியாத சொற்களை மொழிபெயர்க்காமல் விட்டுவிடுதல் ஒரு வகை என்றால், மொழிபெயர்ப்பாளருக்கு உவப்பானதாக இல்லாமலிருக்கும் சொல்லைத் தணிக்கை செய்வது அல்லது மாற்றி எழுதுவது இன்னொரு வகை என்கிறார் அவர்.

அன்னா கரீனினாவின் ஆரம்பகால ஆங்கில மொழிபெயர்ப்பு ஒன்றில் ஆங்கில மொழிபெயர்ப்பாளர் தனது 'விக்டோரிய நாணம்' மேலிட அன்னாவின் வசனம் ஒன்றை உருமாற்றிவிடுகிறார். விரான்ஸ்கி அன்னாவிடம் 'உன் உடம்புக்கு என்ன?' என்று கேட்க, அவள், 'I am beremenna' என்கிறாள். வாசகர்கள் இது என்ன ஒருவகைத் தொற்று நோயோ என்று சந்தேகப்படக்கூடாது. அன்னா உண்மையில் சொன்னது "நான் கர்ப்பமாக இருக்கிறேன். "I am pregnant" என்று அப்பட்டமாக எழுதிவிட்டால் கதையைப் படிக்கும் பரிசுத்த ஆங்கில ஆன்மாக்கள் அதிர்ச்சியடைந்து விடுவார்கள் என்று மொழிபெயர்ப்பாளர் கருதி கர்ப்பத்துக்கான ரஷ்யச் சொல்லையே பயன்படுத்திவிட்டார் போல என்று எள்ளலாகக் குறிப்பிடுகிறார்.

மூன்றாவது பாவம்: பிரதியை எளிமைப்படுத்திவிடுவது/ தட்டையாக்கிவிடுவது.

மூன்று பாவங்களில் மிகப்பெரிய பாவமாக நபக்கோவ் சொல்வது ஒரு மகத்தான படைப்பை இலக்குமொழி வாசகர்களின் கலாச்சார, பண்பாட்டுக்கேற்றாற்போல வடிவத்தை மாற்றிவிடுவதும், எளிமைப்படுத்திவிடுவதும், தட்டையாக்கிவிடுவதும். ஆதிகாலத்தில் பைபிளை மொழிபெயர்த்தவர்களைக் கழுவில் ஏற்றியதைப் போல இத்தகைய மொழிபெயர்ப்பாளர்களையும் கழுவில் ஏற்றிவிடலாம் என்கிறார் கோபத்தோடு.

ஷேக்ஸ்பியரை ரஷ்ய மொழியில் மொழிபெயர்க்கும் போது ரஷ்யாவில் காணக்கிடைக்காத ஆங்கிலேயே மலர்களை ரஷ்யப் பூக்களாக மாற்றிவிட்டதையும், கோகல், எட்கர் ஆலன் போ, சார்லஸ் புத்லெயே ஆகியோரின் கவிதைகளையும் கதைகளையும் பிறமொழிகளில் மொழிபெயர்க்கும்போது, பிரதி எளிமையாக்கப்பட்டு இலக்கு மொழித் தன்மையை மேலேற்றி உருமாற்றிக் கொண்டுசெல்லப்பட்டதையும் எடுத்துக்காட்டும்போது வெளிப்படுகிற நபக்கோவின் சீற்றம் ரசிக்கத்தக்கது. நபக்கோவ் பல விமரிசகர்கள் வர்ணிப்பதைப் போல தடாலடிப் பேர்வழி அல்ல என்பதை அவர் பிரயோகிக்கும் சொற்களைப் பொருட்படுத்தாமல், அவர் முன்வைக்கும் கருத்துக்களை மட்டும் கவனித்துப் பார்த்தால் புரியும்.

மொழிபெயர்ப்பு என்பது கதையைக் கடத்துவது மட்டுமல்ல என்பதுதான் நபக்கோவின் ஆதார கருத்து. மொழிபெயர்ப்பாளரின் நேர்மை தகவல்களை விடுதலின்றி கொண்டுசேர்ப்பது மட்டுமல்ல, உட்பிரதியையும் உணர்விழைகளையும் விடுபடாமல் மொழிமாற்றத்தில் கொண்டுவருவதுதான். அதற்கு அம்மொழிபெயர்பாளர் படைப்பாளியின் ஆன்மாவைத் தன் அகமெங்கும் நிரப்பி வைத்துக்கொண்டு, தன் மொழியில் அப்படைப்பை மறுஉருவாக்கம் செய்வதற்குத் தன்னை ஒப்புக்கொடுப்பதுதான் மொழிபெயர்ப்பாளருக்கு விதிக்கப்பட்ட அறம். அதைத்தான் நபக்கோவ் வாழ்நாள் முழுக்கவும் சொல்லிக்கொண்டிருந்தார் – மிக நுட்பமான விஷயங்களை மத்தாப்பூ பொறியைப் போலச் சீறும் தனது வண்ணமயமான சொற்பிரயோகங்களால். ஆம், விளாமதிர் நபக்கோவ் என்ற கலைஞர் ரசிக்கக்கூடிய ஆர்ப்பாட்டக்காரர் மட்டுமல்ல, கவனித்துக் கேட்கவேண்டிய ஆழமான சிந்தனையாளரும்கூட.

***க்ளைமேட்*, மே 2019**

6

நிதான வாசிப்பு - ஒரு கலை

வாசிப்பு என்று பொதுவாகச் சொன்னாலும், அதில் உட்பிரிவுகளாகப் பல்வேறு வாசிப்பு முறைகள் இருப்பதை அறிவோம். இலக்கிய வாசிப்பு என்பது எப்போதுமே பொதுவாசிப்போடு ஒப்பிடுகையில் எல்லாக் காலத்திலும் சிறுபான்மை தான். அதிலும், உலகமயமாக்கத்தினால் இலக்கிய உலகம் ஜனரஞ்சகப்படுத்தப்பட்டிருக்கும் இன்றைய நாட்களில், இலக்கிய வாசிப்பு – இன்னும் குறிப்பாக, நவீன இலக்கிய வாசிப்பு – 'புரியாமல்' இருக்கிறது என்ற குற்றச்சாட்டை அதிகமாகவே கேட்டுக்கொண்டிருக்கிறோம். புரிவதில்லை என்பதோடு வேறு சில குற்றச்சாட்டுகளும் நவீன இலக்கியத்தின்பேரில் உண்டு. 'வறட்டுத்தனமாக இருக்கிறது', 'கதையே இல்லையே', 'மிகவும் மெதுவாகச் செல்கிறது' போன்ற எரிச்சல் மிகுந்த குற்றச்சாட்டுகளோடு தமிழின் மிக முக்கியமான படைப்பாளி ஒருவரைப் பற்றி சமீபத்தில் காதில் விழுந்த இன்னொரு புகார்: 'வாசகனை மதிக்காமல் தனக்காகவே எழுதிக்கொண்டிருக்கிறார்'.

மேற்கண்ட விமர்சனங்களை எதிர்கொள்ளாத நவீனத் தமிழ் எழுத்தாளரே அநேகமாக இருக்க முடியாது. மொழிபெயர்ப்பாளர்கள் எதிர்கொள்ளும் வசைகள் இன்னும் சற்று அதிகம். கொஞ்சம் நிதானமாக இந்தக் குற்றச்சாட்டுகள் யாரிடமிருந்து வருகின்றனவென்று கவனித்தால் பெரும்பாலும்

ஆரம்ப நிலை வாசகர்களாலும், ஜனரஞ்சக எழுத்துக்களுக்கு மட்டுமல்லாமல் மரபான இலக்கிய வாசிப்புக்குப் பழக்கமானவர்களாலும் மட்டுமே எழுப்பப்படுகின்றன என்று தெரியும். உண்மையில் நவீன இலக்கியம் அவ்வளவு கடினமானதா, குழப்பமானதா, வாசகனை மதிக்காததா?

ஆரம்பநிலை வாசகர்களைப் பொறுத்தவரை அவர்களிடம் இந்தப் பிரச்சனையின் காரணத்தை எளிதாகப் புரியவைத்து விடலாம். ஜனரஞ்சக வாசகர்களிடம் இலக்கிய வாசிப்பைப் பற்றி விரிவாக விளக்கினால் பெரும்பாலும் புரிந்துகொண்டு விடுவார்கள். சிக்கல் மரபான இலக்கிய வாசகர்களிடம்தான். அவர்கள், காதுகொடுத்தே கேட்க மாட்டார்கள்.

சரி, அப்படி என்னதான் இருக்கிறது இந்த நவீன இலக்கியத்தில்? உண்மையில் இலக்கியம் என்பது ஒன்றுதான். புராதனமோ, நவீனமோ, அது வெளிவந்த காலம், பார்வை, கோட்பாடு பொறுத்தே பெயரிடப்படுகிறது. சங்கப் புலவர்களுக்கும், இன்றைய சபரிநாதன், இசை, ஃபிரான்சிஸ் கிருபாக்களுக்கும் என்ன பெரிய வேறுபாடு? பயிற்சியற்ற வாசகருக்கு இவர்கள் யாருடைய கவிதைகளுமே புரியப் போவதில்லை. அப்படியென்றால் சிக்கல் இலக்கியத்தில் இல்லை, வாசிப்பில்தான் என்பது ஓர் எளிய உண்மை.

எல்லா இலக்கியமும் அடிப்படையில் ஒன்றுதான். அந்தந்த ரசனைக்குட்பட்டவர்கள் அவரவர்களுக்கான பிரதிகளைத் தேர்ந்தெடுத்துக்கொள்கின்றார்கள். கேளிக்கைக்காக எழுதப்படாமல், தீவிர வாசிப்பைக் கோருகின்ற நவீன இலக்கியம் என்ற பிரதி உண்மையில் 'புரியவைப்பதற்காக' எழுதப்படுவதில்லை என்று சொன்னால் மரபாளர்கள் அதிர்ச்சியடையலாம். மறைபொருளாக 'உணர்த்துவது'தான் ஓர் இலக்கியப் படைப்பின் நோக்கமாக இருக்க முடியும். வெளிப்படையாக ஒரு கருத்தைச் சொல்வதற்கு இலக்கியம் என்ற கருவியை ஒரு கலைஞர் கையில் எடுக்க வேண்டியதில்லை. அவன் எழுதுவதற்காக மனதில் சேகரமாகியிருப்பவை தர்க்கரீதியான அறிக்கைகள் அல்ல. அவற்றைச் சொல்வதற்கு அவன் ஒரு பூடகமான மொழியைத்தான் பயன்படுத்துகிறான். அவனுடைய எழுத்தை வாசகர் ஓர் அரூப ஓவியத்தைப் பார்ப்பதைப் போலவும், வார்த்தைகளற்ற வாத்திய இசைக்கோவையைக் கேட்பதைப் போலவும்தான் அணுக வேண்டியிருக்கிறது.

உயர்ந்த இலக்கியங்கள் எல்லாமே எல்லாக் காலங்களிலும் இவ்வாறு வெளிப்படையாக, உரக்கப் பேசாமல், உணர வைப்பதாகவே இருக்கின்றன என்பதை கவனிக்க வேண்டும்.

இலக்கியம் என்பதே அகமொழியால் எழுதப்படுவது. வார்த்தைகளுக்கிடையே இருக்கும் மௌனங்களைச் செவிமடுப்பதற்கு வாசிப்புப் பயிற்சி தேவை. ஒவ்வொரு இலக்கியப் பிரதியும் தனது மேற்பரப்புப் பிரதியுடன் உட்பிரதி ஒன்றையும் கொண்டிருக்கிறது. வெளிப்பார்வைக்குத் தெரியாத அந்தப் பிரதேசத்துக்கு ஒரு தேர்ந்த வாசகர் தன் கற்பனையால் எளிதாகச் சென்றடைந்துவிடுகிறார். உணர்த்தப்படும் விஷயத்தை வாசகர் பற்றிக்கொள்ளும்போது அப்படைப்பு வெற்றி பெறுகிறது.

வாசிப்பு என்ற இந்த அக அனுபவத்தை நமது கல்விப்புலம் கற்றுத்தருவதில்லை. இலக்கியத்தை வகுப்பறை விரிவுரைகளால் விளக்கிவிட முடியாது என்பதை நம்முடைய ஆசிரியர்களில் பெரும்பாலோர் உணர்வதில்லை. அவர்கள் நமக்குப் பயில்விப்பதெல்லாம் குழந்தைக்குத் தாய் ஊட்டுவதைப் போன்ற உள்ளீடுகள் மட்டுமே.

இலக்கியத்துக்கு நிதானமான வாசிப்பும் கவனமான வாசிப்பும் அடிப்படைத் தேவைகள். உண்மையான படைப்பாளி வாசகனை அலட்சியப்படுத்துபவன் அல்ல. அவனே வாசகனுக்குப் பெரும் மதிப்பையும் உயர்ந்த இடத்தையும் அளிப்பவனாக இருக்கிறான். தன் வாசகர்மீது அவன் கொண்டிருக்கும் நம்பிக்கைதான் அவனது பூடக மொழிக்கும் பொருள் மயக்க உத்திகளுக்கும் காரணங்களாக இருக்கின்றன. பொழுதுபோக்குக்காகவும், பரபரப்புக்காகவும் எழுதுவர்களுக்கு எந்நேரமும் தன் வாசகர்கள் மீது ஐயமிருக்கிறது. அவர்களுக்குப் புரியுமோ, பிடிக்குமோ என்ற அவநம்பிக்கையே அவர்களிடம் நிறைந்திருக்கிறது. காட்சிபூர்வமாக இதைச் சொல்லவேண்டுமென்றால், வாசகனின் இடத்துக்கு தனது எழுத்தை எழுத்தாளன் வந்து தருவதற்கும், படைப்பாளியின் இடத்துக்கு வாசகர் சென்று பெற்றுக்கொள்வதற்கும் இடையிலான வேறுபாடு எனலாம். தீவிர வாசிப்புப் பயிற்சி பெற்றிருப்பவன் படைப்பாளிக்கு எப்போதும் பெரும் சவாலாகவே இருப்பவன். படைப்பாளி வேண்டி விரும்புவதும் இத்தகைய சவாலையே.

நிதானமான வாசிப்பில் படைப்பின் ரகசியங்கள் ஒவ்வொன்றாகப் புலப்படுவதுதான் ஆகச்சிறந்த வாசிப்பின்பம். வாசகனின் வாழ்க்கை அனுபவங்களும், அவன் கற்பனைகளும் இலக்கியப் படைப்பின் உயிர்நாடியைத் தொட்டுவிடும்போது அக்கணத்தில் படைப்பாளியும், வாசகனும், அவ்விலக்கியப் பிரதியோடு ஒன்று கலந்துவிடுகின்றனர். இலக்கியத்தின் நோக்கம் முழுமை பெறுவது இச்சங்கமத்தில்தான்.

***இந்து தமிழ்*, 13 ஜனவரி 2020**

7

காலச்சுவடும் எனது மொழிபெயர்ப்புகளும்

வெறும் வாசகனாகவே காலத்தைத் தள்ளிவிடலாம் என்றிருந்த என்னை மொழிபெயர்ப்பாளனாக்கியவர் அருந்ததி ராய். 2002ஆம் வருட குஜராத் மதக்கலவரத்தை யொட்டி அவர் எழுதிய நீண்ட கட்டுரையை மொழிபெயர்த்தேன். திருவண்ணாமலை தமிழ்நாடு முற்போக்கு எழுத்தாளர் சங்கம் அதை வெளியிட்டபோது முதல் பிரதியைப் பெற்றுக் கொண்டு என் மொழிபெயர்ப்பைப் பாராட்டி உரையாற்றினார் ஆ.இரா. வேங்கடாசலபதி. அதன் பிறகு அதிகமும் சிற்றிதழ்களிலேயே எனது மொழிபெயர்ப்புகள் வெளிவந்தன. சே குவேரா பயணக் குறிப்புகள், ஹாருகி முரகாமி, பேர் லாகர்க்விஸ்ட் சிறுகதைத் தொகுப்புகள், சமகால நவீனச் சிறுகதைகள் தொகுப்பு என நான்கு நூல்கள் வெளிவந்த பிறகு காலச்சுவடு பதிப்பகத் துடன் எனது பயணம் தொடங்கியது.

முதல் தொடர்பு க.நா.சு. நூற்றாண்டை யொட்டி சேலம் தமிழ்ச் சங்கமும் காலச்சுவடும் இணைந்து நடத்திய கருத்தரங்கில். அடுத்து கோவை யில் பாரதி 125, பு.பி 100, சு.ரா 75 கருத்தரங்கம். இவ்விரு நிகழ்ச்சிகளிலும் நான் வாசித்த கட்டுரைகள் காலச்சுவடு இதழ்களில் வெளிவந்தன. ஓரான் பாமுக்கையும் அருந்ததி ராயையும் என்னோடு காலச்சுவடு கண்ணன் இணைத்தது தொடர்ந்து நிகழ்ந்தது.

2003ஆம் வருடம் *My Name is Red* நாவலைப் படித்ததிலிருந்து என்னைப் பீடிக்கத் தொடங்கிய 'பாமுக் பித்து'க்கு வடிகாலாக அமைந்தது 2009ஆம் வருடம் கண்ணன் பெற்றுத்தந்த மொழிபெயர்ப்பு உரிமை. ஆட்டமன் நுண்ணோவியங்களைப் போலவே மிக நுட்பமாக உருவாக்கப்பட்ட நாவலை வாசிப்பதும், அதன் சாரம் குறையாமல் மொழிபெயர்ப்பதும் வேறுவேறான செயற்பாடுகள் என்பதை நான் உணர்ந்தது அப்போதுதான். இந்நாவலுக்கு முன் நான் மொழிபெயர்த்து வெளிவராமல் தடைப்பட்டிருந்த அருந்ததி ராயின் *சின்ன விஷயங்களின் கடவுள்* மொழிபெயர்க்க எனக்கு இலகுவாகவே இருந்தது. இத்தனைக்கும் அருந்ததி ராயின் மொழிநடை மிகவும் சிக்கலானது, நிறைய வார்த்தை விளையாட்டுகள் கொண்டது என்றாலும் அந்நாவல் பல வருடங்களாக, திரும்பத் திரும்ப மிகவும் ரசித்து வாசித்து எனக்குள் அதன் ஆன்மா ஊறிப்போயிருந்ததால் சொந்தப் படைப்பை எழுதுவதைப் போலவே மிக வேகமாக மொழிபெயர்த்து முடித்திருந்தேன். ஆனால் *என் பெயர் சிவப்பு*க்காக உடல்ரீதியாகவும் மனரீதியாகவும் கடுமையாக உழைக்க வேண்டியிருந்தது. வாசிப்பின்போது உணர முடியாத பல கூறுகள் மொழிபெயர்ப்பின்போது தலைதூக்கத்தொடங்கின. பலமான முன்தயாரிப்பு தேவைப்படும் என்று அவை உணர்த்தின.

16ஆம் நூற்றாண்டு துருக்கியின் சரித்திரத்தையும், ஆட்டமன் சாம்ராஜ்யத்தின் எழுச்சியையும் அறிந்துகொள் வதற்காகச் சில நூல்களை கண்ணன் வாங்கி அனுப்பினார். நாவலில் இடம்பெறும் குர்–ஆன் வாசகங்களைத் தமிழில் சரியாக எழுதுவதற்காக குர்–ஆனின் பல்வேறு தமிழ்ப் பதிப்புகளைத் தந்து அவ்வப்போது எழுந்த ஐயங்களையும் காலச்சுவடு இணையாசிரியர் களந்தை பீர் முகமது தீர்த்துவைத்தார்.

இம்மாபெரும் நாவலை மொழிபெயர்த்து முடிக்கப் பதினான்கு மாதங்கள் பிடித்தன. அலுவலக நேரத்தைத் தவிர இந்நாவலின் வாசகங்கள் என்னை முற்றிலுமாகப் பீடித்து நானும் அந்நாவலின் மறைமுகக் கதாபாத்திரமாகியிருந்தேன். மொழிபெயர்த்து முடித்த பிறகு உணர்ந்த களைப்பும் ஆசுவாசமும் வெறுமையும் கலந்த உணர்வை இன்றுவரை என்னால் மறக்க முடியாது. என் மொழிபெயர்ப்புகளிலேயே அதிக கவனம் பெற்றதும், விருதுகளைப் பெற்றுத் தந்ததும் *என் பெயர் சிவப்பு* தான்.

இம்மொழிபெயர்ப்பை முடிக்கும் தறுவாயில், பிராங்க்பர்ட் சர்வதேச புத்தகச் சந்தைக்குச் சென்றிருந்த கண்ணனிடமிருந்து தொலைபேசி அழைப்பு வந்தது. சமகால அயர்லாந்து நாவல்களில்

மொழிபெயர்க்க உகந்த நாவல்களாக எவற்றைக் கருதுகிறேன் என்று கேட்டார். உடனே நினைவுக்கு வந்த 2005ஆம் ஆண்டு புக்கர் பரிசு பெற்றிருந்த ஜான் பான்வில்லின் *The Sea* நாவலைச் சொன்னேன். இந்தியா திரும்பும்போது அதன் மொழிபெயர்ப்பு உரிமையோடு வந்தார். அடுத்த சில வாரங்களில் நடந்தவை நம்ப முடியாதவையாக இருந்தன. அலுவலகப் பணியில் மும்மரமாக ஈடுபட்டிருந்த ஒரு மதிய நேரத்தில் கண்ணனிடமிருந்து அழைப்பு. "உங்களிடம் பாஸ்போர்ட் இருக்கிறதா?" என்று கேட்டார். இல்லையென்றதும் உடனே எடுத்துவிடச் சொன்னார். அயர்லாந்துக்கு நீங்கள் போக வேண்டியிருக்கும் என்றார். அயர்லாந்து நாட்டு எழுத்தாளரின் படைப்பை முதல்முறையாக தமிழில் மொழிபெயர்க்க உரிமை பெற்றிருப்பதால் அதை கௌரவிக்கும் விதமாக மொழிபெயர்ப்பாளரை அயர்லாந்து அரசின் கலை இலக்கியத் துறையின் செலவில் டப்ளினில் ஒரு மாதம் தங்கியிருக்க அழைப்புவிடுத்திருப்பதாகச் சொன்னார். அவர் விளையாட்டுக்குச் சொல்லவில்லை என்பதைச் சான்றாக அனுப்பிய மின்னஞ்சல் ஐந்து மணிநேரம் கழித்து உறுதி செய்தது.

தமது நாட்டின் இலக்கியங்களைப் பிற நாடுகள் நாடி வருவதை அயர்லாந்து அரசு எந்தளவுக்கு ஊக்குவிக்கிறது என்பதை அறிந்தபோது திகைப்பாக இருந்தது. ஆனால் பல நாடுகள் இதைப்போல எழுத்தாளர்களுக்கு நல்கை அளித்துத் தமது நாடுகளுக்கு அழைத்து கௌரவிப்பது வழக்கமான நடைமுறை என்று பின்பு அறிந்துகொண்டேன்.

2009 ஏப்ரல் 28–மே 28 வரை டப்ளினிலும், *கடல்* நாவலின் களமான வெக்ஸ்ஃபோர்ட், ரோஷ்லேர் கடற்கரைப் பகுதிகளிலும், அனமாகரீக் என்ற சிற்றூரில் அமைந்த சர்வதேச எழுத்தாளர் உறைவிடத்திலும் கழித்தேன். டப்ளின் நகர நூலகத்திலும், பல்கலைக்கழக நூலகத்திலும் *கடல்* நாவல் பற்றியும், பான்வில்லின் பிற நாவல்கள் பற்றிய ஏராளமான ஆய்வுக் கட்டுரைகளையும் தரவிறக்கம் செய்தேன்.

காலச்சுவடு பதிப்பகம் பிறநாட்டு முன்னணிப் பதிப்பகங் களோடு இணைந்து பங்கெடுக்கத் தொடங்கியதுதான் இத்தகைய அரிய வாய்ப்புகள் என்னைப் போலவே இன்னும் பல எழுத்தாளர்களுக்குக் கிடைத்துவருவதற்கான காரணம்.

கடல் மொழிபெயர்ப்புக்குப் பிறகு பாமுக் மீதான எனது அடங்காப் பசிக்குத் தீனி போடுவதைப்போல அவரது நான்கு நூல்களுக்கு (*பனி, இஸ்தான்புல், வெண்ணிறக் கோட்டை, கருப்புப் புத்தகம்*) ஒரே சமயத்தில் உரிமை பெற்றுத் தந்தார். ஒவ்வொரு நூலையும் மொழிபெயர்க்க 18 மாதங்கள் வீதம் ஆறு

வருடங்கள் என்ற காலக்கெடுவில் மூன்று நூல்களை மட்டுமே மொழிபெயர்க்க முடிந்தது.

ஒவ்வொரு புத்தகத்தின் மொழிபெயர்ப்புக்கும் கண்ணன் அளிக்கும் ஒத்துழைப்பு அலாதியானது. *பனி* நாவலை மொழிபெயர்க்கும்போது எழுந்த ஐயங்களைத் தெளிவாக்கிக் கொள்வதற்கு *Arzu Eker* என்ற துருக்கிய ஆய்வாளரோடு தொடர்பு ஏற்படுத்திக் கொடுத்தார். இவர் இஸ்தான்புல் பல்கலைக்கழகத்தில் முனைவர் பட்ட ஆய்வுக்காக ஓரான் பாமுக் நாவல்களின் ஆங்கில மொழிபெயர்ப்புகளில் ஒப்பாய்வு மேற்கொண்டிருந்தவர். நாவலில் வரும் பெயர்ச் சொற்கள் உச்சரிப்பிலிருந்து ஒவ்வொரு அத்தியாயத்திலும் பாமுக் உட்கிடையாகப் பொதித்துவைத்திருக்கும் நுட்பங்கள் குறித்துப் பக்கம் பக்கமாக விளக்கமளித்து உதவினார்.

தான் வாழும் நகரத்தின் சரித்திரத்தோடு தனது சுயசரிதையையும் கலந்து பாமுக் எழுதிய அற்புதமான நூல் *இஸ்தான்புல்*. இந்நூலை மொழிபெயர்க்கும்போது அலுவலகப் பணிகள் தாங்க முடியாத அளவுக்கு அதிகரித்திருந்தன. பதவி உயர்வு காரணமாக நிர்வாகப் பொறுப்பும் கூடியிருந்தது. மொழிபெயர்ப்புப் பணி சுணக்கம் கண்டு ஒரு கட்டத்தில் தேங்கிநின்றது. உடலும் மனமும் களைத்துச் சோர்ந்திருந்த நேரத்தில் பெங்களூருவை அடுத்த ஹெசரகட்டா சங்கம் ஹவுஸ் எனும் சர்வதேச எழுத்தாளர் உறைவிடத்தில் இரண்டு வாரங்களும், பிறகு கன்னியாகுமரியில் விவேகானந்தா கேந்திராவில் இரண்டு வாரங்களும் தங்கி மொழிபெயர்ப்பை முடிப்பதற்குக் கண்ணன் ஏற்பாடு செய்தார். இதுமட்டுமன்றி *இஸ்தான்புல்* நகரைப் பற்றியும், இந்நூலில் குறிப்பிடும் துருக்கி செவ்விலக்கிய ஆளுமைகள் குறித்தும் நூல்களை வாங்கி அனுப்பினார். இஸ்தான்புல் நூலில் கிட்டத்தட்ட எல்லாப் பக்கங்களிலும் புகைப்படங்கள் இடம்பெற்றிருக்கும். மொழிபெயர்ப்புக்கான உரிமையில் இவை அடங்காது. மலையாளம் உட்படப் பல மொழிகளில் புகைப்படங்கள் இல்லாமல்தான் மொழிபெயர்ப்புகள் வந்திருக்கின்றன. படங்கள் நூலில் இடம்பெற வேண்டிய அவசியத்தை விளக்கிச் சொன்னதும், அத்தனை புகைப்படங்களுக்கும் தனித்தனியாக உரிமை பெற்றுத் தமிழ் மொழிபெயர்ப்பில் இடம்பெறச்செய்தார் கண்ணன்.

ஆண்டுதோறும் பிராங்க்பர்ட் சர்வதேசப் புத்தகச் சந்தைக்குச் சென்று திரும்பும்போது பல புதிய புத்தகங்களை கண்ணன் வாங்கிவருவார். அவற்றில் நான் கண்டெடுத்த

நார்வே நாட்டு நல்முத்து தாக் ஸூல்ஸ்தாதின் உடைந்த குடை. என் மொழிபெயர்ப்பை நார்வேஜிய மூலத்தோடு ஒப்பிட்டு சரிபார்ப்பதற்கு அங்கு வசிக்கும் சர்வேந்திரா தர்மலிங்கம் அவர்களோடு தொடர்பும் ஏற்படுத்திக்கொடுத்தார்.

இவையெல்லாவற்றையும்விட எனக்குள் ஒடிந்து சரிந்திருந்த ஒரு கிளையை நிமிர்த்திவைத்து, உயிர்கொடுத்துப் பூக்கவைத்திருப்பதுதான் கண்ணன் எனக்காற்றிய மகத்தான உதவி. மிகவும் ஆத்மார்த்தமாக ரசித்து மொழிபெயர்த்திருந்த அருந்ததி ராயின் சின்ன விஷயங்களின் கடவுள் சில சிக்கல்களால் வெளிவராமல் முடங்கிக் கிடந்தபோது, நாவலைப் பதிப்புரிமை பெற்று வெளியிட்டார். எனது ஆகச்சிறந்த மொழிபெயர்ப்பு என நான் கருதும் அந்நூல் ஏழு வருட முடக்கத்துக்குப் பின் 2012ஆம் ஆண்டு ஜூலை 28ஆம் தேதி வெளியானது. என் வாழ்வின் ஆசீர்வதிக்கப்பட்ட தினம் அது.

மொழிபெயர்ப்புப் பணியை ஓர் இயந்திரத்தனமான செயற்பாடாகக் கருதாமல் இலக்குமொழியை முடிந்தவரை மூலப்படைப்புக்கு அருகில் கொண்டுசெல்வதற்கும், படைப்பாளியின் குரலையும் படைப்பின் தொனியையும் சிதைக்காமல் மறுவுருவாக்கம் செய்வதற்கும் பேருழைப்பு தேவைப்படுகிறது. வாசகனுக்கு மொழிபெயர்ப்பாளரின் சிரமங்கள் தெரியப்போவதில்லை; தெரிய வேண்டிய அவசியமும் இல்லை. ஆனால் பதிப்பாளருக்குத் தெரிந்திருக்க வேண்டும். இந்த விஷயத்தில் காலச்சுவடு ஓர் உதாரண பதிப்பகம்.

நான் மொழிபெயர்க்கத் தேர்ந்தெடுத்த ஒவ்வொரு புத்தகமும் அதீதமான உழைப்பைக் கோருவதாக இருந்தன. ஒரு நூலை மொழிபெயர்த்து முடித்த பிறகு பலமுறை திருத்தி மறுவரைவு செய்த பிறகு நான் பெரிதும் மதிக்கும் முன்னோர்களான கவிஞர் சுகுமாரன், ஆர். சிவகுமார் ஆகியோரை மிகவும் நச்சரித்து மொழிபெயர்ப்பை வரிவரியாக மேலாய்வு செய்துத்தருவதற்கு வேண்டிக்கொள்வேன். என் மீது கொண்ட அன்பின்பால் அவர்கள் சிரமம் பாராது என் பிரதியைச் செம்மையாக்கித் தந்திருக்கிறார்கள். இவ்விருவரையும் ஆசான்களாகக் கொண்டிருப்பது நான் பெற்ற பேறு.

எழுத்தாளர்களுக்கு இணையாக நூல் உருவாக்கத்தில் முழு அர்ப்பணிப்போடு செயல்படுபவர்கள் காலச்சுவடு அலுவலக ஊழியர்கள். நான் கணினியில் தட்டச்சு செய்வதில்லை. என் கையெழுத்துப் பிரதியைக் காலச்சுவடு அலுவலகத்தில் தட்டச்சு செய்து அனுப்புவார்கள். எனது முதல் திருத்த வரைவு அப்போது தொடங்கும். திருத்தி அனுப்பிய பிரதியை

அவர்கள் மீண்டும் தட்டச்சு செய்து அனுப்ப, இரண்டாம் கட்டத் திருத்தம் நடக்கும். இப்படியே ஒவ்வொரு நூலுக்கும் குறைந்தது ஐந்து முறை திருத்தங்கள் செய்து அனுப்ப, அவர்களும் பொறுமையாகத் திருத்தி அனுப்பிக்கொண்டிருப்பார்கள். பல நேரங்களில் நானே கவனிக்காத வாக்கியப் பிழைகளை அவர்கள் சுட்டிக்காட்டுவதும் உண்டு. 2009ஆம் ஆண்டு முதற்கொண்டு ஷாலினி, கலா முருகன், மஞ்சு, ரெத்தின குமாரி, இராஜரத்தினம், அகிலா, ஜெபா, ஹெமிலா, மணிகண்டன் ஆகியோரின் உழைப்பு மொழிபெயர்ப்பாளருடைய உழைப்புக்கு சற்றும் குறைந்ததல்ல. படைப்பாளிக்கு மட்டுமே தனது நூல்களைப் பிறருக்கு அர்ப்பணம் செய்வதற்கு உரிமை உண்டு. மொழிபெயர்ப்பாளருக்கு அந்தச் சலுகை அளிக்கப்படு மென்றால், எனது பிரதிகள் அனைத்தையும் மேற்கண்ட காலச்சுவடு அலுவலக சகோதர சகோதரிகளுக்கே அர்ப்பணிப்பேன்.

தமிழில் இலக்கிய நூல்களைப் பதிப்பிப்பது கிட்டத்தட்ட விஷப்பரீட்சைதான். அதுவும் மொழிபெயர்ப்புகளுக்கு ஒரு கட்டத்துக்குமேல் பதிப்பாளர்கள் செலவிடுவதும் வழக்கம் இல்லை. உரிமை பெறாமலும், எழுத்தாளர்களுக்குச் சன்மானம் தராமலும் நூல்களை வெளியிட்டுவருவதுதான் இங்கு பொது மரபு. இந்தச் சூழலில் முறையாக உரிமை பெற்று, எழுத்தாளர்களுக்கும் மொழிபெயர்ப்பாளர்களுக்கும் உரிய ராயல்டி தொகையையும் தவறாமல் அளித்து வெளிப்படைத் தன்மையோடு இயங்கிவரும் காலச்சுவடு பதிப்பகத்துடன் இணைந்து பயணிப்பது எந்த மொழிபெயர்ப்பாளருக்கும் ஊக்கம் அளிக்கும் செயல். மொழியை வலுவாக்கும் பெரும்பணி.

காலச்சுவடு, ஜனவரி 2021

8

சங்கடங்கள், சறுக்கல்கள், சமரசங்கள்

இலக்கிய மொழிபெயர்ப்பு குறித்து சில ஆயத்தக் கருத்துகள் பொது வாசகர்களிடையே உண்டு. இரண்டு மொழிகள், இரண்டு நாடுகள், இரண்டு கலாச்சாரங்களுக்கு இடையிலான பாலம் என்பவற்றைத் தாண்டியும் பல்வேறு கூறுகள் மொழிபெயர்ப்பில் பொதிந்திருக்கின்றன.

சுயமாக எதையும் தனது பிரதியில் சேர்த்துவிடலாகாது என்ற ஆதாரமான விதியையும் தாண்டி, மொழிபெயர்ப்பாளர் என்ற தனித்துவ ஜீவராசிக்கென்று வேறு சில கட்டுப்பாடுகளும் இருக்கின்றன. ஒருவர் எவ்வளவு திறமை வாய்ந்த எழுத்தாளராக, இரு மொழிகளிலும் நல்ல தேர்ச்சியுடையவராக இருந்தாலும் எல்லா நூல்களையும் மற்றொரு மொழியில் பரிபூரணமாக மொழிபெயர்த்துவிட முடியாது என்ற ஞானம் அவருக்குப் பிரதானமாக இருந்தாக வேண்டியிருக்கிறது. மொழிபெயர்க்கவியலாத் தன்மை (Untranslatability) ஒவ்வொரு மொழியிலும், ஒவ்வொரு கலாச்சாரத்திலும் உண்டு. ஒரு மண்ணின் சுயத்தை, சாயலை அதற்கு அந்நியமானதொரு மொழியில் ஓரளவுக்கேனும் பெயர்த்தெடுப்பதற்கு சில விசேஷமான உத்திகள் தேவைப்படுகின்றன. ஆப்பிரிக்க இலக்கியத்தின் பிதாமகனான சினுவா ஆச்செபேவின் *Things Fall Apart* ஆங்கில நாவலாக இருந்தாலும், சம்பிரதாய பிரித்தானிய ஆங்கில

நடையில் எழுதப்படாமல் நைஜீரிய சொலவடைகளுக்கும், கலாச்சாரத் தனித்துவத்துக்கும் ஏற்றார்போல நாவலின் குரலை 'இக்போ'த்தனமாக மாற்றி எழுதிருப்பதை இதற்கு உதாரணமாகச் சொல்லலாம். ('இக்போ' என்பது நைஜீரியாவின் பயஃப்ரா பகுதியில் உள்ள ஒரு பெரும்பான்மை இனக்குழுவின் மொழி.) சொந்த மண்ணுக்கான கதையை அதன் சொந்த மொழியில்தான் எழுதவேண்டும் என்று வலியுறுத்திய கூகி வா தியாங்கோவின் *Decolonising the Mind* எனும் நீண்ட கட்டுரை நூல் இக்கருத்தை நுட்பமாக அலசுகிறது.

இதைப் போன்ற சிக்கல்களை வெற்றிகரமாக இல்லாவிட்டாலும் ஓரளவு சமாளித்துக்கொண்டு தனது பிரதியில் மூலப்படைப்பாளியைக் கொண்டுவருகையில் மொழிபெயர்ப்பாளன் எதிர்கொள்ளும் சங்கடங்களும் சறுக்கல்களும் சமரசங்களும் எண்ணற்றவை.

சங்கடங்கள்

மொழிபெயர்ப்பாளனுக்கு மூலநூலில் இடம்பெற்றுள்ள அவனுக்கு உவப்பில்லாத விஷயங்களைத் தவிர்த்தோ அல்லது தன் விருப்பத்துக்கேற்றபடி மாற்றியோ மொழிபெயர்ப்பதற்கு உரிமை கிடையாது என்று திடமாக நம்புகிற கட்சியைச் சேர்ந்தவன் நான். நான் மொழிபெயர்த்த மிக அருமையான கதைகள் சிலவற்றில் வசைச் சொற்களும் மிகவும் ஆபாசமான காட்சிகளும் இருந்துள்ளன. இவற்றில் எதையும் தணிக்கை செய்யாமல்தான் மொழிபெயர்த்திருக்கிறேன். உதாரணமாக அருந்ததி ராயின் பெருமகிழ்வின் பேரவை நாவலில் சமூகத்தால் ஒதுக்கி வைக்கப்பட்டிருக்கும் திருநங்கையர் விரக்தியிலும் கோபத்திலும் உச்சரிக்கும் ஆபாச வசைச்சொற்களை 'அப்படியே' மொழிபெயர்த்திருப்பதற்காக என் மதிப்புக்குரிய இலக்கிய குருமார்கள் இருவர் என்னைக் கண்டித்தார்கள். அச்சொற்கள் அதிர்ச்சி மதிப்பிற்காகச் சேர்க்கப்பட்டவையல்ல, அவை அந்தப் பாவப்பட்டவர்கள் மீது வாசகனுக்கு அனுதாபத்தைத்தான் ஏற்படுத்துகின்றனவேயொழிய அருவருப்பையல்ல என்ற என் சமாதானத்தை அவர்கள் ஏற்கவில்லை.

பல வருடங்களுக்கு முன் டோபியாஸ் வுல்ஃப் என்ற மிகச் சிறந்த அமெரிக்க எழுத்தாளரின் *மூளையில் பாய்ந்த புல்லட்* சிறுகதையின் மொழிபெயர்ப்பும் சிக்கல்களைச் சந்தித்தது. ஒரு வங்கிக் கொள்ளையின்போது கொள்ளையர் பேசுகின்ற ஆபாச வசங்களை அப்படியே தமிழில் மொழிபெயர்த்து காத்திரமான இலக்கிய இதழ் ஒன்றுக்கு அனுப்பினேன். இதழாசிரியரே ஒரு படைப்பாளிதான், இருந்தபோதிலும் "சில வரிகள் ரொம்ப

ஆபாசமா இருக்கே, அதையெல்லாம் நீக்கிவிட்டு பிரசுரிக்கலாமா?" என்று கேட்டார். அந்த வசனங்கள் கதையில் முக்கியத்துவம் வாய்ந்தவை என்று விலக்கிச் சொன்னபோதும் அவர் அக்கதையை வெளியிடவில்லை. ஒரு வருடம் கழித்து வேறொரு சிற்றிதழுக்கு அனுப்பினேன். கதை பிரசுரமானது. ஆனால் அந்த ஆபாசச் சொற்கள் அனைத்தும் இலக்கணச் சுத்தமான அருந்தமிழுக்கு புனருத்தாரணம் செய்யப்பட்டு வெளியிடப்பட்டிருந்தது. விளைவு, அந்த வசங்களில் வீரம் செறிந்த பிரகடங்கள்தான் இருந்தனவே தவிர கொள்ளையர்களின் வெறிக்கூச்சல் ஒலிக்கவில்லை.

சமீபத்தில் எனக்கேற்பட்ட அனுபவத்தையும் சொல்ல வேண்டும். தற்போது நான் மொழிபெயர்த்துவரும் ஒரு ஸ்காட்லாந்து தேசத்து நாவலுக்காக கிளாஸ்கோ நகருக்கு அருகில் உள்ள சர்வதேச எழுத்தாளர் முகாமில் தங்குவதற்கு அழைக்கப் பட்டிருந்தேன். அந்த நாவலில் வருகின்ற வசனங்கள் முழுக்கவும் ஸ்காட்டியக் கொச்சையில் அமைந்தவை. ஸ்காட்லாந்து பேச்சுவழக்கு அகராதியின் துணைகொண்டு அவற்றைப் புரிந்துகொண்டு மொழிபெயர்த்துவந்தேன். இடையிடையே சில பாத்திரங்கள் குடித்துவிட்டுப் பேசும் மிக ஆபாசமான வசனங்களும் வருகின்றன. அவற்றில் ஒரு குறிப்பிட்ட வசனத்தை என்னால் புரிந்துகொள்ளவே முடியவில்லை. என்னுடன் தங்கியிருந்த எழுத்தாளர்களில் ஸ்காட்லாந்தைச் சேர்ந்தவர்கள் யாருமில்லை. சில நாட்கள் கழித்து ஒருவர் வந்தார். ஆனால் அவர் ஒரு பெண். அந்தக் குடிகாரன் நீளமாகப் பேசும் அந்த வசனத்துக்கான அர்த்தத்தை அவரிடம் கேட்பதற்குக் கூச்சமாக இருந்தது. பிறகு திடீரென்று ஒரு நாள் முகாமில் மின்சாதனங் களைப் பழுதுபார்ப்பதற்காக ஓர் இளைஞர் வந்தார். அவர் பேசுவதிலிருந்தே தெரிந்தது அவர் அசலான ஸ்காட்டிஷ்காரர் என்று. அவரிடம் நட்பு பாராட்டிக்கொண்டு, மெதுவாக நாவலின் அந்தப் பக்கத்தைக் காட்டி, அந்தப் பாத்திரம் என்ன சொல்ல வருகிறார் என்று கேட்டேன். அவர் படித்துப் பார்த்துவிட்டு, முகம் சிவக்க, "என்னால் வார்த்தையாகச் சொல்லமுடியாது, எழுதி வேண்டுமானால் காட்டுகிறேன்" என்று சுத்தமான ஆங்கிலத்தில் எழுதித்தந்தார்!

சறுக்கல்கள்

விளதிமீர் நபக்கோவ் என்ற புகழ்பெற்ற எழுத்தாளர் 'மொழிபெயர்ப்பாளனின் மூன்று பாவங்கள்' என்ற கட்டுரையில் மொழிபெயர்ப்பாளர்கள் புரிகின்ற முக்கியத் தவறுகளாக அறியாமையின் காரணமாகத் தவறாக மொழிபெயர்த்தல், புரியாத சொற்களைத் தவிர்த்துவிடுதல், பிரதியின் நுட்பத்தைக்

கொண்டுவர இயலாமல் எளிமைப்படுத்திவிடுதல் என்று மூன்று பாவங்களைச் சுட்டிக்காட்டுகிறார். இவற்றில் ஒரு பாவத்தையேனும் புரியாத மொழிபெயர்ப்பாளர் எவரும் இருக்க முடியாது.

பண்டைக்காலம் தொட்டே தமிழில் மொழிபெயர்ப்புக்கான பாரம்பரியம் இருந்து வந்தாலும் நவீனத் தமிழ் இலக்கியத்தின் மொழிபெயர்ப்பு பாரதியிலிருந்து தொடங்குகிறது எனலாம். மிகச்சிறந்த எழுத்தாளர்களக அறியப்பட்ட பலரும் மொழிபெயர்ப்புகளில் ஈடுபட்டிருக்கிறார்கள். அந்நிய இலக்கியங்களை நமது மொழியில் கொண்டுவந்து சேர்த்த அவர்தம் பணியை நகைப்புக்குள்ளாக்குவது நமது நோக்கமல்ல வென்றாலும், மொழிபெயர்ப்புகளில் தவிக்க முடியாமல் நிகழ்ந்துவிடுகிற சறுக்கல்களைச் சுட்டிக்காட்டுவதற்காகச் சில உதாரணங்களைச் சொல்லலாம் என்று கருதுகிறேன்.

நவீன மொழிபெயர்ப்புக் கோட்பாடுகள் நாள்தோறும் பெருகிவருகின்றன. ஆனால் புதுமைப்பித்தன் என்ற மேதை அவற்றையெல்லாம் பாடமாகக் கற்றுத் தேர்ந்துகொள்ளமலேயே அற்புதமான மொழிபெயர்ப்புகளைச் செய்துவந்திருக்கிறார். ஆனால் அவருக்கும் சில இடங்களில் சறுக்கல்கள் நிகழ்ந்திருக் கின்றன. ‘எமனை ஏமாற்ற’ என்ற ஜப்பானியக் கதையில் எம்மோ தாவோ என்ற ஜப்பானிய மரண தெய்வத்தை இந்துக் கடவுளாக மாற்றி ‘எமதர்மன்’ என்று மொழிபெயர்த்திருக்கிறார். ‘பலிபீடம்’ குறுநாவலில் பல வசனங்கள் தமிழக வட்டார வழக்கில் வருகின்றன (“அவாளவாளுக்கு எது பிரியமோ அதுபடி.”)

தல்ஸ்தோயின் புகழ்பெற்ற நாவலான ‘அன்னா கரீனினா’வை அன்றைய தின்மணி நாளிதழின் ஆசிரியர் வெ. சந்தானம் 1947இல் மொழிபெயர்த்திருக்கிறார். கிறிஸ்துவக் கலாச்சாரப் பிண்ணணியில் உள்ள பாத்திரங்ஃப்களின் அவஸ்தை, பாடுகளை இந்து சமுதாயத்தில் உள்ள பெண்களின் அவலங்களாகத் தொனிக்கும்படி மாற்றிவிடுகிறார். அன்னா ஓரிடத்தில், “அட ஈஸ்வரா, இதென்ன களைப்பு.” என்கிறாள். வேறொரு இடத்தில் ‘சன்மார்க்க வழியில்’ அன்னா மனம் திருந்தி வாழவேண்டும் என்றும், குடும்ப வாழ்க்கையை ‘கிருஹஸ்தாச்ரமம்’ என்றும் குறிப்பிடுகிறார். மேலும், முதல் பாகத்தில் இருக்கும் 34 அத்தியாயங்களில் நான்கு அத்தியாயங் களைத் தேவையில்லையென்று தவிர்த்துவிட்டு 30 அத்தியாயங் களை மட்டும் மொழிபெயர்த்திருக்கிறார்.

தி. ஜானகிராமன் மிக அற்புதமான எழுத்தாளர். அவர் அரிதாக மொழிபெயர்த்திருக்கும் பேர் லாகர்க்விஸ்ட்டின்

‘குள்ளன்’ என்ற ஸ்வீடன் நாட்டு நாவலின் ஆரம்ப அத்தியாயத்தி லேயே ‘தம்பிடிக்கும் பிரயோஜனமில்லாத.’ என்ற வாக்கியம் வருகிறது.

சமரசங்கள்

மொழிபெயர்ப்பாளன் செய்துகொள்ள நேர்கின்ற சமரங்களைப் பட்டியலிட்டால் அது நீளமாகச் செல்லும். மொழி சார்ந்த சமரசங்களை மட்டும் இங்கே குறிப்பிடலாமென்று நினைக்கிறேன். பொதுவாக ஆங்கிலத்திலிருந்து தமிழுக்கு மொழிபெயர்க்கும்போது எதிப்படும் முக்கியமான சிக்கல், மிக நீண்ட கூட்டு வாக்கியங்கள். ஆங்கிலத்தில் தொடர்ச்சியாகக் கூட்டு வாக்கியத்தை எழுதிக்கொண்டே போவதைப்போல தமிழில் எழுதுவதற்கு நமது இலக்கணமும் மரபும் அனுமதிக்காது. தொடர் வாக்கியமாகத்தான் எழுத முடியும். பண்டைய தமிழ்ச் செய்யுள்களில் முற்றுப்புள்ளியே இல்லாமல் பக்கம் பக்கமாகச் செல்வதைக் காண முடியும். ஆனால் நவீனத்தமிழ் இலக்கிய மொழிபெயர்ப்பாளனுக்கு இது பெரிய சவால்தான். நீளமான வாக்கியங்களைச் சிறு வாக்கியங்களாக வெட்டி வெட்டி மொழிபெயர்க்கும்போது மூலப்படைப்பின் வீரியம் நீர்த்துப் போகிறது.

வட்டார வழக்குகளை மொழிபெயர்ப்பது இன்னொரு சவால். ஒரு விதத்தில் அது சாத்தியமும் அல்ல. அடிக்குறிப்புகள் புனைவு வாசிப்பில் தளர்ச்சியைக் கொண்டுவரும். மரபுத் தொடர்களை, அவை மரபுத் தொடர் என்றே அறியாமல் நேரடியாக மொழிபெயர்த்திருக்கும் உதாரணங்கள் தமிழில் நிறைய உண்டு.

போர்த்துகீஸிய எழுத்தாளரான ஜொஸே சரமாகோ நிறுத்தக்குறிகளே இல்லாமல் எழுதுவார். அவருடைய நாவல்களை ஆங்கிலத்தில் மொழிபெயர்த்தவர்களும் அதே பாணியில்தான் மொழிபெயர்த்திருக்கிறார்கள். ஆனால் அவருடைய ஒரு நாவல் தமிழில் மொழிபெயர்க்கப்பட்டபோது மொழிபெயர்ப்பாளர் எல்லாவிதமான நிறுத்தக்குறிகளையும் வாக்கியங்களில் சேர்த்து மொழிபெயர்த்திருக்கிறார்.

மொழிபெயர்ப்பாளர்களின் சித்து விளையாட்டுகள் கணக்கற்றவை.

***இந்து தமிழ் திசை*, 01 அக்டோபர் 2023**

9

மொழிபெயர்ப்பு எனும் உயிர்க்கடத்தல்

உன்னதம் வழங்கும் 'மொழிபெயர்ப்பு உரையாடல்கள்' கருத்தரங்குக்கு இங்கே வருகை தந்திருக்கும் என் சஹிருதய மொழிபெயர்ப்பாளர்கள், வாசகர்கள், நண்பர்கள் அனைவருக்கும் முதற்கண் என் வணக்கங்களைத் தெரிவித்துக்கொள்கிறேன்.

நண்பர் கௌதம சித்தார்த்தன் தமிழ் இலக்கிய உலகின் சோர்வற்ற போராளி. அவர் அளவுக்கு மொழிபெயர்ப்புகளின் மீது காதல் கொண்டிருப்பவரை நமது இலக்கிய உலகில் காண முடியாது. இப்போது அவர் ஒருங்கிணைத்திருக்கும் இக்கருத்தரங்கில் நேரடியாகக் கலந்துகொள்ள இயலாமைக்கு மிகவும் வருந்துகிறேன். இவ்வளவு முக்கியமான மொழிபெயர்ப்பாளர்களும் ஒரே அரங்கில் கூடியிருக்கையில் அவர்களோடு அளவளாவவும் விவாதிக்கவும் கிடைத்த வாய்ப்பை இழந்திருக்கிறேன், அதற்காக நண்பர்கள் என்னை மன்னிக்க வேண்டும்.

மொழிபெயர்ப்பு குறித்த காத்திரமான உரையாடல்களே நிகழாத சூழல் நமது தமிழ் இலக்கியச் சூழல். மொழிபெயர்ப்புக்கும் தழுவலுக்கும் இடையே வேறுபாடு தெரியாத காலம் ஒன்று தொண்ணூறு ஆண்டுகளுக்கு முன் இங்கே இருந்ததையும், புதுமைப்பித்தனும் கல்கியும் நடத்திய சமரையும் நாம் அறிவோம். அந்தக் காலகட்டத்துக்குப் பிறகு மொழிபெயர்ப்பியல்

தொடர்பான தீவிர விவாதங்கள் நடந்திருக்க வேண்டும். மொழிபெயர்ப்புக் கொள்கைகள், உத்திகள், ஒப்பீடுகள் கல்விப் புலத்திலோ, இலக்கிய உலகிலோ விவாதிக்கப்பட்டிருக்க வேண்டும். மூலப்பிரதியுடன் மொழிபெயர்ப்புப் பிரதியை ஒப்பிட்டு ஆய்வுகள் நடந்திருக்க வேண்டும். கல்விக்கூடங்களில் மறைவாகத் தமக்குள்ளே, கலந்துபேசி ஆய்வேடுகளை உருவாக்கி முனைவர் பட்டம் பெற்றுக்கொண்டு இருட்டு நூலகங்களில் வைக்கப்படும் காகித அடுக்குகளைத் தவிர, ஆக்கப்பூர்வமாக எதுவுமே இங்கே நடக்கவில்லை, நடந்திருந்தாலும் வெளிச்சத்துக்கு வந்ததில்லை.

இதனால் விளைந்த மிகப் பெரிய அவலம், மொழிபெயர்ப்புகளை அணுகுவதிலும் அறுதியிடுவதும் காணப்படும் தெளிவின்மை. இன்னமும் நல்ல, சரியான மொழிபெயர்ப்பு எப்படி இருக்க வேண்டும் என்பதில் குழப்பமான கருத்துக்களே நம்மிடம் நிலவிவருகின்றன. வாசிக்க எளிமையாக இருக்கும் மொழிபெயர்ப்பும், இடங்களின் பெயர்களையும் பாத்திரங்களின் பெயர்களையும் மாற்றிவிட்டால் தமிழிலேயே எழுதப்பட்ட கதையைப் போலிருக்கும் மொழிபெயர்ப்பே சிறந்த மொழிபெயர்ப்பு என்ற நம்பிக்கை வாசகர்களிடம் மட்டுமன்றி, தீவிரப் படைப்பாளிகள் சிலரிடமும் இருந்துவருகிறது. தேர்ந்த இலக்கிய இதழ்களிலும் மொழிபெயர்ப்பு நூல்களின் விமர்சனத்தின் கடைசியில் 'டெம்ப்ளேட்'டாக ஒரு வரி – 'தமிழிலேயே எழுதப் பட்டதைப் போல சரளமான நடை' – இப்போதும் இருந்து வருகிறது.

சரளமான நடையில் மொழிபெயர்ப்பதுதான் சரியான முறையா, அயற்படைப்புகள் தமிழ்நாட்டிலேயே நடப்பதைப் போல இருந்தால்தான் நல்ல மொழியாக்கமா என்பதை யெல்லாம் நாம் இன்று விவாதிக்க வேண்டும்.

○

தமிழில் மொழிபெயர்ப்புகளை மூலத்துடன் ஒப்புநோக்கிச் சரிபார்க்கும் நடைமுறை ஏறக்குறைய கிடையாது. விமர்சகர் களும்கூட மூலத்தோடு நுட்பமாக ஒப்பிட்டு அறுதியிடுவதைக் காண முடிவதில்லை. ஆங்கிலத்தில் மொழிபெயர்க்கப்பட்டுவரும் நூல்களை மூலப்பிரதியோடு ஒப்பிட்டு விமர்சனங்கள் வருவதை *Words without borders, world literature today* போன்ற மின்னிதழ்களில் காணலாம். அதைப் போன்ற நிலை தமிழிலும் வந்தாக வேண்டும். அதுதான் சரியான விமர்சனமாகவும் இருக்க முடியும்.

நல்ல எழுத்துத் திறமை மிக்கவர்கள் மொழிபெயர்ப்புத் துறைக்கு வருவதில்லை என்ற கருத்து ஒன்று உண்டு. சிறப்பாக

எழுதத் தெரிந்தவன் சொந்தமாகவே எழுதிவிட்டுப் போய் விடுவான், இந்த Thankless / dirty jobஐத் தேர்ந்தெடுக்க மாட்டான் என்ற கருத்தில் ஓரளவு உண்மையும் இருக்கலாம் என்றே தோன்றுகிறது.

தமிழின் முக்கியமான படைப்பாளிகள் பலரும் மொழிபெயர்த்திருக்கின்றனர். மொழிபெயர்ப்பை ஓர் எழுத்துப் பயிற்சியாகவே கருதி ஈடுபட்டிருக்கின்றனர். புதுமைப்பித்தன் சொந்தமாக எழுதிய கதைகளைவிட மொழிபெயர்த்த கதைகளின் பக்க எண்ணிக்கை அதிகம். தி.ஜா. அசோகமித்திரன், க.நா.சு., சி. மணி எனப் பலரும் மொழிபெயர்த்திருக்கிறார்கள். தற்போது சுகுமாரன், ஆனந்த், வண்ணநிலவன் ஆகியோரும் சில மொழிபெயர்ப்புகளைச் செய்திருக்கிறார்கள்.

ஆனால் ஒரு பரிபூரண மொழிபெயர்ப்பாளராக இருப்பதற்குத் தேவைப்படும் குணாம்சங்கள் வேறு. தானே ஒரு படைப்பாளியாக இருக்கும் ஒருவருக்கு வேறு யாரோ எழுதிய படைப்பை - அது எவ்வளவுதான் அவருக்கு அபிமானப் படைப்பாக இருந்தாலும் - மயிரிழை நுட்பமாகப் பெயர்த்தெடுக்கும் சிரத்தை வருவதில்லை. ஒவ்வொரு சொல்லும் சுமந்திருக்கும், அதற்கடியில் பொதிந்திருக்கும் உணர்இழைகளை தனது மொழியின் சொற்களில், வாக்கிய அமைப்பில் சிந்தாமல் சிதறாமல் இறக்கிவைப்பதற்கான பொறுமை ஒரு படைப்பாளிக்குச் சாதாரணமாக இருப்பதில்லை. எந்தவொரு மொழியும் அது விளைந்த மண்ணையும் புழங்கும் கலாச்சாரத்தையும் சார்ந்தே உருக்கொண்டிருக்கிறது. வேறோர் அந்நிய மொழியில் மூலப்படைப்பை அதன் அடிவேரோடு பெயர்த்து உருவாக்கம் செய்திடச் சாத்தியமேயில்லை. மொழிபெயர்க்கப்படும் மொழி சார்ந்த கலாச்சாரப் பின்னணி யும், மொழி இலக்கணம் சார்ந்த நுட்பங்களும், மூலப்படைப்பை இடவலம் சரிசெய்யப்பட்ட கண்ணாடி பிம்பமாகக் காட்ட அனுமதிப்பதில்லை. படைப்பாளியாக இல்லாத மொழிபெயர்ப்பாளர் இந்த சமரசத்தை ஏற்றுக்கொள்பவராக இருப்பார். ஆனால் ஒரு படைப்பாளிக்குத் தனது வாக்கிய அமைப்பும், சொற்தேர்வும் தனது சொந்தத் தடத்திலிருந்து சற்றுத் தடம்மாறி இறங்க நேர்வதைச் சகித்துக்கொள்ள முடிவதில்லை. இதைப்போன்ற தருணங்களில் மூலப் படைப்பாளியை ஒதுங்கியிருக்கச் சொல்லிவிட்டு தானே 'எழுதி' விடுகிறார். இந்த விபத்து அநேகமாக எல்லாப் படைப்பாளிகளின் மொழிபெயர்ப்புகளிலும் நிகழ்ந்து கொண்டேயிருக்கிறது.

நேர்மையான அல்லது முழுநேர மொழிபெயர்ப்பாளர் இதைப் போன்ற இடங்களில் என்ன செய்வார்? அவருக்குப்

‘படைப்பாளி’ என்ற சுமை முதுகில் கனக்காமல் இருப்பது பெரும் சுதந்திரம். அவர் மூலப் படைப்பாளியின் ஆன்மாவை தனக்குள் 100% இறக்கிவைத்துக்கொண்டிருப்பார். தனது சுயத்திற்காக எந்த மூலையையும் அவர் ஒதுக்கிவைப்பதில்லை.

முதலில் அயல் மொழிகளிலிருந்து ஆங்கிலம் வழியாகத் தமிழுக்கு வரும் மொழிபெயர்ப்புகள் அளிக்கும் சவால்கள், சிக்கல்கள் குறித்துப் பேசலாம்.

அயல்மொழி இலக்கியங்கள் இந்தியர்களான நம்மை மட்டுமல்லாது உலகெங்குமுள்ள பிற நாட்டவர்களையும் ஆங்கிலம் மூலமாக மட்டுமே பெரும்பாலும் அடைந்திருக்கின்றன. செவ்விலக்கியங்களில் ஹோமரை ஃபிட்ஸ்ஜெரால்டும், தந்தேவை சின்க்ளேரும், ப்ரூஸ்ட்டை மான்க்ரீஃபும்தான் நமக்கு அறிமுகப்படுத்தியிருக்கிறார்கள். 19ஆம் நூற்றாண்டு ருஷ்ய இலக்கியங்கள் அநேகமாக எல்லாமே கான்ஸ்டன்ஸ் கார்னட் மூலமாகக் கிடைத்தவையே. நவீன இலக்கியங்களில் கிரிகரி ரபாஸா மூலமாக மார்க்கேஸும், மௌரீன் ஃப்ரீலி மூலமாக பாமுக்கும், ஜே ரூபின், ஃபிலிப் காப்ரியேல் மூலமாக முரகாமியும் படிக்கக் கிடைத்திருக்கின்றனர்.

எனவே இவர்களைத் தமிழில் அறிமுகப்படுத்தும்போது, பெரும்பாலும் ஆங்கில இடைவழி மூலமாகவே மொழிபெயர்த்து வருகிறோம். பிரெஞ்ச், ருஷ்ய, ஸ்பானிய, சீன மூலத்திலிருந்து தற்போது சில மொழியாக்கங்கள் வந்தாலும் ஆங்கிலம் வழி தமிழில் மொழிபெயர்க்கப்படுபவையே அதிகம். இதைக் குறையாகச் சொல்ல முடியாது. இஸ்மாயில் கதாரேவை மொழிபெயர்க்க அல்பேனிய மொழியும், தாக் ஸூல்ஸ்தாதை மொழிபெயர்க்க நார்வீஜிய மொழியும் அறிந்திருப்பவர் தமிழ்நாட்டில் எத்தனை பேர் இருக்கிறார்கள்?

ஆங்கிலத்தில் நேரடியாக எழுதப்பட்ட இலக்கியங்களை மொழிபெயர்க்கும்போது மூலப் படைப்பின் மொழிநுட்பத்தில் ஆழமாகக் காலூன்றிக்கொள்ளும் வாய்ப்பு மொழிபெயர்ப்பாளருக்குக் கிடைப்பதைப் போல இடைவழி ஆங்கிலப் பெயர்ப்பில் கிடைப்பதில்லை. ஆங்கில மொழிபெயர்ப்புகளின் நம்பகத்தன்மை குறித்த ஐயங்களை நபக்கோவ் தொடங்கி விமர்சகர்கள் பலரும் தொடர்ந்து எழுப்பிக்கொண்டேயிருப்பது ஆங்கிலம் வழி மொழிபெயர்ப்பாளர்களை நிம்மதியிழக்க வைத்துக்கொண்டிருக்கிறது.

இலக்கிய மொழிபெயர்ப்புகளை ஆங்கிலத்திலிருந்து தமிழுக்கு மொழிபெயர்ப்பதில் சில விசேஷமான சவால்கள் இருக்கின்றன.

‘ஆங்கில மொழி நவீனமான முறை வேறு; தமிழ் மொழி நவீனமாகிவரும் முறை வேறு. இரண்டுக்கும் ஒரே அளவுகோலைப் பயன்படுத்த முடியாது’ என்கிறார் ஆ.இரா. வேங்கடாசலபதி. அவர் மேலும் விளக்கும்போது, ஆங்கிலம் வேறொரு பண்பாட்டுச் சூழலிலிருந்து வருவதையும் நமக்கு அதில் இரண்டாம் நிலையில் தான் பயிற்சி ஏற்படுவதையும் குறிப்பிடுகிறார். ‘தமிழைப் பொறுத்தவரை நவீனம் என்பது வேறு. தமிழ்மொழி ஜனநாயகப் படுத்தப்பட்ட முறையில் அதன் பல முக்கியமான பலங்கள் இழக்கப்பட்டுள்ளன. தமிழுக்கு இருக்கக்கூடிய சொல்வளம், நுட்பமான பொருட்சாயல்கள் இந்த நவீனத்துவத்தில் போய் விட்டன. தமிழுக்கான நவீனப் புலமை மொழி இன்னும் சரியாக உருவாகவில்லை’ என்கிறார். இப்படியொரு குற்றச்சாட்டை வைக்கும்போது உணர்ச்சிவசப்பட்டுக் கோபிப்பவர்கள் நவீன காலத்துக்கேற்ற புதிய பொருட்களை, பல்வேறு வகையில் விரிந்திருக்கும் தளங்களில் காத்திரமாகப் பேசுவதற்கேற்ப ஒரு புலமை நடையை நாம் ஏன் இதுவரை உருவாக்கி வைத்திருக்கவில்லை என்பதை யோசிக்க வேண்டும்.

‘ஆங்கிலத்தில் செய்திதாள்களில் கட்டுரைகளை எழுத ஒரு மொழிநடை, ஆய்வேட்டை எழுதும்போது ஒரு மொழிநடை, ஜனரஞ்சகப் புனைவுகளை எழுதும்போது ஒரு மொழிநடை, சீரிய இலக்கியத்தை எழுதும்போது ஒரு மொழிநடை என்று பல்வேறு மொழி வடிவங்களில் எழுத முடிகிறது. ஆனால் தமிழைப் பொறுத்தவரை எதை எழுதினாலும் ஒரே மாதிரியான நடையில் எழுதினால்தான் ஏற்றுக்கொள்ளப்படும் என்ற நிலையைத் தற்போதைய ஜனநாயகப்படுத்தப்பட்ட நவீனச் சூழல் ஏற்படுத்தியுள்ளது’ என்ற சலபதியின் வாதம் கூர்ந்து நோக்கத்தக்கது . நம்முடைய வளமான புலமை மரபிலிருந்தும், உரை மரபிலிருந்தும் நல்ல சொற்களை எடுத்துக்கொள்ளவும், உருவாக்கிடவும் வேண்டிய தேவை கல்வியாளர்களுக்கும் எழுத்தாளர்களுக்கும், முக்கியமாக மொழிபெயர்ப்பாளர் களுக்கும் இருக்கிறது.

நவீனத் தமிழ் மொழிபெயர்ப்பாளருக்கு இருந்தாக வேண்டிய அடிப்படைத் தகுதிகள் எவை? ஆங்கிலத்திலிருந்து, அல்லது பிற இந்திய, உலக மொழிகளிலிருந்து மொழிபெயர்ப்பவர் முதலில் நுட்பமான வாசகராக இருக்க வேண்டும் என்பதைச் சொல்லலாம். மிகவும் எளிமையான விதியைப் போல இது தெரிந்தாலும் அவ்வளவு எளிதான, மேலோட்டமான கருத்தும் அல்ல. தேர்ந்த வாசகராக இருப்பவருக்குத்தான் மூல ஆசிரியரின் தொனியும், படைப்பின் உட்பிரதிகளும் கைவசமாகும். மொழிபெயர்க்கப்படும் படைப்பாளியின்

(கூடியமட்டும்) எல்லா ஆக்கங்களையும் அவர் முழுமையாக வாசித்திருக்க வேண்டும். பல நாவலாசிரியர்களின் படைப்புகள் அவர்களுடைய முந்தைய படைப்புகள் சிலவற்றோடு தொடர்பு கொண்டிருக்கும். அதற்கான இழைகள் அப்பிரதியில் பூடகமாகப் பொதித்துவைக்கப்பட்டிருக்கும் (உதாரணத்துக்கு, ஜோஸே ஸரமாகோவின் நாவல்கள் பலவற்றிலும் அவரது மற்ற நாவல்களின் தொடர்புக் கண்ணிகள் தென்படும். இவற்றைப் பற்றி எஸ்.வி. ராஜதுரை 'ஸரமாகோ: நாவல்களின் பயணம்' என்னும் தன்னுடைய சமீபத்திய நூலில் விரிவாக எடுத்துரைக்கிறார்). மூல ஆசிரியரை முற்றிலுமாக அறிந்துவைத்திருந்தால், இடைவழி மொழிபெயர்ப்பில் அவருடைய அடையாளம் சற்றே விலகியிருந்தாலும் கூர்மையான வாசகராக இருக்கும் மொழிபெயர்ப்பாளர் அதை உணர்த்துவிடுவார்.

மூல மொழியிலும், இலக்கு மொழியிலும் அவனுக்கு நல்ல தேர்ச்சி இருக்கவேண்டும் என்பதும் எளிமையாகவும், மேலோட்டமாகவும் தோற்றமளிக்கும் மற்றொரு தகுதி. தமிழ் மொழிபெயர்ப்பாளரின் சொற்கிடங்கு மிகப் பிரமாண்டமானதாக இருந்தாக வேண்டும். வேறு எந்த மொழியில் இயங்குபவருக்கும் தமிழைப் போலச் செழுமையும் வளமையும் கொண்ட சொற்கள் கிடைக்காது எனத் துணிவோடு சொல்லலாம். ஆனால் நவீனத் தமிழ் உரைநடையாளர்கள் இம்மகத்தான கருவூலத்தின் முகவாசலைத் தாண்டி உள்ளே காலெடுத்து வைக்காதவர்களாகத்தான் இருக்கிறார்கள்.

இனி அவருக்கு இருக்க வேண்டிய கூடுதல் தகுதிகளை, அவர் சந்திக்கும் சிக்கல்களைப் பற்றிப் பேசும்போது உட்கிடையாக வைத்துப் பார்க்கலாம்.

முதலில் சில கேள்விகள்

இன்றைய தமிழ் இலக்கியச் சூழலில் ஒரு மொழிபெயர்ப்பாளருக்குத் தனது இயங்குதளத்தில் தனது ஐயங்களைத் தீர்த்துக்கொள்வதற்கான வசதிகள் இருக்கின்றனவா?

தமிழில் இன்று வெள்ளமாக வெளிவந்துகொண்டிருக்கும் மொழிபெயர்ப்புகளில் எத்தனை நூல்கள் மேலாய்வாளர் ஒருவராலோ, அல்லது ஒன்றுக்கு மேற்பட்டவர்களாலோ, மூலத்துடன், அல்லது ஆங்கிலப் பிரதியுடன் ஒப்பிட்டுச் சரிபார்க்கப்பட்டு வெளியாகின்றன?

வாசகர் ஒருபோதும் மூலத்துடன் தனது பிரதியை ஒப்பிட்டுப் பார்க்கப்போவதில்லை என்ற யதார்த்தம்

மொழிபெயர்ப்பாளனுக்கு நிம்மதியை அளிக்கிறதா, பொறுப்புணர்வை அதிகப்படுத்துகிறதா?

நாம் மொழிபெயர்க்கும் பிரதி இன்றைய, வருங்காலத் தமிழ் உலகுக்குப் பயனுள்ளதாகவும், சூழலை மேம்படுத்துவதற்காக ஒரு அடியேனும் முன்னெடுத்துச் செல்லக்கூடியதாகவும் இருக்குமா?

மொழிபெயர்க்கப்படும் நூல் புதிய பார்வையை, புதிய திசைகளைக் காட்டுமா? புதிய படைப்பு உத்திகளை அறிமுகப் படுத்துமா?

தற்காலப் புதிய வாழ்வியல் சிக்கல்களை, மாறிவரும் சூழலை, கலாபூர்வமாகவும் ஆக்கப்பூர்வமாகவும் எதிர்கொள்ளும் படைப்புகளாக அந்த அந்நியப் படைப்புகள் அமையுமா?

இந்தக் கேள்விகள் இவற்றோடு முடிந்துவிடுபவையும் அல்ல. அறிவுத் தளத்தில் இதுபோன்ற கேவிகள் நாள்தோறும் புதிதுபுதிதாக எழுந்துகொண்டேதான் இருக்கும். அவற்றை உள்வாங்கிகொண்டு செயலாற்ற நம் அவயங்களையும் மனதையும் முழுமையாகத் திறந்து வைத்திருக்கவேண்டும்.

"உலகத்தில் எந்த மொழியில், எந்தப் பகுதியில் மிகத் தரமானது, உயர்ந்தது, சிரேஷ்டமானது வந்திருந்தாலும் அது உடனடியாகத் தமிழில் வருவதற்கான வழிவகைகள் வகுத்துக் கொள்ள வேண்டும்," என்றார் கநாசு.

அந்த அயலகப் படைப்பை அகத்திலும் புறத்திலும் எவ்வித மாறுதலுக்கும் உட்படுத்தாமல் மொழியை மட்டும் மாற்றம் செய்வதாக இருக்க வேண்டும் என்பது ஒரு பொது நம்பிக்கை. ஆனால் அது சாத்தியம்தானா என்று பார்க்கலாம்.

மொழிபெயர்ப்பு என்பது ஒருபோதும் நூறு சதவீதம் பரிபூரணத்துவத்தை அடைய முடியாது என்று நேர்மையான மொழிபெயர்ப்பாளர்கள் எல்லோரும் ஒப்புக்கொள்வார்கள். அந்த இயலாமைக்குக் காரணம் அம்மூலப்படைப்பு விளைந்த மண்ணையும், அந்நிலத்தின் கலாச்சாரத்தையும், அதன் மொழியழகையும் வேறொரு மொழிக்கு நூறு சதவீதம் மடை மாற்றம் செய்ய முடியாது என்பதே. எனவே மொழிபெயர்ப்பு என்பதை மூலப்படைப்பின் அச்சு அசலான மறுபிரதி என்று பார்ப்பதைவிட, வேற்று மொழி எனும் ஆடியில் தெரியும் பிரதிபலிப்பு மட்டுமே என்று மதிப்பிடலாம்.

மொழிபெயர்ப்புப் பிரதியின் சொற்கள்தான் மூலத்தின் நூறு சதவீத மறுஉருவாக இருக்க முடியாதே தவிர, மூலப்பிரதியின் உயிரை மொழிபெயர்ப்பில் நூறு சதவீதம் கொண்டுவந்துவிட

முடியும். அதுவும் தமிழ் எனும் செறிவும் வளமும் மிக்க மொழியில் எந்தவொரு நுண்ணிய உணர்விழைகளையும் நெய்துவிட முடியும். தமிழின் சொற்கிடங்கை முறையாகப் பயன்படுத்தினால் பிரதிக்கும் வாசிப்புக்கும் இடையில் எந்த வேறுபாடும் இருக்காமல் செய்ய முடியும். இந்த மொழிக்கருவியைச் சரியாகப் பயன்படுத்தத் தெரிந்தவரால்தான் மொழிபெயர்ப்பு வெற்றிபெறுகிறது.

படைப்பாளி தனது பிரதியில் வெளிப்படையாகச் சொல்பவற்றை மீறி உட்பிரதியில் பற்பல நுண் அம்சங்களைப் பொதித்துவைக்கிறார். சொற்களுக்கிடையில் உள்ள மௌனங்கள் அர்த்தம் செறிந்தவை. இவற்றை மொழிபெயர்ப்பாளர் தனது பிரதியில் கொண்டுவருவதும், மூலப்படைப்பின் சொல்லையும் அதன் உட்பொருளையும் கொண்டுவருவதுமே அவருக்கெதிரே நிற்கும் சவால்.

சில அடிப்படையான சவால்களைப் பார்ப்போம்:

1) மரபுத்தொடர்களை (*idioms and Phrases*) மொழிபெயர்த்தல்

ஒரு படைப்பில் இடம்பெறும் மரபுத்தொடர்களை இனம் கண்டுகொள்வதே பெரிய சவால். மொழிபெயர்ப்பாளருக்கு ஆங்கிலத்தில் போதிய பயிற்சி இருக்க வேண்டும் என்பதோடு, அந்த அயற்படைப்பின் நிலம், கலாச்சாரம் சார்ந்த விஷயங்களும் தெரிந்திருக்கவேண்டும். *Turn your back, Going for the jugular, Getting his just deserts* போன்ற நூற்றுக்கணக்கான ஆங்கில மரபுத் தொடர்களுக்கு நேரடியான பொருள் அல்லவென்பதை விரிவாக இங்கே விளக்க வேண்டியதில்லை என்று கருதுகிறேன். இத்தகைய மரபுத்தொடர்களின் சொற்களை நேரடியாக மொழிபெயர்த்துவிடும் அவலம் நடந்துகொண்டுதான் இருக்கிறது. ஆனால் நான் குறிப்பிட்டுச் சொல்ல வேண்டியது நைஜீரியாவின் சினுவா ஆச்செபேவின் எழுத்துக்களில் உள்ள மரபுச் சொற்களை. ஆச்செபே ஆங்கிலத்தில் எழுதியவர். "ஆப்பிரிக்க ஆங்கிலம் எமது தனித்துவ அனுபவங்களின் பாரத்தை ஏற்றியிருப்பதாக இருக்க வேண்டும்" என்கிறார் அவர். தமது தாய்மொழியான இக்போவில் பயன்படுத்தும் மரபுத்தொடர்களை அப்படியே ஆங்கிலத்தில் மாற்றித் தருகிறார். *'Be my eyes' 'Bring home my share' 'My spirit tells me'* என்ற சொற்றொடர்கள் ஆங்கிலோ சாக்ஸன் கலாச்சாரப் பிடியிலிருந்து விடுபட்டு தமது சொந்தக் கால்களில் நிற்பவை. இதுபோன்ற வழக்கத்துக்கு மாறான சொற்றொடர்களை மரபுத்தொடர்கள் எனக் கண்டறிந்து, அவற்றைச் சிதைக்காமல் கவனமாக மொழிபெயர்க்க வேண்டியிருக்கிறது. *I have a hunch* என்று ஆங்கிலத்தில் சொல்ல வேண்டிய இடத்தில் இக்போவின் வழியில் *My spirit tells me* என்று ஆச்செபே எழுதுவது ஆங்கிலேயரால்

ஒடுக்கப்பட்ட அவருடைய இனம் சார்ந்த அரசியற் செயற்பாடு. இதே பாணியை பின்பற்றி வழக்கமான ஆங்கிலப் பிரதிகளில் வருகின்ற மரபுத்தொடர்களை மொழியாக்கம் செய்தால் அபத்தமாகிவிடும்.

2) கூட்டு வினைச்சொற்கள்/ வினைத்தொடர்களை (phrasal verbs) மொழிபெயர்த்தல்

ஒரு வினைச்சொல்லோடு (verb) ஒரு வினையுரிச்சொல் (adverb) அல்லது முன்னிடைச் சொல் (preposition) அல்லது இவையிரண்டும் சேர்ந்து வந்தாலும் அது ஒரே செயலைக் குறிப்பதாக இருந்தால் அது வினைத்தொடர் என்றும், வினையுரிச் சொல்லும் முன்னிடைச் சொல்லும் தனிதனிப் பொருளைக் குறித்தால் அது வினைத்தொடர் ஆகாது என்றும் அறிவோம். வினைத்தொடரில் ஒரு வினையுரிச்சொல்லும் முன்னிடைச் சொல்லும் சேர்ந்து வரும்போது அந்த வினைச்சொல்லுக்கு வேறு பொருள் கிடைத்துவிடுகிறது. இது மொழிபெயர்ப்பில் மற்றொரு சவால். உதாரணம்: *Muddle* என்றால் குழப்பம்; *Along* என்றால் நெடுகிலும் / துணையோடு. *Muddle along* என்றால் தெளிவான குறிக்கோள் ஏதுமின்றி ஒரு செயலைச் செய்வது / வாழ்வது. இதுபோன்ற சொற்றொடர்கள் வரும்போது மொழிபெயர்ப்பாளர் கவனமாக இருத்தல் வேண்டும்.

3) நகைச்சுவை / பகடியை மொழிபெயர்ப்பது

ஒரு மொழியில் நகைச்சுவையாகத் தெரிவது இன்னொரு மொழியில் தெரியாது. நகைச்சுவைக்கும் மொழிக்கும் நேரடியான தொடர்பு இருக்கிறது. மொழியும் வரலாறும் நாம் சிந்திக்கும் முறையோடும் சூழலோடும் மனிதர்களோடும் ஆதாரத் தொடர்பு கொண்டிருப்பவை.

வார்த்தை விளையாட்டுகளை மொழிபெயர்ப்பது கிட்டத்தட்ட இயலாத காரியம். அருந்ததி ராயின் *God of Small Things* நாவலை நான் தமிழில் மொழிபெயர்த்தபோது அவருடைய சிக்கலான, திருகுப்பாதை வாக்கியங்கள் பெரும் சவாலாக இருந்தன. ஆனால் அந்த வினோதமான வாக்கிய அமைப்புகளில் இரண்டு கள்ளம் கபடமற்ற குழந்தைகளின் சின்னாபின்னப்படுத்தப்பட்ட மனவுலகம் பொதிந்திருக்கிறது. எட்டு வயதில் குரூரமாகக் கலைக்கப்பட்ட அவர்களின் குழந்தைமை ஒரு பிசாசைப்போல அவர்கள் வளர்ந்த பின்னும் துரத்திக்கொண்டே இருக்கிறது. அந்த அசாதாரணமான நிகழ்வுகள் கதை சொல்லப்படும் விதத்திலும் அதேவிதமான சிக்கல்களோடு வெளிப்படுகிறது. நேர்க்கோட்டில் பயணிக்கும்

நாவல் அல்ல இது. ஒரே பத்தியில் பலமுறை காலப் பிறழ்வுகள் நிகழ்கின்றன. மிகக் கண்டிப்பான பெரியவர்களின் அதட்டல் தொனிகள் அக்குழந்தைகளை விரட்டிக்கொண்டே இருந்தாலும் அக்குழந்தைகள் பணிந்துபோவதில் குறும்பும் கலந்திருக்கிறது. இதை அருந்ததி ராய் நீளமான வாக்கியங்களில் விவரிக்காமல் ஒரே சொல்லைச் சற்றுச் சிதைத்து அந்த உணர்ச்சியை வெளிப்படுத்திவிடுகிறார்:

Margaret Kochchamma told her to stoppit. So she stoppitted.

இந்தப் பிழையான சொல் மூலத்தின் தன்மையோடு மொழிபெயர்ப்பில் வருவதற்கு, மொழிபெயர்ப்பாளரும் இணையான படைப்பாளியாகவேண்டியிருக்கிறது.

மார்கரெட் கொச்சம்மா அவளிடம் ஸ்டாப்ப்பிட் என்றாள். எனவே அவள் ஸ்டாப்பிட்டினாள்.

Red sign said Exit. Estha Exitted.

சிவப்பு விளக்கு எக்ஸிட் என்றது. எஸ்தா எக்ஸிட்டினான்.

Sound of Mmu . . . sic

சவுண்ட் ஆஃப் ம்ம்யூ ... சிக்

Barnowl

பார்னாந்தை.

மொழிபெயர்ப்பாளராக நான் எடுத்துக்கொண்டிருக்கும் இத்தகைய சுதந்திரம் சிலருக்கு ஆட்சேபத்துக்குரியதாக இருக்கலாம். மொழிபெயர்ப்பாளருக்கான சுதந்திர வெளி மிக மிகக் குறுகலானது என்பதை அறிவேன். படைப்பாளி சொல்லாத, சொல்ல உத்தேசிக்காத எதையும் மொழிபெயர்ப்பாளர் தனது பிரதியில் சேர்க்கக் கூடாது. மூல ஆசிரியர் பூடகமாகச் சொல்வதை வெளிப்படையாகவும் மொழிபெயர்ப்பில் கொண்டுவரக் கூடாது. இவையெல்லாம் பாலபாடங்கள். இன்னொரு பாடமும் இருக்கிறது. பிரதியை மேம்படுத்துவதற்காக மொழிபெயர்ப்பாளர் சில சலுகைகளை எடுத்துக் கொள்ளலாம் என்பதே அது. பிரதியின் உயிரை முற்றிலுமாக உணர்ந்திருக்கும் மொழிபெயர்ப்பாளருக்கே இந்தச் சலுகை அனுமதிக்கப்படும் என்பதையும் குறிப்பிட்டாக வேண்டும்.

அருந்ததி ராயின் அடுத்த நாவலான *Ministry of Utmost Happiness* அதன் தலைப்பிலிருந்தே சவால்களை எழுப்பிக்கொண்டிருந்தது. தலைப்பு குறித்த தன்னிலை விளக்கத்தை நூலில் எனது

பின்னுரையிலேயே விளக்கிவிட்டதால் மற்ற சவால்களைப் பற்றி இங்கே குறிப்பிடுகிறேன்.

இந்நாவல் நெடுகிலும் பல திருநங்கைகள் வருகிறார்கள். அவர்களுடைய உலகம் வெளியுலகத்தால் புறக்கணிக்கப்பட்ட ஒன்று. ஆனால் அவர்கள் தமக்காக ஓர் உலகத்தை, பேரவையை உருவாக்கிக்கொண்டு, தங்களுக்கான சட்டதிட்டங்களோடு மகிழ்ச்சியாக, அல்லது பெருமகிழ்ச்சியோடு வாழ்வதாக நினைத்துக்கொண்டு வாழ்ந்துவருகிறார்கள். அவர்களிடம் நாகரிகச் சமூகத்தின் தளுக்கு, ஜோடனை இல்லை. வசைச் சொற்கள், மிக மிக ஆபாசமான வார்த்தைகள், அருவருக்க வைக்கும் சேஷ்டைகள் வந்துகொண்டே இருக்கின்றன. அருந்ததி ராய் இவற்றை அதிர்ச்சி மதிப்புக்காக எழுதவில்லை என்பதை நம்மால் புரிந்துகொள்ள முடியும். அவர்களைப் பரிதாபத்துக்குரியவர்களாக அவர் முன்னிறுத்தவில்லை. மிகவும் சுயமரியாதை கொண்டவர்களாகக் காட்டப்பட்டிருக்கும் அவர்களை, மூலப்படைப்பில் சித்தரித்ததைப் போலவே மொழிபெயர்ப்பிலும் கொண்டுவர வேண்டியது என்னுடைய கடமையாகிறது. அவர்கள் உதிர்க்கும் உருது, கஷ்மீரி ஆபாசச் சொற்களை ‘அப்படியே’ தமிழிலும் எழுதியிருப்பதற்காக என் மதிப்புக்குரிய நண்பர்கள் பலரும் என்னைக் கண்டித்தார்கள். அவர்களுக்கு நான் சொன்ன ஒரே பதில்: “படைப்பாளி எழுதிய எவற்றையும் துப்புரவாக்கித் தருவதல்ல மொழிபெயர்ப்பாளரின் வேலை” என்பதே.

ஆனால் வசைச்சொற்களை மொழிபெயர்ப்பது / மொழிபெயர்க்காமல் அசல் வடிவத்தையே தருவது குறித்துச் சில விஷயங்களைச் சொல்ல வேண்டியிருக்கிறது.

எல்லா வசைச்சொற்களும் பாலியல் தொடர்பானவையாக இருப்பதில்லை. இனவெறுப்புச் சொற்களும் நிறைய உண்டு. நான் தற்போது மொழிபெயர்த்துவரும் டக்லஸ் ஸ்டூவர்ட்டின் ‘ஷகி பெய்ன்’ ஒரு ஸ்காட்டிஷ் நாவல். இரண்டு வருடங்களுக்கு முன் புக்கர் பரிசு பெற்ற மிகச் சிறப்பான நாவல். இந்நாவல் எண்பதுகளின் தொடக்கத்தில் மார்கரெட் தாட்சர் கொண்டுவந்த பொருளாதாரச் சீர்திருத்தங்கள் மத்திய, கீழ்மத்திய வர்க்கத்தினரை எவ்வளவு பாதித்தன என்பதைச் சொல்கிறது. நாவலின் பாத்திரங்கள் கிளாஸ்கோ நகரின் பாட்டாளி வர்க்கத்தினர். அவர்களின் வாழும் சூழல் பெரும் அவதிக்குள்ளாகியிருக்கும்போது விசேஷமான வசைச் சொற்கள் நிறையவே வருகின்றன. பெரும்பான்மை பிராடஸ்டன்ட்டுகளாக இருக்கும் அந்நாட்டில் சிறுபான்மை கத்தோலிக்கர்கள் மீது சரித்திர காலம்தொட்டே இருந்துவரும் பகைமை இப்போது

அதிகரித்திருக்கிறது. கத்தோலிக்கர்களை இழிவாக விளிக்கும் வசைச் சொற்கள் இத்தனை இருக்கின்றன என்பது நாவலை மொழிபெயர்க்கும்போதுதான் தெரிகிறது. 'டெய்க்' 'பேப்' போன்ற சொற்களைத் தமிழில் எப்படி மொழிபெயர்க்க முடியும்? 'ஃப்ரீமேசன்' குழுவினரும் வருகிறார்கள். 'மேசன்ரி' என்பது பெயர்ச்சொல்லாகியிருப்பதால் அதையும் மொழிபெயர்க்க முடியாது.

இந்த ஸ்காட்லாந்து நாவல் ஆங்கிலத்தில் எழுதப்பட்டிருந்தாலும், பாத்திரங்கள் ஆங்கிலத்திலேயே பேசுகிறவர்களாக இருந்தாலும் பல ஸ்காட்டிஷ் கொச்சைச் சொற்கள் இடையிடையே வந்துகொண்டே இருக்கின்றன. Lassies என்றால் இளம் பெண்கள், Wee என்றால் சிறியது என்பதுபோன்ற நூற்றுக்கணக்கான ஸ்காட்டிஷ் சொற்களை ஒரு ஸ்காட்டிஷ் – ஆங்கில அகராதியைத் தரவிறக்கம் செய்து மொழிபெயர்த்து வருகிறேன். ஸ்காட்லாந்தில் கால்பந்து கிளப்புகளில்கூட பிராடஸ்டன்டுகளுக்கு கிளாஸ்கோ ரேஞ்சர்ஸ் என்றும் கத்தோலிக்கர்களுக்கு கிளாஸ்கோ செல்டிக் என்றும் அபிமான கிளப்புகள் இருக்கின்றன என்பது மொழிபெயர்த்தபோது அறிந்துகொண்ட செய்தி.

கலாச்சாரத் தொடர்பு கொண்ட சொற்களை அப்படியே எழுத்துப் பெயர்ப்பு (transliterate) செய்துவிட்டு அடிக்குறிப்பில் விளக்கிவிடுவதே சிறந்த வழி.

எனது மொழிபெயர்ப்பில் விரைவில் வெளிவரவிருக்கும் ஆல்டஸ் ஹக்ஸ்லியின் 'தீரமிக்க புது உலகம்' (Brave New World) நாவல் dystopian novel எனும் எதிர்கால துர்க்கற்பனை நாவல். இது தமிழுக்கு ஏற்கனவே அறிமுகமாகியிருக்கும் ஜார்ஜ் ஆர்வெல்லின் 1984 நாவலைவிடக் காலத்தால் முந்தியது. இந்நாவலில் ஹக்ஸ்லி நமது இந்திய மனு சாஸ்திர சாதித் தர வேறுபாடுகளை நினைவூட்டும்படியாக எதிர்கால இயந்திரமய உலகத்தில் காட்டுகிறார். செயற்கை முறையில் கருவேற்றப்பட்ட சினைமுட்டைகளிலிருந்து எண்பதுக்கு மேற்பட்ட கருக்கள் முட்டையிலிருந்து குஞ்சு பொரிப்பதைப்போல உண்டாக்கப் படுகின்றன. இவ்வாறு பிறப்பவர்களுக்கு தனிப்பட்ட தாய் தந்தை என எவரும் கிடையாது. இவ்வாறு உருவாக்கப்படுபவர்கள் கரு வளர்ச்சி நிலையிலேயே ஆல்ஃபா, பீட்டா, காமா, எப்ஸிலான் என்று நான்கு பிரிவுகளாக பிரிக்கப்படுகிறார்கள். ஹக்ஸ்லிக்கு இந்திய யோக சாதனைகள், ஹலூசினேஷனை உண்டாக்கும் போதை வஸ்துகள் போன்றவற்றில் ஆர்வம் உண்டு. இவற்றைப் பற்றித் தெரிந்துகொள்வதற்காக இந்தியாவுக்கு வந்து சில ஆண்டுகளைக் கழித்திருக்கிறார். எனவே அவருடைய இந்த

நாவலில் சொல்கின்ற தரவரிசையில் அடங்கியுள்ள சூட்சுமச் செய்தி உங்களுக்குப் புரியுமென்று நம்புகிறேன்.

இந்த வினோதக் கற்பனை நாவலில் எதிர்காலச் சமூகத்தில் பயன்படுத்தப்படும் பல்வேறு சாதனங்களை ஹக்ஸ்லி கற்பனையில் உருவாக்குகிறார். *Obstacle golf, Centrifugal bumble – puppy, escalator squash, Riemann surface tennis, Feelies* எனப்படும் தொடுவுணர்வு திரைப்படங்கள்... இவையெல்லாவற்றையும் மொழிபெயர்ப்பாளர் அடிக்குறிப்புகளில் விளக்குவதைத் தவிர வேறு வழியில்லை.

இதே நாவலில் விஞ்ஞான முன்னேற்றம் அடையாத மத்திய அமரிக்காவின் 'அநாகரிக'மான பகுதியும் வருகிறது. நியூ மெக்ஸிகோவின் கலாச்சாரத் தொடர்புடைய சொற்கள் வெள்ளமாக வந்துகொண்டே இருக்கின்றன. டார்டில்லா, அவோனா விலோன, அஹையூதா, மார்ஸைலீமா, பூகாங், எட்சனாட்லெஹி... இவையெல்லாம் என்னவென்று 'தீரமிக்க புது உலகம்' நாவல் வெளிவந்ததும் அடிக்குறிப்புகளில் நீங்கள் தெரிந்துகொள்ளலாம்.

இந்நாவலின் ஒரு பாத்திரம் ஷேக்ஸ்பியர் நேசன். அவன் பேசும் வசனங்களில் ஷேக்ஸ்பியரின் வாசகங்கள் இடையிடையே வந்துகொண்டே இருக்கின்றன. ஷேக்ஸ்பியரை எப்படித் தமிழ் மொழிபெயர்ப்பில் கொண்டுவருவது? நான் பயன்படுத்திய முறை என்னவென்றால், வசனங்களில் வரும் ஷேக்ஸ்பியரின் வரிகளைத் தமிழில் மொழிபெயர்த்துவிட்டு அதனைத் தனியாக நட்சத்திரக் குறியிட்டு அடிக்குறிப்பில் ஷேக்ஸ்பியரின் அசல் வரிகளை ஆங்கிலத்தில் தந்துவிடுவது.

○

கல்லூரியில் ஆங்கில இலக்கியத்தை முதன்மைப் பாடமாக எடுத்துப் படிக்கவில்லை என்ற குறை எனக்குண்டு. மொழிபெயர்ப்பியலில் பல 'தியரிகள்' உண்டு. அவற்றையெல்லாம் முறையாகக் கற்றுக்கொண்டு மொழிபெயர்க்க வராமல், வெறும் வாசிப்பனுபவம், ரசனை, கொஞ்சம் எழுத்துப் பயிற்சி இவற்றை மட்டும் வைத்துக்கொண்டு இத்துறைக்கு வந்துவிட்டேனோ என்று தோன்றும்.

ஆனால் மொழிபெயர்ப்புக் கொள்கைகள் குறித்து எனக்குத் தெளிவையும் துணிச்சலையும் அளித்த ஆசிரியர் ஒருவர் உண்டு. அவர் விளாதிமீர் நபக்கோவ். அவரே ஒரு படைப்பாளிதான். ஆனால் மொழிபெயர்ப்பு எப்படி இருக்க வேண்டுமென்ற பரிபூரணத் தெளிவு அவருக்கு இருந்தது.

நபக்கோவின் செயற்பாடுகள் எப்போதுமே அதிரடியானவை. எதிராளிகளை விவாதங்களில் கிட்டத்தட்டத் தூக்கிப்போட்டு மிதிப்பவர். சில நேரங்களில் நம்முடைய வெங்கட் சாமிநாதனின் நினைவுவரும். நபக்கோவின் நெருங்கிய நண்பரும் எழுத்தாளருமான வால்டர் ஆர்ண்ட், அலெக்ஸாண்டர் புஷ்கின் கவிதை நடையில் எழுதிய 'யூஜின் ஒனேகின்' என்ற காவியத்தைக் கவிதையாகவே மொழிபெயர்த்தார். நிறைய விருதுகளைப் பெற்ற மொழிபெயர்ப்பு இது. நபக்கோவ் இம்மொழிபெயர்ப்பைக் கடுமையாக விமர்சித்து நிராகரித்தார். மூலப்படைப்பின் கவித்துவத்தையும் துல்லியத்தையும், ஒலிநயத்தையும் மொழிபெயர்ப்பில் கொண்டுவருவதற்காகச் சொற்பொருள் துல்லியத்தையும், இலக்கியத்தன்மையையும் பலிகொடுத்திருப்பதாகக் குற்றம் சாட்டினார்.

இதே 'யூஜின் ஒனேகி'னை நபக்கோவும் மொழிபெயர்த்தார். தனது மொழிபெயர்ப்பில் புஷ்கினின் எழுத்தில் இருந்த இசைத் தன்மையையும், ஒலியியைபையும் முற்றிலுமாக துறந்துவிட்டு மூலப்படைப்பின் அகப்பிரதியை உரைநடையில் ஆங்கிலத்திற்கு மாற்றியிருந்தார். இந்த மொழிமாற்றத்தின்போது நபக்கோவ் கையாண்ட உத்திகள் பெரும் விமரிசனத்திற்குட்படுத்தப்பட்டன. குறிப்பாக நபக்கோவின் நெருங்கிய நண்பரான எட்மண்ட் வில்சன் மிகக் கடுமையாகத் தாக்கினர். ஆங்கிலத்தில் பெரும் புலமை வாய்க்கப்பெற்றவர்களே வரிக்கொருமுறை அகராதியை புரட்டவேண்டியிருப்பதைப்போல மிகமிகக் கடினமான சொற்களை மொழிபெயர்ப்பில் பயன்படுத்தியிருப்பதாகவும், திருகலான சொற்றொடர்களையும் பொருத்தமற்ற வார்த்தைகளையும் பயன்படுத்தியிருப்பதாகவும் எழுதினார். இந்தக் கண்டனங்கள் அனைத்திற்கும் நபக்கோவ் அளித்த பதில், அவர் இலக்கிய மொழிபெயர்ப்பு என்ற இயலை எவ்வளவு ஆழ்ந்தும் விரிவாகவும் கற்றுத் தேர்ந்திருக்கிறார் என்பதைக் காட்டியது.

புறத்தோற்றத்தை மட்டும் மொழிபெயர்ப்பது இலக்கிய மொழிபெயர்ப்பாகாது என்பது நபக்கோவின் வாதம். மூலப்படைப்பில் பயன்படுத்தப்பட்ட புராதனச் சாயலை மொழிபெயர்ப்பிலும் கொண்டுவருதலே சரியான உத்தி. 'ஆங்கிலத்தில் வாசிக்கும்போது உங்கள் செவிகளில் ரஷ்ய மொழியில் அது ஒலிக்க வேண்டும்.' என்பதை அடிக்கோடிட்டுச் சொல்லியிருந்தார்.

மொழிபெயர்ப்புக் கோட்பாடு குறித்து நபக்கோவ் நிறையவே எழுதியுள்ளார். தான் நம்புகிற மொழிபெயர்ப்புக் கோட்பாடுகளைக் குறித்தும், பிற மொழிபெயர்ப்புகளைப் பற்றிய விமரிசனங்களையும் மிக வலுவான அபிப்பிராயங்களோடு

'மொழிபெயர்ப்புக் கலை' என்ற கட்டுரையில் உரத்த குரலில் தெரிவிக்கிறார். அவர் எவ்வளவு நுட்பமான கலை ரசனையாளர் என்பது இக்கட்டுரையில் வெளிப்படும். பல இலக்கிய ஆவாளர்களால் அடிக்கடி மேற்கோள் காட்டப்பட்டுவருகிற 'மொழிபெயர்ப்பாளர்கள் செய்கின்ற மூன்று பாவங்கள்' என்ற பகுதி இக்கட்டுரையில்தான் இடம்பெற்றுள்ளது. இதற்கு முன்புபல மேடைகளில் இதைச் சொல்லியிருந்தாலும், இக்கருத்தரங்கிலும் குறிப்பிடவேண்டியது முக்கியம் என்று கருதுகிறேன்.

முதல் பாவம்: அறியாமையும் தவறான புரிதலும்

இந்தப் பாவச்செயலுக்கு முக்கிய காரணம் அயல் மொழியறிவில் போதாமை. ஒரு சாதாரண சொற்றொடரைக் கூட மூல ஆசிரியர் கனவிலும் நினைத்துப் பார்த்திடாத வாக்கியங்களாக்கிவிடுவது. ஆன்டன் செகாவின் கதை ஒன்றின் ஜெர்மானிய மொழிபெயர்ப்பில், 'வகுப்பறைக்குள் நுழைந்த ஆசிரியர் செய்தித்தாளை விரித்துப் படிக்கத் தொடங்கினார்' என்று இடம்பெறுகிறது. செகாவ் குறிப்பிட்டது தினசரி பாடங்களையும் மாணவர் செயற்பாடுகளையும் பதிவுசெய்யும் 'கிளாஸ்ரூம் ஜர்னல்.' ஜெர்மானிய மொழிபெயர்ப்பாளர் ஜர்னல் என்றால் செய்தித்தாள் என்று புரிந்துகொண்டிருக்கிறார். அதேபோல ஒரு சாதுவான ஆங்கில நாவலில் இடம்பெற்ற 'First Night', 'public house' என்ற சொற்கள் ரஷிய மொழிபெயர்ப்பில் 'nuptial night' (திருமணம் முடிந்த முதலிரவு) என்றும் 'Brothel house' (விபச்சார விடுதி) என்றும் மாறியிருக்கிறது!

பொதுவாகத் திறமைக் குறைவான மொழிபெயர்ப்பாளர் களை வழுக்கிவிழச் செய்பவை மரபுத்தொடர்கள். அந்நிய கலாச்சாரம், அம்மொழி புழங்கும் நிலம் போன்றவற்றின் ஆதிக்கத்திலிருந்து எழுகின்ற மரபுத்தொடர்களை இன்னொரு மண்ணுக்கு அதே வடிவத்தில் கைமாற்றிக் கொடுப்பது கடினம். அதற்கிணையான இலக்கு மொழியின் மரபுத்தொடரை – அப்படி ஏதேனும் இருந்தால் – பயன்படுத்தலாம். ஆனால் அம்மரபுத் தொடரில் இலக்கு மொழியின் கலாச்சாரக் கூறுகளோ, உள்ளூர் வழக்கோ இடம்பெற்றிருக்கக் கூடாது.

இரண்டாவது பாவம்: புரியாத சொற்களைத் தவிர்த்துவிடுதல்

ஒரு படைப்பாளி தனது படைப்பைக் கிட்டத்தட்ட நனவிலி நிலையிலிருந்துதான் எழுதுகிறார். பல எழுத்தாளர்களும் சொல்வதைப்போலக் கதையை அவர் எழுதுவதில்லை. கதை அவரைக் கொண்டு தன்னைத்தானே எழுதிக்கொள்கிறது. அத்தகைய படைப்பு நிலையில் அவரால் தர்க்க நியாயங்களுக்குக்

கட்டுப்பட்டுச் சொற்களையும் வாக்கியத் தொடர்களையும் தேர்ந்தெடுக்க இயலுவதில்லை. தன்னெழுச்சியாக வந்து விழும் சொற்களின் பிரவாகத்தில்தான் அவனது கலையுணர்வும் படைப்பின் இச்சா சக்தியும் கலந்திருக்கிறது. திருகலான வாக்கியப் பிரயோகங்களின் சூட்சுமத்தை நுட்பமான வாசகனால் மட்டுமே உணர்ந்துகொள்ள முடிகிறது. மொழிபெயர்ப்பாளருக்கு அந்தக் கூர்மையான வாசக மனம் இல்லாத நிலையில் அந்த வரிகள் மூட்டமாகவே தென்படும். தனக்குப் புரியாத அத்தகைய குழப்பமான பகுதிகளை மொழிபெயர்ப்பாளர் விட்டுவிடுவது மகத்தான இரண்டாவது பாவம் என்கிறார் அவர்.

புரியாத சொற்களை மொழிபெயர்க்காமல் விட்டுவிடுதல் ஒரு வகை என்றால், மொழிபெயர்ப்பாளருக்கு உவப்பானதாக இல்லாமலிருக்கும் சொல்லைத் தணிக்கை செய்வது அல்லது மாற்றி எழுதுவது இன்னொரு வகை என்கிறார் அவர்.

அன்னா கரீனினாவின் ஆரம்பகால ஆங்கில மொழிபெயர்ப்பு ஒன்றில் ஆங்கில மொழிபெயர்ப்பாளர் தனது 'விக்டோரியக் கூச்சம்' மேலிட அன்னாவின் வசனம் ஒன்றை உருமாற்றி விடுகிறார். விரான்ஸ்கி அன்னாவிடம் 'உன் உடம்புக்கு என்ன?' என்று கேட்க, அவள், '*I am beremenna*' என்கிறாள். வாசகர்கள் இது என்ன ஒருவகைத் தொற்று நோயோ என்று சந்தேகப்படக் கூடாது. அன்னா உண்மையில் சொன்னது "நான் கர்ப்பமாக இருக்கிறேன்." "*I am pregnant*" என்று அப்பட்டமாக எழுதிவிட்டால் கதையைப் படிக்கும் பரிசுத்த ஆங்கில ஆன்மாக்கள் அதிர்ச்சி யடைந்து விடுவார்கள் என்று மொழிபெயர்ப்பாளர் கருதி கர்ப்பத்துக்கான ரஷியச் சொல்லையே பயன்படுத்திவிட்டார் போல என்று எள்ளலாகக் குறிப்பிடுகிறார்.

மூன்றாவது பாவம்: பிரதியை எளிமைப்படுத்திவிடுவது/ தட்டையாக்கிவிடுவது.

மூன்று பாவங்களில் மிகப்பெரிய பாவமாக நபக்கோவ் சொல்வது ஒரு மகத்தான படைப்பை இலக்குமொழி வாசகர் களின் கலாச்சார, பண்பாட்டுக்கேற்றாற்போல வடிவத்தை மாற்றி விடுவதும், எளிமைப்படுத்திவிடுவதும், தட்டையாக்கி விடுவதும். ஆதிகாலத்தில் பைபிளை மொழிபெயர்த்தவர்களைக் கழுவில் ஏற்றியதைப் போல இத்தகைய மொழிபெயர்ப்பாளர் களையும் கழுவில் ஏற்றிவிடலாம் என்கிறார் கோபத்தோடு.

ஷேக்ஸ்பியரை ரஷ்ய மொழியில் மொழிபெயர்க்கும் போது ரஷ்யாவில் காணக் கிடைக்காத ஆங்கிலேயே மலர்களை ரஷ்யப் பூக்களாக மாற்றிவிட்டதையும், கோகல், எட்கர் ஆலன் போ, சார்லஸ் புத்லெயே ஆகியோரின் கவிதைகளையும்

கதைகளையும் பிறமொழிகளில் மொழிபெயர்க்கும்போது, பிரதி எளிமையாக்கப்பட்டு இலக்கு மொழித் தன்மையை மேலேற்றி உருமாற்றிக் கொண்டுசெல்லப்பட்டதையும் எடுத்துக்காட்டும்போது வெளிப்படுகிற நபக்கோவின் சீற்றம் ரசிக்கத்தக்கது. நபக்கோவ் பல விமரிசகர்கள் வர்ணிப்பதைப் போலத் தடாலடிப் பேர்வழி அல்ல என்பதை அவர் பிரயோகிக்கும் சொற்களைப் பொருட்படுத்தாமல், அவர் முன்வைக்கும் கருத்துக்களை மட்டும் கவனித்துப் பார்த்தால் புரியும்.

❍

மொழிபெயர்ப்பு குறித்து விஸ்கான்ஸின் –மேடிஸன் பல்கலைக் கழகத்தில் உருது, பாரசீக, இஸ்லாமிய ஆய்வு மையத்தின் பேராசிரியர் டாக்டர் முகமது உமர் மேமனின் கூற்றோடு என் உரையை நிறைவுசெய்கிறேன்:

“படைப்பாளி என்ன சொல்லவருகிறார் என்பதைப் புரிந்து கொள்வதற்காக மொழிபெயர்ப்பாளருக்கு மூன்றாவது கண் வேண்டும். மொழிபெயர்ப்புச் செயற்பாடு என்பது அவருக்கு ஒரு சுயகண்டடைதல். மூலப் படைப்பாளியின் ஆன்மாவுக்குள் கூடுபாய்ந்து தன் மொழியில் அவரைப் பேசவைக்க வேண்டும். மூல ஆசிரியரின் குரல் மிகத் தெளிவாக தனது உட்செவிகளை எட்டும்வரை ஒரேயொரு எழுத்தைக்கூட மொழிபெயர்ப்பாளர் எழுதக் கூடாது.”

தலைமை உரை என்ற தகுதியில் நிறையவே பேசிவிட்டேன் என்று நினைக்கிறேன். மொழிபெயர்ப்பு குறித்து எவ்வளவு பேசினாலும் இன்னும் பேசுவதற்கும் விவாதிப்பதற்கும் ஏராளமாக இருந்துகொண்டேதான் இருக்கும். அந்த அளவுக்கு விரிந்து பரந்திருக்கும் இயலான மொழிபெயர்ப்பு பற்றி உன்னதம் முன்னெடுத்துச் செல்லும் இக்கருத்தரங்கு இனிவரும் காலங்களில் மேலும் காத்திரமான உரையாடல்களுக்கு வழிவகை செய்யும் என்று நம்புவோம்.

அனைத்து மொழியாக்கக் கலைஞர்களுக்கும் எனது நல்வாழ்த்துகள்.

அக்டோபர் 30, 2022 அன்று
அந்தியூரில் நடைபெற்ற ‘உன்னதம்’ அமைப்பில்
“மொழிபெயர்த்த உரையாடல்கள்”
கருத்தரங்கில் ஆற்றிய தலைமையுரை

நேர்காணல்கள்

10

பெருமகிழ்வின் பேரவை மொழிபெயர்ப்பை முன்வைத்து

உரையாடுவோர்:
சா. தேவதாஸ், ஜி. குப்புசாமி

1. அருந்ததி ராயின் The Ministry of Utmost Happiness நாவலின் தமிழாக்கமான இதனை வாசிக்கத் தொடங்கும் போது, தலைப்பிலிருந்தே மொழிபெயர்ப்பாளரின் பங்கு பணியை உணர முடிகிறது. தமிழில் இத்தலைப்பை எப்படிக் கொண்டு வந்தீர்கள்?

Castle of Crossed Destinies என்னும் கால்வினோ நாவலை மொழிபெயர்த்தபோது, அந்நாவலை மொழிபெயர்த்து முடித்த பின்னரே, தலைப்பை ஒருவாறு உள்வாங்கி என்னால் 'ஒன்று கலந்திடும் விதிகளின் கோட்டை' என்று தலைப்பிட முடிந்தது நினைவுக்கு வருகிறது.

The Ministry of Utmost Happiness என்ற தலைப்பில் அருந்ததி ராயின் புதிய நாவல் வெளிவருவது தெரிந்தபோதே இத்தலைப்பு தரப்போகும் சிக்கல்களை எண்ணிக் கவலைப் படத் தொடங்கிவிட்டேன். அருந்ததி ராய் தனது கதைகளுக்கும் கட்டுரைகளுக்கும் சூட்டுகின்ற தலைப்புகளுக்குப் பின்னால் இருக்கின்ற ஆழமான அர்த்தங்களை அறிந்திருப்பதால் நாவலை வாசித்து முடித்த பிறகுதான் தலைப்பின் உண்மையான பொருள் விளங்கும் என்று புத்தகம் கைக்குக் கிடைக்கும்வரை ஆவலோடு காத்திருந்தேன்.

அருந்ததி ராயின் எழுத்துக்கள் என் நாடி நரம்பெங்கும் கலந்திருப்பதாலோ என்னவோ, ஆரம்ப அத்தியாயங்களின் போதே நாவலின் தலைப்பின் மீது போர்த்தியிருந்த சருகுத்திரை விலகத் தொடங்கிவிட்டது. *Ministry* என்ற சொல்லின் உண்மையான பொருள் விளங்கியபோது, ஆர்வெல்லியப் புன்னகை நூலின் அட்டையில் எனக்குப் புலப்பட்டது. அது ஒரு கண்டடைதல். ஜார்ஜ் ஆர்வெல்லின் 1984 நாவலை என் புத்தக அடுக்குகளில் தேடியெடுத்தேன். இப் புகழ்பெற்ற *dystopian* நாவலில் எதிர்கால அரசாங்கம் தொழில்நுட்ப உதவிகளோடு ஒவ்வொரு தனிமனிதனையும் தனது வெவ்வேறு அமைச்சகங்களின் மூலம் கண்காணிக்கிறது, கட்டுப்படுத்து கிறது, தண்டிக்கிறது. ஆனால் அமைச்சகங்களின் பெயர்கள் அவற்றின் பணிகளுக்கு நேரெதிரானவை. *Ministry of Love*இன் பணி அரசுக்கு எதிரானவர்களைச் சித்திரவதை செய்வது; *Ministry of Peace* என்பது இராணுவ அமைச்சகம்; *Ministry of Truth* இன் வேலை பொய்த் தகவல்களையும் வதந்திகளையும் நாட்டு மக்களிடையே பரப்புவது.

ஆர்வெல்லின் நீட்சியாக அருந்ததி ராய் தனது நாவலின் தலைப்பில் பொதிந்துவைத்திருக்கும் மறைக்குறிப்பு இந்நாவலை முழுமையாக வாசித்து முடித்தபின் விளங்கும். இந்நாவலின் முக்கியப் பாத்திரங்கள் வெளியுலகின் நிராகரிப்பிலிருந்து ஒதுங்கி வந்து, அந்த கைவிடப்பட்ட மயான பூமியில் தமக்கான தனியுலகை அமைத்துக்கொண்டு மகிழ்ச்சியுடன் வாழத் தொடங்குகின்றன. ஆனால் அதுவொன்றும் உண்மையான பொருளில் 'பெருமகிழ்வு' அல்ல. இவ்வாறாக ஆர்வெல்லின் துணையோடு தலைப்பின் புதிரை அவிழ்த்து இப்பெயரை முடிவுசெய்தோம். ஆனாலும், நூல் வெளிவருவதற்கு முன்பே தலைப்பு வெளியே கசிந்துவிட்டதால் *Ministry* என்ற கிறித்துவச் சொல்லுக்கு 'ஊழியம்' தானே சரியான சொல் என்று சிலர் கேள்வி எழுப்பினர். அவர்கள் எல்லொருக்கும் நான் அளித்துவந்த ஒரே பதில் 'தயவுசெய்து நாவல் வெளிவந்ததும் படியுங்கள், புரியும்' என்பதே.

இத்தலைப்பைச் சூட்டுவவதற்கு சுகுமாரன், ஆர். சிவகுமார், பிரசாந்தி சேகரம் ஆகியோரின் ஆலோசனைகளும் எனக்குப் பக்கபலமாக இருந்தன.

2. இந்நாவலில் வரும் வசைமொழிகள் இந்தி/உருது/காஷ்மீரி மொழி சார்ந்தனவாக இருக்கக்கூடும். அவற்றை எப்படி மொழிபெயர்த்தீர்கள்? இவ்வளவு கொச்சையான வாசகங்களை விட்டுவிடாமல் அப்படியே தமிழில் தந்துவிட வேண்டும் என எப்படி முடிவுக்கு வந்தீர்கள்?

மூலப்படைப்பில் பயன்படுத்தியிருக்கும் பிரயோகங்களை மொழிபெயர்ப்பில் தவிர்க்கக் கூடாதல்லவா? மேலும் ஆங்கில நாவலில் இடம்பெறுகிற இந்தி, உருது கஷ்மீர வசைச் சொற்களோடு அவற்றுக்கான ஆங்கில மொழிபெயர்ப்பையும் ராய் அடைப்புக்குறிகளுக்குள் தந்துவிடுகிறார். நான் அச்சொற்களோடு தமிழ்ப் பொருளையும் தந்திருக்கிறேன்.

அந்த வசைச் சொற்களையெல்லாம் தணிக்கை செய்து விட்டால் நாவலின் பாத்திரங்கள் வெறும் எலும்புக்கூடுகளாகி விடும்.

3. அருந்ததி ராயின் கட்டுரைகள்கூட மிக ஆற்றல் வாய்ந்த மொழியில் இருக்கும். புனைவு என்று வரும்போது இன்னும் கவனத்தையும் உழைப்பையும் கோரும் நடையாக இருக்கும். மொழிபெயர்ப்பில் அதனைக் கொண்டுவரும்போது உங்களுக்கு இருந்த சவால் என்ன? ஏற்கனவே சின்ன விஷயங்களின் கடவுள் நாவலை மொழிபெயர்த்திருந்ததால் எளிதாக இருந்ததா?

1998ஆம் ஆண்டு முதல் அருந்ததி ராயின் எழுத்து என் உடம்பின் எல்லா செல்களிலும் ஊறியிருக்கிறது. வேறு எந்த எழுத்தாளரின் எழுத்துக்களோடும் நான் அந்தளவுக்கு கலந்திருப்பதாகச் சொல்ல முடியாது. ஒரு வாசகனாக என்னை அருந்ததி ராயின் *alter ego* என்றே உணர்கிறேன். *The God of Small Things* நாவலை மட்டுமே 98, 99ஆம் வருடங்களில் திரும்பத் திரும்ப வாசித்துக்கொண்டிருந்தேன். எத்தனை முறையென்று கணக்கு வைத்துக்கொள்ளவில்லை. ஐம்பது முறைகளுக்கு மேல் இருக்கலாம் என்று உத்தேசிக்கிறேன். இந்நாவல் மிகவும் சிக்கலான மொழிநடையில் எழுதப்பட்டிருப்பதை வாசகர்கள் உணர்வார்கள். ஆனால் நாவல் அருந்ததி ராயின் குரலில் என் ஆன்மாவுடன் முற்றாகக் கலந்திருந்ததால், என் சொந்த நாவலை எழுதுவதுபோல மிகச் சரளமாக, மிக வேகமாக ஒருசில மாதங்களிலேயே மொழிபெயர்த்து முடித்துவிட்டேன்.

ஆனால் உங்களுடைய இக்கேள்விக்கு, பெருமகிழ்வின் பேரவையின் பின்னுரையில் நான் குறிப்பிட்டிருந்ததைத்தான் பதிலாகத் தர முடியும்.

'சின்ன விஷயங்களின் கடவுள் நாவல் மொழிபெயர்ப்பு அனுபவத்திலிருந்து முற்றிலும் மாறுபட்டதாக இருந்தது பெருமகிழ்வின் பேரவை மொழியாக்கச் செயல். முதல் நாவல் எனக்குள் ஒலித்துக்கொண்டிருந்த அருந்ததி ராயின் குரலை மொழிபெயர்க்கவைத்ததென்றால், இரண்டாவது நாவலின் குரல்கள் பழைய தில்லியிலிருந்தும், அதன் கைவிடப்பட்ட இடுகாட்டிலிருந்தும், குஜராத்திலிருந்தும், கஷ்மீரிலிருந்தும்,

ஆந்திர வனப்பகுதியிலிருந்தும், பல்வேறு திசைகளிலிருந்து என்னைச் சூழ்ந்து, அலைக்கழியவைத்தன. மூச்சைத் திணறடித்து, உடம்பெங்கும் ஊமைவலிகளையும் குற்றவுணர்வுகளையும் புகுத்தின. அந்நியக் குரலகளாக அதுவரை இருந்தவை, நாவலை மொழிபெயர்த்து முடித்தபோது அந்தரங்க ஒலங்களாக மாறியிருந்தன.

கடினமான மொழிநடையை, மிக நுட்பமான மெல்லிய மனவுணர்வுகளைக் கொண்ட நாவல்களே மொழிபெயர்க்கக் கடினமனவை என்ற என் கருத்தை உடைத்து நொறுக்கியது 'பெருமகிழ்வின் பேரவை'. அருந்ததி ராயின் ஆங்கில நடை என் மனதுக்கு மிக நெருக்கமானது. புனைவோ, கட்டுரையோ எதை அவர் எழுதினலும், அவருடைய வரிகள் அதே குரலில், அதே தொனியில் என் மனதுக்குள் தமிழில் ஒலிக்கும். இந்த மாயம் வேறெந்த எழுத்தாளரிடமும் எனக்கு நிகழ்வதில்லை. அதனால்தான் 'சின்ன விஷயங்களின் கடவுள்' நாவலை ஒருசில மாதங்களில் மிக எளிதாக மொழிபெயர்த்து முடித்தேன் (இன்றளவும் என் ஆகச்சிறந்த மொழிபெயர்ப்பு அதுதான் என்று உறுதியாக நம்புகிறேன்). ஆனால் 'பெருமகிழ்வின் பேரவை' வாசிக்க வேண்டிய நாவல்தானே தவிர, அதன் மொழிபெயர்ப்பில் இறங்குவது பேராபத்து என்று முதல் அத்தியாயத்திலேயே உறைத்துவிட்டது.

பயங்கரமாக ஒலிக்கும் சொற்களால் கொடூரங்களை வர்ணிப்பதை எளிதாக மொழியாக்கம் செய்துவிடலாம். ஆனால் எள்ளலும் உள்ளடங்கிய பெரும் வேதனையையும் கொண்ட மிகக்கூர்மையான நடையில் ராய் எழுதிச்செல்வதை முழுவதுமாக நமக்குள் ஏற்றிக்கொண்டு, உங்கள் மொழிக்குக் கைமாற்றி, பிரதியில் இறக்கிவைக்கும்போதுதான் உங்கள் மேனியெங்கும் குருதி வழிந்துகொண்டிருப்பதையும், உங்கள் இதயம் நொறுங்கிக் கிடப்பதையும் உணர்கிறீர்கள். இந்நாவலின் பக்கங்களில் உறைந்திருக்கும் ரத்தம் கஷ்மீரிலும், தில்லியிலும், நாடெங்கிலும் சிந்தியவை மட்டுமல்ல; நாவலாசிரியரோடு சேர்ந்து மொழிபெயர்ப்பாளனின் ரத்தமும் அவற்றோடு கலந்திருக்கிறது.

4. ராபர்ட் கிளைவின் சுயசரிதத்தைத் தமிழுக்குத் தருமாறு ஒரு நிறுவனம் என்னிடம் கேட்டபோது நிராகரித்துவிட்டேன். பின்காலனிய சூழலில் வாழும் நாம், காலனியகால நிர்வாகியின் சுயசரிதையை ஏன் கொண்டுவர வேண்டும் என்பதுதான் எனது நிராகரிப்புக்கான காரணம். கிளைவ் பற்றிய விமர்சன நூல் வேண்டுமானால் கொண்டுவரலாம் என்று நான் சொன்னபோது அந்நிறுவனம் அதனை ஏற்றுக்கொண்டது.

எதை மொழிபெயர்ப்பது என்பதில் ஒரு தெரிவு அவசியம் என்றெண்ணுகிறேன். உங்களது நிலைப்பாடு என்ன?

நிச்சயமாக. என் மனோதர்மத்துக்கு உடன்படாத எந்த எழுத்தையும் மொழிபெயர்க்க மாட்டேன். பல மொழிபெயர்ப்பாளர்கள் தமது தலையில் கட்டப்பட்ட நூல்களைத் தொழில்ரீதியாக மொழிபெயர்த்துத் தருவதை அறிவேன். மொழிபெயர்ப்பு என்பது எனக்கு ஆத்மார்த்தமான செயல்பாடு. எனக்கு விருப்பமான நூல்களைத்தான் காலச்சுவடு கண்ணனிடம் உரிமை பெற்றுத்தரச் சொல்லிக் கேட்கிறேன் ('நச்சரிக்கிறேன்' என்பதுதான் சரியான பதமாக இருக்கும் என்று கண்ணன் சொல்லக்கூடும்!). என் ரசனையை மட்டும் அடிப்படையாக வைத்து தேர்வுசெய்வதில்லை. தமிழுக்கு வர வேண்டிய நூல்களாக நான் கருதும் நூல்களைத்தான் கையில் எடுக்கிறேன். சமகாலத் தமிழ் இலக்கியத்தின் வீச்சையும் அதன் எல்லையையும் சற்றேனும் நீட்டிக்க உதவும் படைப்புகளே என் இலக்கு.

5. புனைவு இலக்கியத்தில் தமிழில் இன்றைக்கு ஒரு மொழிபெயர்ப்பு செய்யுங்கள் என்று கோரினால், எந்த மொழியிலிருந்து எந்த நூலைத் தேர்வு செய்வீர்கள்?

இது மொழிபெயர்ப்புகளின் இரண்டாம் பொற்காலம் (முதலாவது 50கள்). ஆனால் குறிப்பிட்ட சில பகுதிகளின் படைப்புகள்தான் அதிகமாக மொழிபெயர்க்கப்பட்டுவருகின்றன. 19ஆம் நூற்றாண்டின் ரஷ்ய மேதைகளைத் தெரிந்த அளவுக்கு, இன்றைய ரஷ்ய எழுத்தாளர்கள் நமக்கு அறிமுகமாகவில்லை. சோல்செனிட்சின்னுக்குப் பிறகு நமக்கு யாரைத் தெரியும்? சீனாவிலிருந்து ஓநாய் குலச்சின்னம் மூலமாக ஜியாங் ரோங்கையும், நோபல் வென்றதால் மோ யானையும் மட்டும் அறிந்திருக்கிறோம். தென்கிழக்காசிய நாடுகள் தமிழ் இலக்கிய உலகைப் பொறுத்தவரை இருண்ட பிரதேசங்களாகவே இருந்துவருகின்றன. வியட்நாமிலும் கம்போடியாவிலும் இந்தோனேசியாவிலும் தாய்லாந்திலும் நிச்சயமாக மிகச்சிறந்த எழுத்தாளர்கள் இருப்பார்கள் என்றே நினைக்கிறேன். இந்நாடுகளின் நூல்கள் ஆங்கில மொழிபெயர்ப்புகள் வாயிலாக வெளிச்சத்துக்கு வராமல் இருப்பதே இதற்குக் காரணம் என்று புரிகிறது. ஆனால் சில நாடுகளை அரசியல் காரணங்களுக்காகக் கண்டுகொள்ளாமல் இருக்கிறோமோவென்று தோன்றுகிறது. குறிப்பாக இஸ்ரேலில் மகத்தான எழுத்தாளர்கள் உண்டு. சில வருடங்களுக்கு முன் மறைந்த அமோஸ் ஓஸ் தமிழுக்கு இதுவரை வரவில்லை. இன்றைய இஸ்ரேலிய எழுத்தாளர்களில் முக்கியமானவரான எட்கர் கெரெட் சமீபத்தில் சில குறுங்கதைகள்

மூலமாகத் தெரியவந்திருக்கிறார். ஆனால் இவற்றையெல்லாம் விட மிகப் பெரிய சோகம் மூன்று வருடங்களுக்கு முன் அசதாவின் அற்புதமான மொழிபெயர்ப்பில் வெளிவந்த டேவிட் கிராஸ்மன்னின் 'நிலத்தின் விளிம்புக்கு' என்ற மிக முக்கியமான நாவலுக்கு இதுவரை இங்கு கவனம் ஏற்படாமல் இருப்பது. உண்மையில் நாம் கொண்டாடியிருக்க வேண்டிய மொழிபெயர்ப்பு அந்நாவல்.

நான் மொழிபெயர்க்க விரும்பும் நாவல்களின் பட்டியலைச் சொன்னால் அது நீண்டுகொண்டே போகும். Juan Gabriel Vasquez இன் The Sound of Things Falling, Yuri Herreraவின் Signs Preceding The End of the World, Javier Mariasஸின் A Heart So White, Chigozie Obioma வின் The Fishermen, NoViolet Bulawayo வின் We Need New Names, Ben Okriயின் The Famished Road, Mieko Kawakamiயின் Breasts and Eggs... என்று சொல்லிக் கொண்டேபோவேன்.

6. பாமுக், காலியானோ அருந்ததி ராய், இஷிகுரோ எனப் பல எழுத்தாளர்களை தமிழுக்கு அறிமுகம் செய்துள்ளீர்கள். எந்த மொழி பெயர்ப்பைப் பற்றி வாசகர்கள்/விமர்சகர்கள் விவாதித்திருக்கிறார்கள்?

தமிழில் இப்போது மொழிபெயர்ப்புகள் ஏராளமாக வருகின்றனவேயொழிய காத்திரமான விமர்சனங்கள் வருவது மிகக் குறைவாகவே உள்ளது. மேலும் மொழிபெயர்ப்புகளை அறுதியிடுவதிலும் பெரும் சிக்கல்கள் காணப்படுகின்றன. 'படிப்பதற்கு எளிமையாக, தமிழிலேயே எழுதப்பட்டதைப் போல இருப்பதே நல்ல மொழிபெயர்ப்பு' என்று நினைப்பவர்களே அதிகமாக இருக்கிறார்கள். மொழிபெயர்ப்பு குறித்து இங்கு உரையாடலே நிகழ்வதில்லை. என்னைப் பொறுத்தவரை, என் மொழிபெயர்ப்புகளுக்கு விமர்சனம், பாராட்டுகள் வருகின்றனவா என்றெல்லாம் எதிர்பார்ப்பதில்லை. தமிழுக்குக் கொண்டுவர வேண்டும் என்று நான் நினைக்கும் படைப்புகளை, நேர்மையாக மொழிபெயர்த்துத் தருவது மட்டுமே என் வேலை என்று நம்புகிறேன். எனது மொழிபெயர்ப்புகளை ஆழமாக வாசிப்பவர்கள் நிறைய பேர் இருக்கக்கூடும். நிச்சயமாக இருப்பார்கள். அவர்கள் தமது எண்ணங்களை எழுதாமல் இருக்கலாம், என்னோடு பகிர்ந்துகொள்ளாமல் இருக்கலாம். அதை நான் முக்கியமாக நினைக்கவில்லை. எனது கடல் நாவல் மொழிபெயர்ப்பு, தேவிபாரதிக்கு *நிழலின் தனிமை* நாவலுக்கான மொழிநடையைத் தீர்மானித்துக்கொள்ள உதவியதாகச் சொன்னார். உடைந்த குடை தனக்குப் பெரும் ஊக்கம் அளித்ததாக பா. வெங்கடேசன் சொன்னார். இது போதும் என்று நினைக்கிறேன்.

என் பெயர் சிவப்பு எப்போதும் கவனத்திற்குக் கொண்டுவரப்படும் படைப்பு. சில விருதுகள் கிடைத்திருக் கின்றன. மொழிபெயர்ப்பாளனுக்கு உண்மையான விருது, அவனுடைய மொழியில் தனது மொழிபெயர்ப்புகளின் மூலம் புதிய பாய்ச்சல்களை உண்டாக்குவதே. அது உடனடியாகக் கண்ணுக்குப் புலப்படுவதில்லை. வருங்காலத்தில் மகத்தானதொரு படைப்பு முளையிடும்போது அதன் விதையிலைக்குச் செறிவூட்டும் வளமான வேர்ச்சத்தாக எனது மொழிபெயர்ப்பு அமையுமென்றால் அதுவே என் முயற்சிகளின் வெற்றியாக இருக்கும்.

காலச்சுவடு, ஏப்ரல் 2022

11

இந்து தமிழ் நாளிதழில் வெளிவந்த நேர்காணல்களின் தொகுப்பு

ஒரு நல்ல மொழிபெயர்ப்பு என்பது கண்ணாடிக்கு முன் நின்று உருவத்தைப் பார்ப்பதுபோல என்று சொல்வார்கள். நீங்கள் பார்க்கும் பிம்பம்தான் மொழிபெயர்ப்பு. ஒரு நல்ல மொழிபெயர்ப்பில் மொழிபெயர்ப்பாளர் தெரியக் கூடாது. எழுத்தாளர்தான் தெரிய வேண்டும். உங்கள் பிம்பத்தைக் கண்ணாடியில் பார்க்கும்போது பிம்பம்தான் தெரியும்; கண்ணாடி தெரிவதில்லை. அப்படித்தான். இதனாலோ என்னவோ நாங்கள் கண்ணாடியைப் பார்க்காமல் விடுவதுபோல மொழிபெயர்ப்பாளரையும் பார்க்கத் தவறி விடுகிறோம். இனிமேல் பிம்பத்தைப் பார்ப்போம். ரசிப்போம். அத்துடன் தவறாமல் கண்ணாடியையும் பார்ப்போம். ஏனென்றால் கண்ணாடிதான் மொழிபெயர்ப்பாளர்.

— அ. முத்துலிங்கம்

மொழிபெயர்ப்பில் எழுத்தாளரைப் பிரதானப் படுத்தித் தன்னை மறைத்துக்கொள்ளும் மொழிபெயர்ப்பாளர்களின் சேவை போற்றுதலுக் குரியது. மொழிபெயர்ப்பை மனதார நேசிக்காமல் அதை வெறும் வேலையாகக் கருதும் எவராலும் சிறப்பான மொழிபெயர்ப்பைத் தந்துவிட முடியாது. அது இலக்கியத்தின் மீதான காதலால் நிகழ்வது. ஒரு மொழிபெயர்ப்பாளர் தேர்ந்த வாசகராக இருக்க வேண்டிய அவசியமுமிருக்கின்றது. இலக்கியத்தின் மீதும் மொழிபெயர்ப்பதிலும் தீராக்காதல் கொண்ட ஜி. குப்புசாமியுடன் உரையாடச் சாத்தியமானதில் மட்டற்ற மகிழ்ச்சி. 'யாரும் சொன்னார்கள் என்று நான் மொழிபெயர்ப்பதில்லை. எந்தப் படைப்பை

ஜி. குப்புசாமி

மொழிபெயர்க்க வேண்டும் என்பதை நானே தேர்வுசெய்கிறேன்' என்கிறார். வெகு சிரத்தையுடன் செயல்படுவதை அவரது படைப்புகளின் வாயிலாக அறிந்துகொள்ள முடிகிறது. ஆர். சிவகுமார், வெ. ஸ்ரீராம், சி. மணி போன்றவர்களைத் தனது முன்னோடியாகக் கொண்டிருப்பதாகவும் சமகாலத்தில் அசதா, கார்த்திகைப்பாண்டியன் போன்றோர் சிறப்பாக மொழிபெயர்ப்பதாகவும் குறிப்பிட்டார்.

ஜி. குப்புசாமியின் மொழிபெயர்ப்பு மீதான ஆர்வம், மொழிபெயர்ப்பு முறை என ஏற்கனவே நாம் அறிந்த விஷயங்களையும், திரும்பத் திரும்ப ஒரே மாதிரியான கேள்விகளையே தொடர்ந்து மொழிபெயர்ப்பாளர்களிடம் முன்வைப்பதையும் தவிர்க்க வேண்டுமென்பது முதன்மையான எண்ணமாக இருந்தது. ஓரான் பாமுக் எண்பதுகளில் எழுதி, கடந்த ஆண்டு (2015) ஜி. குப்புசாமியின் மொழிபெயர்ப்பில் தமிழில் வெளியாகிய 'வெண்ணிறக் கோட்டை' நாவல் குறித்து மட்டுமே இந்த நேர்காணல். அயல் இலக்கியங்களை வாசிப்பதற்குப் பிரத்யேகமான அணுகுமுறை அவசியமாகின்றது. நாவல் நடக்கும் களம் நமக்கு அந்நியமானது. அதன் கலாச்சாரம், சமூக அமைப்பு, அரசியல் ஆகியவற்றை அறியாமல் வெறுமனே வாசிப்பதென்பது முழுமையானதாகாது. ஆக இந்நேர்காணல் மூலம் அதை சாத்தியப்படுத்த முயற்சித்திருக்கிறேன். நாவல் பேசும் விஷயங்களை எழுத்தாளரிடம் அல்லாமல் மொழிபெயர்ப்பாளரிடம் வினவுவது முறையாகாது என்பதால் அது போன்ற கேள்விகளைத் தவிர்க்கலாம் என்றெண்ணியிருந்தேன். ஜி. குப்புசாமியிடம் இதைக் குறிப்பிடுகையில், 'அதெல்லாம் இல்ல, தாராளமா கேக்கலாம்' என்றார். மேலும், ஒரு நாவல் குறித்து மட்டும் பேசலாம் என்ற திட்டமும் அவரோடு பேசுகையில் தகர்ந்தது.

○

கேள்வி: பக்கங்களின் அளவுகளில் 'வெண்ணிறக் கோட்டை' நாவல் சிறியதாக இருந்தாலும் சிறு சிறு வரிகளில் விரியும் விஷயங்கள் பிரமிக்கத் தக்கதாக இருந்தது. ஓரான் பாமுக் குறித்து உங்களோடு பேசுகையில் 'நெல்மணியில் பைபிள் எழுதுவதுபோல' என்று குறிப்பிட்டீர்கள். இந்நாவலும் குறைந்த பக்கங்களில் எழுதப்பட்ட மிக ஆழமான நாவல். வாசகனாக 'வெண்ணிறக் கோட்டை' குறித்து தங்களது பார்வை?

பதில்: ஆங்கிலத்தில் வெளிவந்த பாமுக்கின் முதல் நாவல் WHITE CASTLE. ஆனால் நான் முதலில் வாசித்தது MY NAME IS REDஐத்தான். 2002இல். அதன் பிறகுதான் WHITE CASTLEஐ வாசித்தேன். பாமுக்கின் நாவல்களிலேயே எனக்கு மிகவும் பிடித்தது 'வெண்ணிறக் கோட்டை'. அதற்குப் பல காரணங்கள்.

பாமுக்கைத் தொடர்ந்து வாசித்துவருபவர்களுக்குப் புரியும், ஒருமை என்பது எதிலும் இருப்பதல்லவென்று. மையப்புள்ளி என்று எதுவும் கிடையாது. மையம் என்று சொல்லும்போதே அதில் அதிகாரக் குவியமும் சேர்ந்துவிடுகிறது. ஒருவனின் தனிப்பட்ட ஆளுமையும் அதுபோலத்தான். அடையாள இழப்பு என்பதுதான் மானுடத்தின் ஆகப்பெருந்துயரம். தன்னை எங்கெங்கோ தேடிக்கொண்டும், கனவுகளைத் துரத்திக் கொண்டும் இருப்பவனுக்குத் தனக்கென்று ஒரு முகமென்பதே இருக்கவில்லை என்று உணரும் தருணம் ஒரு காவியத் துயரமாக *வெண்ணிறக் கோட்டையில்* வெளிப்படுகிறது. *மற்றமை (The Other)* என்பதை இந்த அளவுக்கு கவித்துவமாக, நுட்பமாக பாமுக் வேறெந்த நாவலிலும் சொல்லவில்லை. எண்ணற்ற படிநிலைகள், வெவ்வேறு தளங்களை உள்ளடக்கியிருக்கும் நாவல் இது.

***வெண்ணிறக் கோட்டை* நாவலில் உங்கள் அபிமான கதாபாத்திரம் யார்? ஏன்? அபத்தமான கேள்விதான். பொறுத்துக்கொள்ளுங்கள். நாவலை அலசிவிட வேண்டுமென்ற நப்பாசை.**

வெண்ணிறக் கோட்டை நாவலை நீங்களும் சரியாக உள்வாங்கிக்கொள்ளவில்லை என்று தெரிகிறது. வழக்கமான பொருளில் பாத்திரங்கள் என்று ஏதேனும் *வெண்ணிறக் கோட்டையில்* இருக்கின்றனவா? யார் உண்மையான பாத்திரம்? யார் நிழல்? யார், யாராக இருப்பது? பாமுக்தான் என் அபிமான பாத்திரம்!

***வெண்ணிறக் கோட்டை* நாவலை மொழிபெயர்க்கையில் நிகழ்ந்த ஏதேனும் சுவாரசியமான சம்பவங்கள்?**

காலச்சுவடு கண்ணன் பாமுக்கின் நான்கு நூல்களுக்கு மொழிபெயர்ப்பு உரிமையை மொத்தமாக வாங்கியிருந்தார். ஒவ்வொரு நூலையும் குறிப்பிட்ட காலக்கெடுவுக்குள் முடித்தாக வேண்டும். *பனியை* மொழிபெயர்க்கக் கூடுதலாக ஒரு வருடமாகி விட்டது. அடுத்து வந்த *இஸ்தான்புல்* மொழிபெயர்ப்பில் அக்கூடுதல் நேரத்தைச் சரிக்கட்ட இயலவில்லை. எனவே *இஸ்தான்புல்லை* மொழிபெயர்த்துக்கொண்டிருக்கும்போதே கண்ணனிடம் *வெண்ணிறக் கோட்டையை* வேறு யாரையாவது வைத்து மொழிபெயர்த்துவிடக் கேட்டுக்கொண்டேன். வேறொருவர் செய்யத்தொடங்கினார். பல காரணங்களால் அது கைவிடப்பட்டது. மீண்டும் விண்ணப்பித்து, காலக்கெடுவை நீட்டித்துக்கொண்டு நானே செய்து முடித்தேன். பதிப்பாளருக்கு நான் தருகின்ற தலைவலி கொஞ்சநஞ்சமல்ல!

மொழிபெயர்ப்பில் மொழிபெயர்ப்பாளருக்கான நடை/மொழி என்று ஏதும் இல்லை. அது எழுத்தாளருக்கானது. பாமுக்கின் படைப்புகளிலும்,

ஜான் பான்விலின் ‘கடல்’ நாவலிலும், சமீபத்தில் கல்குதிரையில் வெளியான ஹாருகி முரகாமியின் ‘விநோத நூலகம்’ குறுநாவலிலும் (இவை மட்டும்தான் தங்கள் மொழிபெயர்ப்பில் நான் வாசித்திருக் கிறேன்) உங்களது அடையாளத்தைக் காண முடிவதில்லை. மூலத்தின் தொனி, சாயலைத் தமிழில் சாத்தியப்படுத்த பிரயத்தனப்படுகிறீர்கள் என்பது தெரிகிறது. அதற்கான உங்களது தயாரிப்பு அல்லது கொள்கை என்ன?

நான் வேறொரு நேர்காணலிலும் இதைச் சொல்லி யிருக்கிறேன்: மொழிபெயர்ப்பாளன் ஒரு மிமிக்ரி ஆர்ட்டிஸ்டைப் போல. வெறும் வார்த்தைகளை மொழிபெயர்ப்பதல்ல அவன் பணி. ஒரு படைப்பாளி தனது பிரதியில் எத்தனையோ நுட்பங்களைப் பொதிந்து வைக்கிறான். அவனது ஒவ்வொரு சொல்லுக்குப் பின்னாலும் எத்தனையோ அர்த்தங்கள் ஒளிந்திருக்கின்றன. அவன் இடுகின்ற ஒவ்வொரு நிறுத்தற் குறிக்கும் ஒரு பொருள் இருக்கிறது. அவனுடைய குரலை மொழிபெயர்ப்பில் கொண்டுவருவதற்கு மூலப்பிரதியின் உணர்விழைகள் மொத்தத்தையும் அறுந்துவிடாமல் இடமாற்றம் செய்ய வேண்டியிருக்கிறது. எனது மொழிபெயர்ப்புகளில் மிக நீளமான வாக்கியங்கள் இடம்பெறுவதாக அவ்வப்போது புகார் குரல் வந்துகொண்டிருக்கிறது. எனது வாக்கிய அமைப்புகளைத் தீர்மானிப்பது மூலஆசிரியன். ஆங்கில இலக்கண முறைப்படி கூட்டு வாங்கியங்களை எவ்வளவு தூரத்திற்கும் வளர்த்துச் செல்லலாம். தமிழில் அது சாதிதியமில்லை என்பதால் தொடர் வாக்கியங்களாக அவற்றை அமைக்க முயல்கிறேன். ஆனால் எல்லா நேரங்களிலும் இதனைக் கட்டாய விதியாகப் பின்பற்றவும் முடியாது. பிரதியை மேம்படுத்துவதற்காக மொழிபெயர்ப் பாளன் சிற்சில சலுகைகளை எடுத்துகொள்ளலாம் என்றே நம்புகிறேன். ஆனால் மிகுந்த பொறுப்புணர்வோடும், நேர்மையோடும் கையாள வேண்டிய விஷயமிது. மூலஆசிரியன் சொல்லாத சொல்லைச் சொல்லக் கூடாது என்பதுடன் அவனை முந்திச்சென்றுவிட வேண்டுமென்ற அபத்த ஆசையையும் மொழிபெயர்பபாளன் வைத்திருக்கக் கூடாது.

எனக்கென்று இருக்கும் சொந்த நடையை மொழிபெயர்ப்பில் கொண்டுவந்துவிடக் கூடாது என்பதில் மிகவும் கவனமாக இருக்கிறேன். ஆனாலும் அருந்ததி ராய், ஜூலியன் பார்ன்ஸ் ஆகிய இருவரது ஆங்கில நடையையும் அச்சு அசலாக எனது தமிழ மொழிபெயர்ப்பில் கொண்டுவர முடிவதாகவே எனக்குத் தோன்றுகிறது.

மொழிபெயர்ப்பு ஒரு கலை என்று குறிப்பிட்டால் நீங்கள் மறுக்க மாட்டீர்கள் என நம்புகிறேன். ஆங்கிலமும் தமிழும் தெரியும், சில

புத்தகங்களை வாசித்திருக்கவும் செய்கிறேன் என்பதற்காக மொழி பெயர்த்துவிட முடியுமா?

இந்தக் கேள்வியை நீங்கள் கேட்கும்போதே இதற்கான பதிலையும் உள்ளடக்கியிருக்கிறீர்கள். ‘முதியவர் மற்றும் கடல்’ என்று மொழிபெயர்ப்பதைப் போலத்தான் இருக்கும்.

‘வெண்ணிறக் கோட்டை’ நாவல் நடக்கும் காலம் பதினேழாம் நூற்றாண்டு. வரலாற்றுப் புனைவில் தீவிரமாக அரசியலும் பேசுகிறார். அது சமகால அரசியலுக்கும் பொருந்துவதாக உள்ளது.‘வெண்ணிறக் கோட்டை’ நாவல் மட்டுமல்லால் அவரது பிற நாவல்களிலும் அவரது அரசியல் நிலைப்பாட்டைக் காண முடிகிறது. கிறிஸ்தவம் இஸ்லாம் குறித்த தனது பார்வைகளையும் படைப்புகளில் வெளிப்படுத்துகிறார். பாமுக்கின் படைப்புகள் கொளுத்தப்பட்ட சம்பவங்களெல்லாம் நிகழ்ந்திருக்கின்றன. ஆக துருக்கிய அரசியலையும் பாமுக்கின் அரசியல் நிலைப்பாட்டையும் புரிந்துகொள்ளாமல் இவ்வளவு சிறப்பான மொழிபெயர்ப்பு சாத்தியமாகியிருக்காது. அதற்கான தங்களது உழைப்பு எவ்வகையில் இருந்தது?

பாமுக்கின் நூல்கள் எந்த இஸ்லாமிய நாட்டிலும் தடைசெய்யப்படவில்லை. அவரது சொந்த நாட்டில் சிக்கல்கள் எழுந்ததற்குக்கூட ஒரு நேர்காணலில் அவர் தெரிவித்த அரசியல் விஷயங்கள்தான் காரணமாக இருந்தன. முதலாம் உலகப் போரையொட்டி ஆர்மீனியர்களும், அதன் பிறகு குர்தியர்களும் பெருமளவு கொல்லப்பட்டதை அவர் வெளிப்படையாகப் பேசியதால் அவர் மீது தேசத்துரோக வழக்கு சுமத்தப்பட்டது. அவரை யாரும் மதநிந்தனையாளர் என்று சொன்னதில்லை. “உலகமே ஒரு முஸ்லிம் எழுத்தாளரைக் கொண்டாடுகிறது என்றால் அவர் மதநிந்தனையாளராகத்தான் இருக்க வேண்டும்” என்று அவருடைய ஒரு புத்தகத்தைக்கூடப் படிக்காத சில புத்திசாலிகள் உளறுவதைக் கேட்டிருக்கிறேன்.

பாமுக்கை மொழிபெயர்க்கத் தொடங்குவதற்கு முன்பாகவே ஆட்டமன் சாம்ராஜ்ய வளர்ச்சி, வீழ்ச்சி, அட்டாதுர்க்கின் சீர்திருத்தங்கள் பற்றிய பல நூல்களை கண்ணன் எனக்கு அனுப்பியிருந்தார். இந்திய வரலாற்றோடு துருக்கிக்கு இருந்த தொடர்பு நாமறிந்ததுதானே. வில்லியம் டால்ரிம்பிள் என் அபிமான எழுத்தாளர். அவருடைய முகலாய வரலாற்று நூல்களால்தான் துருக்கியின் மீதான எனது ஆர்வம் அதிகரித்தது என்பேன்.

இயல்பாகவே அயல் கலாச்சாரத்தைப் புரிந்துகொள்வதிலுள்ள சிக்கல்கள் குறித்துப் பல்வேறு உரையாடல்கள் இங்கே

நிகழ்ந்திருக்கின்றன. அயல் கலாச்சாரத்தின் முக்கிய சாராம்சத்தை பிரதிபலிக்கும் வரிகளை, இங்கே நாம் சாதாரணமாகக் கடந்து போகவும் சாத்தியம் உண்டு. பாமுக் தனது படைப்புகளில் இஸ்தான்புல் கலாச்சாரத்தை வெகுதீவிரமாக அணுகுவதைக் காண முடிகிறது. மொழிபெயர்க்கையில் அக்கலாச்சாரம் குறித்து அறிந்துகொள்வதில் ஏதேனும் சிக்கல்கள் இருந்தனவா? அப்படி இருக்கும் பட்சத்தில் எப்படி அதை நிவர்த்தி செய்தீர்கள்?

இஸ்தான்புல் நூலில் 'ஹுசுன்' என்ற ஒரு சொல்லை பாமுக் பயன்படுத்துகிறார். 'ஹுசுன்' என்பது வாழ்ந்துகெட்ட ஆட்டமன் சாம்ராஜ்யத்தின் இன்றைய இஸ்தான்புல் வாசிகளின் துயரம். அதனைத் துயரம், சோகம், விரக்தி, கசப்பு, மனச்சுமை என்று எந்தச் சொல்லாலும் வர்ணித்துவிட முடியாது. ஆங்கிலம் உள்ளிட்ட எல்லா மொழிபெயர்ப்புகளிலும் அந்த 'ஹுசுன்' என்ற துருக்கியச் சொல்லை மாற்றாமல் பயன்படுத்தச் சொல்லி யிருக்கிறார். இஸ்தான்புல்லில் ஹுசுனை விவரிக்க ஒரு தனி அத்தியாயமே உண்டு. அயல் கலாச்சாரங்களின் தனித்துவத்தை மொழிபெயர்ப்பில் நூறு சதவீதம் கொண்டுவரவே முடியாது. மூலப்படைப்பின் ஆன்மாவை உணர்ந்துகொள்ள அந்நிலத்தின் வாழ்வையும் கலாச்சாரத்தையும் மொழிபெயர்ப்பாளன் உள்வாங்கியிருக்க வேண்டும். அது பெரும் உழைப்பைக் கோருவதுதான். ஆனால் மொழிபெயர்ப்பை ஒரு வேலையாகக் கருதாமல் உள்ளார்ந்த நேசிப்புடன் அணுகும் எந்த ஒரு மொழிபெயர்ப்பாளனுக்கும் அது ஒரு சுமையல்ல. ஆனால் அவனுக்கு இதில் முழுத் திருப்தி ஒருபோதும் வருவதேயில்லை. அதுதான் அவனது மிகப் பெருந்துயரம். சில நேரங்களில் வானவில்லைத் தொடுவதற்கு ஓடும் ஓட்டம். சில நேரங்களில் தொடுவானத்தைத் தீண்டத் துடிக்கும் ஆர்வம்.

அயல் இலக்கியங்கள் நம்மிடையே சரியாக அணுகப்படுகின்றனவா?

அயல் இலக்கியங்கள் என்பதை மொழிபெயர்ப்புகள் என்று எடுத்துக்கொள்கிறேன். பதில் - இல்லை. இன்னமும் மொழிபெயர்ப்பு என்பது 'தமிழிலேயே எழுதப்பட்டதைப் போல'வும், 'பெயர்களை மட்டும் நம்மூர் பெயர்களாக மாற்றிவிட்டால் இது தமிழ் படைப்பேதான்' என்றும், 'வாசிக்க எளிமையாக, சரளமான நடையில் உள்ளது' என்றும் கருதப்படுபவைதான் நல்ல மொழிபெயர்ப்பு என்று பெரும்பாலான வாசகர்கள் மதிப்பிடுகிறார்கள்.

'வெண்ணிறக் கோட்டை' நாவலின் அட்டைப்படம் அற்புதம்! கிங் ஆஃப் ஸ்பேட் - உருவங்கள் சிதைந்தும், சரிபாதியாகப் பிரிக்கப்பட்டும்,

முகத்திற்கு அருகில் மற்றொரு உருவம் நிழலாகவும்–நாவலின் களம், காலம், பாத்திரத்தின் இயல்பு என ஒட்டுமொத்த சாராம்சத்தையும் ஒற்றைப் படத்தில் பிரபலித்திருப்பது சிறப்பு. பிற மொழிகளில் வெளியான அட்டைப்படத்தை ஒப்பிட்டுப் பார்க்கையில் தமிழில் வெளியானதே மிகச் சிறப்பானதாகத் தோன்றுகிறது. அது குறித்து?

இதற்கான பாராட்டுகள் அனைத்தும் ஓவியர் சீனிவாசன் நடராஜனைத்தான் சேரும். வெண்ணிறக் கோட்டையின் முழுக் கதையையும் விளக்கமாக என்னிடம் கேட்டுத் தெரிந்து கொண்ட பிறகுதான் அட்டைப்பட வடிவமைப்பைத் தொடங்கினார். நான் எந்த ஆலோசனையும் சொல்லவில்லை. சொன்னாலும் காது கொடுத்துக் கேட்கிற ஆசாமியா அவர்? அவர் எப்பேற்பட்ட அலாதியான கலைஞர் என்பதை அவர் வடிவமைத்த மற்ற நூல்களின் அட்டைப்படங்களைப் பார்த்தால் தெரியும். ஏதோவொரு புகைப்படத்தை வைத்து ஒப்பேற்றி விடுபவரல்ல. அவரது எல்லா அட்டைப்படங்களுமே பற்பல அடுக்குகளைக் கொண்டிருப்பவை. அவற்றைத் தனியாகவே கண்காட்சியாக வைக்கலாம்.

தமிழில் மொழிபெயர்க்கப்பட்ட பாமுக் நாவல்களின் அட்டைப்படங்கள் மூலப்பிரதியை ஒத்ததாக இருக்கின்றன. அதற்கு ஏதேனும் விசேஷ காரணங்கள்?

சந்தோஷும் ரஷ்மி அகமதுவும் மிகப் பிரமாதமான கலைஞர்கள். அந்நாவல்களை அவர்கள் எந்த அளவுக்கு உள்வாங்கிக்கொண்டு அட்டைப்படத்தை வடிவமைத்திருக் கிறார்கள் என்று தெரிந்துகொள்ளலாம். பான்வில்லின் 'கடல்' நாவலுக்கு சந்தோஷ் வடிவமைத்த அட்டைதான் அந்நாவலின் மற்ற எல்லா மொழிப் பதிப்புகளைக் காட்டிலும் சிறந்ததாக இருப்பதாக அயர்லாந்து இலக்கியப் பரிமாற்ற மையத்தின் இயக்குநர் ஷினேத் மெக்கவோதா கூறினார். 'இஸ்தான்புல்'லுக் காக ரஷ்மி 16 அட்டைப்படங்களைத் தயாரித்துக்கொடுத்தார்.

வேடிக்கையான ஒரு கேள்வி. ஆனால் தீவிரமான பதிலையே எதிர்பார்க்கிறேன். ஓரான் பாமுக்கை நீங்கள் ஆதர்சமாகக் கொண்டிருக் கிறீர்கள் என அறிவோம். எனது கணிப்புபடி ஆங்கிலத்தில் வெளியாகி யிருக்கும் அவரது அனைத்துப் படைப்புகளையும் வாசித்திருப்பீர்கள். ஓரான் பாமுக்கின் ஒரே ஒரு நாவலைத்தான் மொழிபெயர்க்க அனுமதி தருகிறார்களெனில் உங்களது தேர்வு எதுவாக இருக்கும்? ஏன்?

'இஸ்தான்புல்'

வேடிக்கையான இன்னொரு கேள்வி. இதற்கு நீங்கள் வேடிக்கையாகவே பதில் சொல்லலாம். நமக்கு பிடித்தமான ஏதோ ஒன்றில் நமது ஆளுமை

வெளிப்படும் என்று நம்புகிறேன். உங்களது குரலும் பேசும் தொனியும் நீங்கள் விரும்பும் சிங்கத்தை நினைவுபடுத்துகிறது. விளையாட்டாகச் சொல்லவில்லை. நிஜமாகவே தோன்றியது.

முகநூலில் சிங்கம் படங்களாகவே பகிர்ந்துகொண்டிருப்பதால் கேட்கிறீர்கள். உண்மைதான். நினைவு தெரிந்த நாள் முதலாக ஆண் சிங்கம் என் ஆதர்ச ஜீவன். அதன் பிடரியும் கம்பீரமும் கர்ஜனையும் நான் எவ்வளவு சோர்வாக இருந்தாலும் தட்டியெழுப்பிவிடும். சிங்கத்தின் உருவம் எனக்கோர் ஊக்க மருந்து.

நீங்கள் நாளை ஓரான் பாமுக்கை நேரில் சந்திக்க நேர்ந்தால் என அ. முத்துலிங்கம் ஒரு முறை உங்களிடம் கேட்டிருந்தார். 'முதல் சந்திப்பில் என்னால் ஒரு வார்த்தைகூடப் பேச முடியாது என நினைக்கிறேன். அவரது ஒவ்வொரு நாவலிலும் இடம்பெறும் எனக்குப் பிடித்தமான வரிகள் மனத்தில் ஓடுமேயொழிய வாயில் வராது, ஒருவேளை இரண்டாம் முறை சந்தித்தால். அவரிடம் இரண்டாயிரம் சந்தேகங்கள் கேட்பேன். ஸ்னோ நாவலில் வரும் நெஸிப்பைப் போல' என்று கூறியிருந்தீர்கள். அவரைச் சந்தித்தீர்களா? அல்லது அவரோடு மின்னஞ்சல், அலைபேசி வாயிலாக உரையாடிய மறக்க முடியாத விஷயங்களைப் பகிர்ந்துகொள்ளுங்களேன்?

இதுவரை சந்திக்கவோ, தொடர்புகொள்ளவோ வாய்ப்பு கிடைக்கவில்லை. விரைவில் சந்திப்பேன் என்று பட்சி சொல்கிறது!

தற்போது நீங்கள் மொழிபெயர்த்துக்கொண்டிருக்கும் படைப்புகள் என்னென்ன? எப்போது வெளிவரும்?

நார்வீஜிய நாவலாசிரியர் டாக் ஸூல்ஸ்டாட் எழுதிய Shyness And Dignity என்ற நாவலை மொழிபெயர்த்துவருகிறேன். விரைவில் வெளிவரும்.

○

வாசிப்பில்தான் புத்தகத்தின் வெற்றி முழுமையடைகிறது!–மொழிபெயர்ப்பாளர் ஜி. குப்புசாமி பேட்டி

வாசிப்பிலிருந்து தான் சிறந்ததாகக் கருதும் படைப்புகளை மொழிபெயர்ப்புக்காகத் தேர்ந்தெடுக்கும் அபூர்வமான மொழிபெயர்ப்பாளர்களுள் ஜி. குப்புசாமியும் ஒருவர். ஒரு படைப்பை மொழிபெயர்க்க வேண்டுமென்றால் அந்தப் படைப்பாளியின் எல்லா படைப்புகளையும் வாசித்திருக்க வேண்டும் என்பதில் நம்பிக்கை கொண்டிருப்பவர். அதனாலேயே,

இவரின் மொழிபெயர்ப்புகள் வாசகர்களின் நம்பிக்கைக்குரிய தேர்வாக இருந்துகொண்டிருக்கிறது. அரசுப் பணியிலிருந்து ஓய்வுபெற்று முழுநேர மொழிபெயர்ப்பாளராக ஆகியிருக்கும் வேளையில் அவருடன் உரையாடியதிலிருந்து...

கிட்டதட்ட 30 வருட அரசுப் பணி. இப்போது என்ன தோன்றுகிறது?

ஒவ்வொரு நாளும் கரடுமுரடான சாலைகளில் ஓட்டை பஸ்களில் குலுங்கிக் குலுங்கி 130 கி.மீ. பயணிப்பதிலிருந்து விடுதலை. தினமும் அதிகாலை அலாரம் ஒலிக்க எழுந்திருப்பதிலிருந்து விடுதலை. ஆடிட் செல்லும் இடங்களில் சில விஷயங்களுக்காக எரிச்சலடைந்து ரத்த அழுத்தத்தை அதிகரித்துக் கொள்வதிலிருந்து விடுதலை. முகாம் செல்லும் இடங்களில் என் அபிமான ஃபில்டர் காபி கிடைக்காமல் வேறு வழியின்றி அசட்டுத்தனமான தேநீர்களைக் குடிக்க நேர்வதிலிருந்து விடுதலை. ஆனால், நான் இழக்கவிருக்கும் பல விஷயங்கள் உண்டு. அந்த நல்ல விஷயங்களை இழக்கப்போவது குறித்து எந்த வருத்தமும் இல்லை என்று திரும்பத் திரும்ப எனக்கு நானே சொல்லிக்கொண்டு என்னையே ஏமாற்றிக்கொள்ள முயல்கிறேன்.

பணி நிறைவுப் பாராட்டு விழாவில் நேர்மையானவர், லஞ்சம் வாங்காதவர் என சக ஊழியர்கள் புகழ்ந்தபோது நீங்கள் சங்கடமாக உணர்ந்தது ஏன்?

லஞ்சம் வாங்காதவர், நேர்மையானவர் என என்னை யாராவது குறிப்பிடும்போது அவமானப்படுகிறேன். இதுவரை இவர் ஒரு கொலைகூட செய்யாதவர் என யாரையாவது நீங்கள் சுட்டிக்காட்டிச் சொல்வதுண்டா? நேர்மையாக இருப்பது அடிப்படையான ஒரு விஷயம். சிறப்புத் தகுதி அல்ல. மேலும், நேர்மையாகப் பணியாற்றுவது என்பது உங்கள் சுயமரியாதை சார்ந்த விஷயம். அறம், தர்மம் என்ற கோட்பாடு வழியாக நான் நேர்மையைப் பார்க்கவில்லை. என்னுடைய பணிக்காலத்தில் நான் நிறைவேற்றிய கடமைகள் குறித்து எனக்கு எந்தவொரு குற்றவுணர்வும் இல்லையென்பதுதான் நிம்மதியளிக்கும் விஷயம்.

ஓரான் பாமுக்போல இனி ஒரு நாளைக்குப் பத்து மணிநேரம் எழுத்தும் வாசிப்பும் எனத் திட்டமிட்டிருக்கிறீர்களா?

பாமுக் ஒரு நேர்காணலில், "ஒரு குமாஸ்தாவைப் போலப் பணியாற்றுகிறேன்" என்றார். அவருடைய மொழிபெயர்ப்பாளனான நானும் ஓவர்டைம் பார்ப்பது என்று முடிவெடுத்திருக்கிறேன். எழுத்தைவிட இந்த ஓய்வுகாலத்தில் அதிக நேரம் வாசிப்புக்குச் செலவிட வேண்டுமென்பதுதான் ஆசை. இவ்வளவு நாட்களாக பயணம் செல்ல வேண்டும் என்று நினைத்திருந்த

இடங்கள் ஒவ்வொன்றுக்கும் வரிசையாகச் செல்லவும் திட்டமிட்டிருக்கிறேன்.

பல வருட உழைப்பில் ஒரு மொழிபெயர்ப்பை சாத்தியமாக்குகிறீர்கள். ஆனால், மிகக் குறைந்த அளவில் வாசிக்கப்படும் சூழல்தான் இங்கே இருக்கிறது. தொடர்ந்து உற்சாகத்தோடு இயங்க எது உந்துதல் தருகிறது?

வாசகர்கள் வாசிப்பதை வைத்து நான் மகிழ்ச்சியோ சோர்வோ அடைவதில்லை. மூலப் படைப்பாளியின் ஆன்மாவை என்னுள் முழுமையாக இறக்கிவைத்துக்கொண்டு என் மூலமாகத் தமிழ் மொழியில் அந்தப் படைப்பாளியை எழுதவைப்பதும் அதற்கு என்னை ஒரு மீடியமாக ஒப்புக்கொடுப்பதும்தான் மொழிபெயர்ப்பாளனாக எனக்குத் திருப்தியளிக்கும் விஷயம். என்னைத் தொடர்ந்து ஊக்குவிப்பது நான் வாசிக்கும் அபாரமான படைப்புகள்தானே தவிர, வாசகர்களின் எதிர்வினை அல்ல. தவிரவும், தமிழின் எந்தவொரு படைப்பாளியைவிடவும் தமிழ் அறிஞர்களைவிடவும் தமிழ் அரசியல்வாதிகளைவிடவும் தமிழின் பலம், வீச்சு எவ்வளவு மகத்துவமானது, ஆழமானது என்பது ஒரு மொழிபெயர்ப்பாளனுக்குத்தான் தெரியும் என்று நம்புகிறேன். உலகின் எந்த மகத்தான படைப்பையும் அதன் சாரம் குறையாமல் மொழிபெயர்ப்பதற்குத் தமிழ் இடம் கொடுக்கும். ஆனால், அது சவால் நிறைந்தது. இந்த சவால்தான் என்னை இயக்கிக்கொண்டிருக்கும் ஆதார சக்தி.

சமகாலத்தில், மொழிபெயர்ப்பு நாவல்கள் வெளியாகும் அளவுக்குத் தமிழில் நாவல்கள் எழுதப்படுவதில்லை. பெரும்பாலான நாவல் முயற்சிகள் தோல்வியில் முடிகின்றன. நாவலை நேசிக்கும் ஒரு வாசகராக இதற்கு என்ன காரணமென்று நினைக்கிறீர்கள்?

எண்ணிக்கை அளவில் அதிகம் இல்லையென்றாலும் சில முக்கியமான நாவல்கள் வந்துகொண்டுதான் இருக்கின்றன. தேவகாந்தன், பா.வெங்கடேசன், தேவிபாரதி, சு. வேணுகோபால் நாவல்கள் மிகவும் வெற்றியடைந்தவைதான். உமா மகேஸ்வரியின் ‘அஞ்சாங்கல் காலம்’ இன்னும் சற்று இறுக்கமாக எடிட் செய்யப்பட்டிருந்தால் தமிழில் பெண்களின் உலகத்தை மிகச் சிறப்பாகச் சித்தரித்த நாவலாக இருந்திருக்கும்.

ஒரு புத்தகத்தின் வெற்றியை எப்படி அளவிடுவீர்கள்?

பாமுக்கின் வெண்ணிறக் கோட்டை அவருடைய நாவல்களில் முக்கியமானதாக எனக்குத் தோன்றுகிறது. ஆனால், ஒவ்வொரு வாசகருக்கும் அவரது வேறுவேறு நாவல்கள் பிடித்திருக்கின்றன. ஒரு புத்தகத்தின் வெற்றியைப் பொதுமைப்

படுத்த முடியாது. வாசகரின் வாசிப்பில்தான் அந்த வெற்றி முழுமையடைகிறது.

டால்ஸ்டாய்/தஸ்தயேவ்ஸ்கி?

முப்பது வயதுக்கு முன்பு டால்ஸ்டாய், அதற்குப் பிறகு தஸ்தயேவ்ஸ்கி.

ரேமண்ட் கார்வெர்/ஹாருகி முரகாமி?

கார்வெர்.

அருந்ததி ராய்/ஓரான் பாமுக்?

ஒப்பீடே தவறு. இரண்டு பேரும் வெவ்வேறானவர்கள்.

குடும்பம்/இலக்கியம்?

எந்தவொன்றுக்காகவும் எதையும் விட்டுத்தர முடியாது. இரண்டும் ஒன்றோடொன்று பிணைந்தவை.

இந்து தமிழ், செப்டம்பர் 2018

இலக்கியம், மொழிபெயர்ப்பில் ஆர்வம் உருவானது எப்படி?

மொழிபெயர்ப்பு பற்றிப் பேசத் தொடங்குவதற்கு முன், வாசிப்பில் நான் மிகுந்த ஆர்வமுள்ளவன் என்பதை முக்கியமாகக் குறிப்பிட வேண்டும். மிக இளம் வயதிலேயே வித்தியாசமானவனாக இருக்க வேண்டுமென்ற ஆசையில், புரிகிறதோ இல்லையோ, அசோகமித்திரன், சுந்தர ராமசாமி, ஜி. நாகராஜன் என்று படித்துக்கொண்டிருந்தேன். உண்மையான மனத்திறப்பு பதினேழு வயதில் ஜெயகாந்தனால் ஏற்பட்டது. கூடவே பி.ஜி. உடிட்ஹவுஸ் டவுஸ், ஹெய்லி, சுஜாதா என்றும் படித்துக் கொண்டிருந்தேன். வயசுக்கோளாறு காரணமாகப் பல நோட்டுப் புத்தகங்களைக் கவிதையால் நிரப்பியிருக்கிறேன். சில சிறுகதைகளையும் எழுதினேன். எதையும் பிரசுரத்துக்கு அனுப்பாமல் எனக்கே எனக்கானவையாக வைத்துக்கொண்டேன்.

ஏன் தொடர்ந்து எழுதவில்லை?

அதற்கு ஒரு விநோதமான காரணம் உண்டு. வண்ணதாசனைப்போலவே எழுதிக்கொண்டிருந்தேன். ஒரு வண்ணதாசன் இருக்கும்போது நானும் எதற்கு என்று நிறுத்திவிட்டேன்.

மொழிபெயர்ப்பின் பக்கம் உங்களை இழுத்துவந்தது எது?

முப்பதுகளின் இறுதியில் தீவிரமான மன அழுத்தத்தில் இருந்தேன். என் இறுக்கத்தை மொழிபெயர்ப்புதான் தளர்த்தியது என்பேன். 2002 குஜராத் கலவரத்தை எதிர்த்து திருவண்ணாமலையில் கே.என். பணிக்கர், ஆ.இரா. வேங்கடாசலபதி, ஞாநி போன்றோர் கலந்துகொள்ளும் கண்டனக் கூட்டம் ஏற்பாடு செய்யப்பட்டது. அப்போது குஜராத் கலவரம் தொடர்பாக அவுட்லுக் இதழில் அருந்ததி ராய் எழுதிய நீண்ட கட்டுரையை மொழிபெயர்த்துக் கூட்டத்தில் சிறு நூலாக வெளியிடலாம் என்று தீர்மானித்து பவா செல்லதுரை என்னை மொழிபெயர்க்கச் சொன்னார் அதுதான் ஆரம்பம். பல வருடங்களாக வாசித்து, வாசித்து மனதுக்குள்ளேயே வைத்துக்கொண்டிருப்பதைவிட மொழிபெயர்த்து மற்றவர் களுடன் பகிர்ந்துகொள்வதன் இன்பம் அப்போதுதான் புரிந்தது. புதிய பிறப்பெடுத்ததுபோல என் அபிமான சிறுகதைகளை மொழிபெயர்க்க ஆரம்பித்தேன்.

அருந்ததி ராயின் 'காட் ஆஃப் ஸ்மால் திங்ஸ்' நாவலையும் நீங்கள் தான் மொழிபெயர்த்தீர்கள். அது தொடர்பாக அவருடனான உரையாடல்களில் குறிப்பிட்டுச் சொல்லும்படி ஏதாவது . . .

அருந்ததி ராய் என் ஆதர்ச எழுத்தாளர். 'காட் ஆஃப் ஸ்மால் திங்ஸ்' நாவலை ஆகச்சிறந்த நாவல் என்று நான் சொல்லிக்கொண்டிருந்தது சில நண்பர்களுக்கு ஆச்சரியமாக இருந்தது. ஆனால், பலருக்குச் சாதாரணமாகத் தோன்றும் சில பாடல்கள் நம் மனதுக்கு மிகவும் நெருக்கமாக இருக்கும் அல்லவா! இந்த நாவல் எனக்கு அப்படித்தான். உண்மையில், இந்நாவலின் எஸ்தா பாத்திரத்தை வாசிக்கும்போது அது நான்தான் என்று தோன்றியது. எனக்கே தெரியாமல் எனக்கு இன்னொரு வாழ்க்கை இருப்பதாக உணரவைத்த பாத்திரம் அது.

அந்நாவலின் மொழிபெயர்ப்புப் பணிகள் முடிவடையும் வரை அவருடன் தொடர்பு இருந்ததேயில்லை. அருந்ததி ராய் 2012 ஜனவரியில் சென்னை வந்திருந்தபோதுதான் கண்ணன் அவரிடம் என்னை அறிமுகப்படுத்திவைத்தார். நான் என்னை எஸ்தா பாத்திரமாக உணர்ந்தது உட்பட என்னுள் கலந்து விட்டிருந்த அந்நாவலைப் பற்றி அருந்ததி ராயிடம் பல விஷயங்களைப் பகிர்ந்துகொண்டேன். அதன்பின்னர் எனக்கு அனுப்பும் மின்னஞ்சல்களில் 'டியர் குப்புசாமி எஸ்தப்பன்' என்று என்னைக் குறிப்பிட்டு, அருந்ததி ராஹேல் என்றுதான் கையெழுத்திடுவார். என் குடும்பத்தில் ஒருவராக, என் சகோதரியாக இருப்பவர் அவர்.

மொழிபெயர்ப்பு விஷயத்தில் உங்களுக்கான கோட்பாடு என்ன?

'கேட்சிங் தி லெட்டர் பை தி ஸ்பிரிட் ஆஃப் இட்' என்பது தான் எனது தாரக மந்திரம். அதாவது, மூலப்படைப்பில் இருந்து எதையும் திருத்துதல், மாற்றுதல், வாசகங்களை இடம் மாற்றிப் பயன்படுத்துதல் போன்றவற்றை மொழிபெயர்ப்பாளர் செய்யவே கூடாது. அதற்கு அவருக்கு உரிமையே கிடையாது. மூல ஆசிரியருக்கு மொழிபெயர்ப்பாளர் தன்னை முழுமையாக ஒப்புக்கொடுத்துவிட வேண்டும். அவரது தொனி, மொழி, நடை என்று எல்லாவற்றையும் அப்படியே கொண்டுவர வேண்டும். அதே சமயம், மொழிபெயர்ப்பு என்பது 100% முழுமையானதாக வருவதற்கு வாய்ப்பில்லை என்றுதான் சொல்வேன். ஆனால், அந்த 100%ஐ நோக்கிய பயணம்தான் மொழிபெயர்ப்பாளர் செய்ய வேண்டியது. அடிக்குறிப்புகளில் எனக்கு உடன்பாடு கிடையாது. மூலப் படைப்பைவிட மொழிபெயர்ப்பு நன்றாக இருப்பதாக யாரேனும் சொன்னால் அவர் மூலப் படைப்பைச் சரியாகப் படிக்கவில்லை என்று அர்த்தம். ஆனால், தமிழிலும் ஆங்கிலத்திலும் நல்ல புலமை கொண்ட எழுத்தாளர் அ. முத்துலிங்கம், 'என் பெயர் சிவப்பு' மொழிபெயர்ப்பைப் பற்றி எழுதும்போது ஆங்கிலத்தைவிட தமிழில் நன்றாக இருப்பதாகக் குறிப்பிட்டிருந்தார். சில விஷயங்களை, ஆங்கிலத்தைவிட தமிழில் உயிப்போடு எழுத முடிவதுதான் இதற்குக் காரணம், அந்தப் பெருமை தமிழுக்குத்தான் என்று அவருக்குச் சொன்னேன்.

படைப்புகளை மொழிபெயர்ப்பதிலும் அல்புனைவுகளை மொழிபெயர்ப்பதிலும் இருக்கும் வேறுபாடுகள் என்னென்ன?

அயல் மொழிகளில் எழுதப்பட்ட புனைவுகளை மொழிபெயர்க்கும்போது, முற்றிலும் புதிய நிலப்பரப்புகள், புதிய கலாச்சாரத்தை நம் மொழிக்கு அசலாகக் கொண்டுவர வேண்டிய சவால் இருக்கிறது. எம்.ஆர். ராதா, டி.எஸ். பாலையா போன்ற நடிகர்களைப் போலவே ஆங்கிலத்தில் பேசிக் காட்ட வேண்டும் என்றால், அவர்கள் பேசும் பாணியை அப்படியே கொண்டுவர வேண்டியிருக்கும் இல்லையா! அப்படித்தான், புனைவுகளை மொழிபெயர்க்கும் மொழிபெயர்ப்பாளர்கள் மிமிக்ரி ஆர்டிஸ்ட் போல செயல்பட வேண்டும். மூலப் படைப்பின் தனித்தன்மையை, அதன் சாரத்தை முழுமையாகக் கொண்டுவர முயற்சி செய்ய வேண்டும். நான்-ஃபிக்‌ஷன் எனப்படும் அல்புனைவுகளை மொழிபெயர்க்கும்போது ஆசிரியரின் தொனி, நடை போன்றவற்றைவிடச் சொல்லவரும் கருத்தைத் தெளிவாக, தேவைப்பட்டால் கூடுதல் விவரத்தையும்

அளித்து, ஆங்கிலத்தில் 'ஆம்பிக்யுட்டி' என்பார்களே அந்தத் தெளிவற்ற தன்மை இல்லாமல் மொழிபெயர்க்க வேண்டும். ராமச்சந்திர குஹா, கே.என். பணிக்கர், பி. சாய்நாத் போன்றவர்கள் எழுதும் கட்டுரைகளில் கருத்துகள்தானே முக்கியம்.

மொழிபெயர்ப்பின்போது அந்நிய மொழியின் மரபுத் தொடர்கள் என்னென்ன சவால்களைத் தரும்?

மரபுத் தொடர்கள் நிச்சயம் சவாலானவை. அயல்மொழி மரபுத் தொடர்களின் சொற்களை நேரடியாக மொழிபெயர்ப்பதை விட அபத்தம் வேறில்லை. அச்சொற்றொடர் உணர்த்தும் பொருளுக்குத் தக்கவாறு வாக்கியத்தை அமைப்பதே உத்தமம். முடியவில்லை எனில் விட்டுவிடுவது உத்தமம். அந்தந்த வாழ்வியல், கலாசாரத்துடன் தொடர்புடைய அயலக மரபுத் தொடர்களை நம் நிலத்துடன் வலுக்கட்டாயமாகப் பொருத்தி விட முடியாது.

அப்படி விட்டுவிட்டால் கதைக்கு நடுவே இடைவெளி இருப்பதாக வாசகர்களுக்குத் தோன்றாதா?

அதுதான் இதில் இருக்கும் சவால். அந்தக் குறை தெரியாமல் மொழிபெயர்ப்பது மொழிபெயர்ப்பாளரின் சாமர்த்தியம். ஒரு மொழிக்கே உரிய பிரத்யேக மரபுத் தொடர்களை வேறொரு மொழியில் எழுதும்போது, அதற்கு இணையான உள்ளூர் மரபுத் தொடர்களைப் பயன்படுத்தினால் படிப்பதற்குச் சங்கடமாக இருக்கும். ஒரு உதாரணம் சொல்கிறேன். ஓரான் பாமுக் எழுதிய 'தி ஒயிட் கேஸில்' துருக்கிய நாவலை ஆங்கிலத்தில் மொழிபெயர்த்திருக்கும் விக்டோரியா ஹால்புரூக், நாவலில் பயன்படுத்தியிருக்கும் மரபுத்தொடர்களில் பெரும்பாலானவை துருக்கிய மண்ணுக்குத் தொடர்பில்லாதவை போலத் தோன்றுகின்றன. அவை ஆங்கில மரபுத் தொடர்களாகவே தெரிகின்றன. எனக்குத் துருக்கிய மொழி தெரியாது. எனினும், துருக்கியப் பண்பாட்டுக் கூறுகள் தொடர்பாக இருக்கும் பரிச்சயத்தை வைத்து இதைச் சொல்கிறேன். நுட்பமான வாசகர்கள் இதுபோன்ற வேறுபாட்டைப் புரிந்துகொண்டு விடுவார்கள். மொழிபெயர்ப்பாளர்களுக்கு இருப்பது மிகக் குறுகலான சுதந்திர வெளிதான்.

மொழிபெயர்ப்பில் உங்கள் முன்னோடி யார்?

தமிழில் ஆர். சிவகுமார், வெ. ஸ்ரீராம், சி. மணி போன்றோர் மிகவும் சிரத்தையான மொழிபெயர்ப்பாளர்கள். ஆனால் மொழிபெயர்ப்பில் எனது மானசீக குரு என்றால்,

சா. தேவதாஸைத்தான் சொல்வேன். என் ஊரிலேயே எனக்குக் கிடைத்த குரு அவர். மொழிபெயர்ப்பு குறித்த நுட்பங்களை, உத்திகளை கற்றுத்தந்த நண்பர், வழிகாட்டி அவர்தான். அவரது மொழிபெயர்ப்புகளைவிடவும், நேரடியாக அவரிடம் நான் கற்றுக்கொண்ட பாடங்கள்தான் என்னைச் செழுமைப்படுத்தின என்பேன். மற்றொரு குரு, வேறு யார் க.நா.சு. தான்! மொழிபெயர்ப்பு, விமர்சனம் என்று அவர் செய்யாத விஷயங்களே இல்லை. அவர் 100% முழுமையான மொழிபெயர்ப்பாளர் இல்லை என்று இன்று சொல்லலாம். ஆனால், அவரது நோக்கம் அயல் பிரதேசங்களின் படைப்புகளை முடிந்தவரை பரிந்துரை செய்வதாகத்தான் இருந்தது.

மொழிபெயர்ப்பு படைப்புகளைப் பொறுத்தவரை, தமிழ் சரளமாக இருப்பதில்லை என்று பொது வாசகர்களின் ஒரு தரப்பு கருதுகிறதே. அதுபற்றி என்ன நினைக்கிறீர்கள்?

மொழிபெயர்ப்பு கடினமாக இருப்பதையும், எளிதாக இருப்பதையும் தீர்மானிப்பது மூலப்படைப்புதான் என்பதைப் பல தீவிர வாசகர்கள்கூட புரிந்துகொள்ளாமல் இருப்பது ஆயாசமளிக்கிறது. ஓர் இலக்கியப் படைப்பை மொழிபெயர்ப்பது என்பது மறுகூறலாக இருக்கக் கூடாது. சிக்கலான வாக்கிய அமைப்பிலும், நன்வோடை உத்தியிலும் எழுதப்படும் எழுத்தை, நீர்த்துப்போன எளிமையான நடையில் பள்ளி ஆசிரியன் வேண்டுமானால் பாடம் நடத்தலாம். மொழிபெயர்ப்பு என்பது ஓர் இணையான படைப்பாக்கம். மொழிபெயர்ப்பாளன் வாசகனைப் படைப்பாளியிடம் கொண்டுசேர்க்க வேண்டும். படைப்பாளியை வாசகனிடம் கொண்டுவருதல் இலக்கிய மொழிபெயர்ப்பாகாது.

ஓரான் பாமுக் படைப்புகளை மொழிபெயர்ப்பதில் தனி ஆர்வம் காட்டுகிறீர்கள். உங்களை அவர் எந்த அளவுக்குப் பாதித்திருக்கிறார்?

ஓரான் பாமுக்கை எனக்கு அறிமுகப்படுத்தியவர் எஸ். ராமகிருஷ்ணன்தான். வாசிக்கத் தொடங்கியதும் அவரது எழுத்துகள் என்னை முழுமையாகப் பீடித்துக்கொண்டு விட்டன என்றுதான் சொல்வேன். எந்தெந்த எழுத்தாளர்களின் படைப்புகளை மொழிபெயர்க்கலாம் என்று காலச்சுவடு கண்ணன் என்னிடம் கேட்டபோது நான் ஓரான் பாமுக்கின் பெயரைத்தான் சொன்னேன். மொழிபெயர்ப்பு உரிமை கிடைப்பதில் முதலில் சிரமம் இருந்தது. உரிமை கிடைத்த பின்னர், அவரது 'மை நேம் இஸ் ரெட்' நாவலை முதலில் மொழிபெயர்த்தேன். துருக்கிக்கும் இந்தியாவுக்கும் ஆன்ம ரீதியாகப் பிணைப்பு இருக்கிறது. இரு நாடுகளின் நிலப்பரப்புகள் முற்றிலும் வேறானவையாக

இருக்கலாம். ஆனால், துருக்கியர்களின் மனப்பரப்பு இந்தியத் தனமானது என்றே சொல்வேன். பாமுக்கின் மன உலகம் இயங்கும் விதம் எனக்குப் பரிச்சயமானது. உண்மையில் பாமுக்கைவிட என் மனதுக்கு மிகவும் நெருக்கமானவர் ரேமண்ட் கார்வர்தான்.

மொழிபெயர்ப்புப் படைப்புகள் சமூகத்தில் எந்த விதத்தில் தாக்கத்தை ஏற்படுத்துகின்றன?

ஒவ்வொரு மொழியிலும் அயல் மொழிப் படைப்புகளின் மொழிபெயர்ப்புகள் மிகுந்த தாக்கத்தைச் செலுத்துகின்றன. தமிழில் கடந்த 100 ஆண்டுகளுக்கும் மேலாக மொழிபெயர்ப்புகளால் இலக்கியப் படைப்புகள் செழுமையடைந்திருக்கின்றன. க.நா.சு., பிரம்மராஜன், ஸ்ரீராம் என்று வெவ்வேறு காலகட்டங்களில் பலர் அயல் மொழிப் படைப்புகளை மொழிபெயர்த்தளித்ததால் தமிழில் நவீன இலக்கியம் தனது அடுத்தடுத்த அடியை எடுத்துவைத்திருக்கிறது. சமீபத்திய உதாரணம் ஒன்றைச் சொல்கிறேன். தேவிபாரதி சமீபத்தில் எழுதிய 'நிழலின் தனிமை' எனும் குறுநாவல் சர்வதேசத் தரத்திலானது. இந்த நாவலுக்கான வடிவமும், குரலும் நீண்டகாலமாகப் பிடிபடாமல் இருந்ததாகவும், ஜான் பான்வில் எழுதிய 'கடல்' நாவலின் மொழிபெயர்ப்பைப் படித்த பின்னர்தான் நாவலின் தொனி பிடிபட்டதாகவும் என்னிடம் சொன்னார்.

நேரடியாகப் புத்தகங்கள் எழுதும் திட்டம் இருக்கிறதா?

இதுவரை அந்தத் திட்டம் இல்லை. ஏனெனில் தமிழில் மொழிபெயர்க்கப்பட வேண்டிய என் அபிமான புத்தகங்கள் இன்னும் எத்தனையோ இருக்கின்றன. ஓரான் பாமுக்கையோ, பான்வில்லையோ, கார்வரையோ மொழிபெயர்க்கும்போது அவர்களுடைய ஆன்மாவில் கலந்திக்கும் இன்பமே எனக்குப் போதுமானதாக இருக்கிறது. எனினும் ஒரு நாவல் மனதுக்குள் இருக்கிறது. அதை எழுதப்போவதில்லை என்பதில் தீர்மானமாக இருக்கிறேன்.

இந்து தமிழ், 11 ஜூலை 2015
நேர்காணலைச் செய்தவர்கள் சந்திப்பு:
வெ. சந்திரமோகன், த. ராஜன்

12

கனலி நேர்காணல்

கேள்வி – வணக்கம் சார். வாசிப்புக்குள் நீங்கள் வந்தது பற்றியும் அதன் பின்னணி பற்றியும் உங்கள் குடும்பப் பின்னணி பற்றியும் சிறு குறிப்பு தர முடியுமா?

பதில் – வணக்கம். வாசிப்பு என்பது எனக்கு இடையில் வந்த விஷயம் அல்ல. என்னுடைய குடும்பச்சூழல் எனக்கு நினைவு தெரிந்த நாளிலிருந்தே வாசிப்பை நோக்கிதான் நகர்த்தி யிருந்தது என்று சொல்லலாம். என்னுடைய அப்பா நல்ல வாசகர். என் அப்பாவும் தாத்தாவும் பெரிய அளவில் படித்தவர்கள் இல்லை என்றாலும் இருவருமே அந்தக் காலத்தில் SSLC படித்தவர்கள். எங்கள் தாத்தா 1930களில் SSLC முடித்திருக்கிறார். என்னுடைய அப்பா பள்ளியிலும் மாவட்டத்திலும் முதல் மாணவனாய்த் தேறியவர். ஆனால் அவருடைய குடும்பச் சூழல் காரணமாகக் கல்லூரி யில் படிக்க முடியாமல் போனது. அதனாலேயே அவருக்கு ஆங்கில வாசிப்பில் பெரும் ஆர்வம் ஏற்பட்டிருந்தது. எங்கள் அப்பா, தாத்தா இருவருமே Anglophiles. ஆரணி மாதிரியான சின்ன ஊரில் பஜாரில் கடை வைத்திருக்கும் அப்பாவுக்கும் தாத்தாவுக்கும் ஆங்கிலப் புத்தக வாசிப்பில் பெரும் ஆர்வம் இருந்தது என்பது மிகவும் சுவாரசியமான விஷயம்தான். அப்போதெல்லாம் எங்கள் வீட்டுக்கு நிறைய பத்திரிகைகள் வரும். USIS இலிருந்து SPAN வரும். ரஷ்யாவிலிருந்து சோவியத் நாடு, மாஸ்கோ நியூஸ், ஸ்புட்னிக் இதெல்லாம் வரும். எங்கள் அப்பா TIME வரவழைத்து வாசித்துக்கொண்டிருந்தார்.

அடிப்படையில் அப்பாவும் தாத்தாவும் திராவிட இயக்கச் சிந்தனையாளர்கள். பொதுவாகவே திராவிட இயக்கத்தைச் சேர்ந்தவர்களுக்கு கம்யூனிசத்தின் மேலும் கொஞ்சம் ஈடுபாடு இருக்கும்.

அப்பா, தாத்தா இருவருக்குமே புனைவுகளில் ஆர்வம் கிடையாது. இருவரும் வரலாறுகள் பற்றியும் அல்புனைவுகள் பற்றியும் பேசும்போதெல்லாம் விநோதமாக இருக்கும். எனக்கு அந்த வயதில் கதைகள் மேல்தான் ஆர்வம் இருந்தது. சோவியத் நாடு இதழில் வருகின்ற கதைகள் மாதிரி. எங்கள் அப்பாவோ தாத்தாவோ கதைகள் படிக்க என்னை ஊக்குவித்ததே கிடையாது. ஆனால் வாசிக்கச் சொல்வார்கள். அதுவும் ஆங்கில வாசிப்பு. என்னுடைய வகுப்பில் நன்றாகப் படிக்கும் பையன்களுக்குக் கூட ஆங்கிலம் கஷ்டமான பாடமாக இருக்கும். ஆனால் எனக்கோ அது மிகவும் ஆர்வமானதாக இருக்கும். அதற்கு எங்கள் வீட்டுச் சூழல்தான் காரணம்.

அப்பாவுடைய இங்கிலீஷ் டீச்சர் திரு. வி.எஸ். சுந்தரமூர்த்தி முதலியார். நான் மூன்றாம் வகுப்பு படிக்கும்போது அவரிடம்தான் என்னை டியூஷன் சேர்த்துவிட்டார் அப்பா. அவர் இங்கிலீஷ் கிராமரைத் தவிர வேறு எதுவுமே நடத்த மாட்டார். Wren & Martin வைத்துக்கொண்டுதான் நடத்துவார். அந்த வயதிலேயே இங்கிலீஷில் *composition* எல்லாம் எழுதித்தரச் சொல்லுவார். எனக்கு கணக்கு ரொம்ப வீக். ஆனால் அவர் கணக்கே சொல்லித்தர மாட்டார். இப்படியே நான் அவரிடம் எட்டாம் வகுப்புவரை படித்தேன். கணக்கில் நான் ஃபெயிலாக ஆரம்பித்த பிறகுதான் எங்கள் அப்பா டியூஷனையே மாற்றினார்.

எனவே ஆங்கில வாசிப்பு என்பது ரொம்பவும் இயல்பான தாகவே எனக்கு வந்துவிட்டது. எங்கள் பாட்டியும் நிறைய படிப்பார்கள். பெரும்பாலும் தொடர்கதைகள். அந்த ஊரில் அப்படிதானே இருக்க முடியும். எனக்குப் பெரிய இலக்கிய நண்பர்களின் அறிமுகமெல்லாம் அப்போது கிடையாது. பாட்டி தான் நிறைய புத்தகங்களை கடத்திக்கொண்டுவந்து என்னிடம் கொடுப்பார். எங்கள் அம்மாவும் நல்ல வாசிப்பாளி. நான் கதைப்புத்தகம் படிப்பதைப் பார்த்தால் அப்பா திட்டுவார். அந்த வயதில் எனக்கு ஏகப்பட்ட ஆர்வங்கள் இருந்தன – *eclectic* என்று சொல்வோமே அதுபோல. படிப்பதில் மட்டும் இல்லாது வரையவும் செய்வேன். எங்களுடைய ட்ராயிங் மாஸ்டரேகூடப் பாராட்டுவார். ஓவியம் வரைவது தவிர இசையிலும் ஆர்வம் இருந்தது. இசை, ஓவியம், இலக்கியம் போன்ற விஷயங்களில் எல்லாம் ஆர்வம் இருந்த காரணத்தால் பள்ளிப்படிப்பில்

மூன்றாவது கண்

என்னால் போதிய கவனம் செலுத்த முடியவில்லை என்று சொல்லலாம்.

அப்பாவுக்கு நான் அவரைப் போலவே *First rank* மாணவனாக இருக்க வேண்டும் என்று பெரிய ஆசை இருந்தது. நானோ எப்போதுமே *First rank* எடுத்ததே இல்லை. படிப்பில் முழுக்கவனத்தைச் செலுத்தாமல் இப்படிப் படம் வரைவதிலும் பாட்டுக் கேட்பதிலும் கதைப்புத்தகம் வாசிப்பதிலும் கவனத்தைச் சிதறவிடுவதுதான் ஃபர்ஸ்ட் ரேங்க் எடுக்க முடியாமல் இருப்பதற்குக் காரணம் என்று அப்பாவும் அம்மாவும் திட்டுவார்கள். ஆனால் முரட்டுத்தனமான படிப்பாளியாய், ஃபர்ஸ்ட் ரேங்க் எடுக்கும் பையனாக இருந்து ஒரு டாக்டராகவோ என்ஜினியராகவோ போகாமல் இருந்திருக்கிறேன் என்று எனக்கு மகிழ்ச்சியாகத்தான் இருக்கிறது.

நவீன இலக்கிய வாசிப்புக்குள் நான் வந்ததற்கு எது ஆரம்பம் என்று பார்க்கப்போனால், நான் எட்டாவது படிக்கும்போது எங்கள் பாட்டி எடுத்துக்கொண்டுவந்த ஒரு புத்தகம். இந்துமதி எழுதிய ‘மலர்களிலே ஒரு மல்லிகை’ என்ற புத்தகம். அது ஒரு சாதாரணமான தொடர்கதைதான். அந்தக் கதையின் கதாநாயகன் இலக்கியப் பத்திரிகை நடத்துபவன். தீவிர இலக்கிய ஆசாமி. அந்தக் கதையில் இந்த மாதிரியான தொடர்கதைகள் பொழுதுபோக்கு இலக்கியங்களுக்கு எதிராக எல்லாம் அவன் பேசுவான். அந்தக் கதாநாயகிக்கும் தீவிர இலக்கிய எழுத்தில் ஆர்வம் இருக்கும். இது எனக்கு மிகுந்த சுவாரசியமாக இருந்தது. ஓஹோ ... பொழுதுபோக்கு இலக்கியம் அல்லாமல் இன்னொரு விஷயமும் இருக்கிறதுபோல என்று நினைத்துக்கொண்டேன். அந்தக் காலத்தில்தான் ஜெயகாந்தன் எனக்கு அறிமுகமானார். உண்மையில் ஜெயகாந்தன்தான் தீவிர இலக்கியத்துக்கான கதவைத் திறந்துவிட்டார் என்று சொல்லலாம். அதற்கான பொறி வேண்டுமானால் இந்துமதியின் அந்த நாவலில் கிடைத்திருக்கலாம். ஜெயகாந்தன் புத்தகங்கள் அப்போது எளிதில் எல்லார்க்கும் கிடைக்கும். ஆரணி மாதிரியான சின்ன ஊரில் எங்கள் பாட்டியே ஜெயகாந்தன் புத்தகங்களை எல்லாம் எங்கெங்கிருந்தோ கடன் வாங்கிவந்து படிப்பார்கள். நான் பத்தாவது, பதினொன்றாவது படிக்கும்போது ஜெயகாந்தனுடைய எல்லாப் புத்தகங்களையும் படித்து முடித்திருந்தேன்.

இன்னொரு முக்கியமான விஷயம், ஆரணியில் மட்டுமல்ல; எல்லா ஊர்களிலும் கம்யூனிச இயக்கங்கள் தீவிரமாக ஆள் பிடித்துக்கொண்டிருந்த நேரம் அது. ஆரணிக்கு ஜெயகாந்தனும் வருவார். ஜெயகாந்தன் கூட்டங்களுக்கெல்லாம் நான் போயிருக்கிறேன். ஆரணியில் இருக்கிற கம்யூனிஸ்ட் தலைவர்கள்

எல்லாம் இந்த மாதிரி young prospects யாராவது இருந்தா அந்தத் தம்பிகளை எல்லாம் அழைத்துக்கொண்டு போய் அரசியல் பாடம் நடத்துவார்கள். சமூகப் பிரக்ஞை உண்டாக்கி 'தம்பி'யைத் 'தோழர்' ஆக்கிவிடுவார்கள். அதை மூளைச்சலவை என்றெல்லாம் சொல்ல முடியாது. அது ரொம்ப சரியான விஷயம். எங்களையெல்லாம் கூப்பிட்டு, படிப்பதற்கு நிறைய புத்தகங்கள் தருவார்கள். ஆரணியில் வெங்கட்ராமன் பூங்காவில் என் நண்பர்கள் சோமு, பஜாரில் கடை வைத்திருந்த என்னுடைய கிளாஸ்மேட் ஆனந்தன், எனக்கெல்லாம் கம்யூனிச சித்தாந்தங்களை அறிமுகப்படுத்தி நிறைய புத்தகங்கள் படிக்கக் கொடுத்தார்கள். நண்பர்கள் இரண்டு பேரும் கார்டு வாங்கும் அளவுக்கு ஆகிவிட்டார்கள். நான் இதற்குச் சரிப்பட மாட்டேன் என்று அப்போதே புரிந்துவிட்டது. என்னை அந்த உள்வட்டத்துக்குள் அனுமதிக்கவில்லை.

ஆரணியில் ஒருமுறை நூலகத்துக்குப் போனபோது அங்கு ஏற்கனவே இருந்த நூலகர் போய் புது நூலகர் வந்திருந்தார். அப்போது சுஜாதா கணையாழியின் கடைசிப் பக்கங்கள் பகுதியில் ஜி. நாகராஜனின் 'நாளை மற்றுமொரு நாளே' பற்றி எழுதியிருந்தார். அதனால் அந்த நூலகரிடம் ஜி.நாகராஜனுடைய நாளை மற்றுமொரு நாளே புத்தகம் இருக்கா என்று கேட்டேன். நான் அதைக்கேட்டபோது SSLC விடுமுறையில் இருந்தேன். அந்த நூலகர் உனக்கு யார் அந்த புத்தகத்தைப் பற்றிச் சொன்னது என்று கேட்டார். அதைப் பற்றிப் படித்தேன் என்றேன். அதெல்லாம் இன்னும் லைப்ரரிக்கு வரவில்லை என்று சொல்லிவிட்டு நீ அசோகமித்திரன் படித்திருக்கிறாயா என்று கேட்டார். எங்கேயோ கேள்விப்பட்டமாதிரி இருந்தது. இல்லை என்றேன். அவர் உடனே தன்னுடைய காப்பி என்று சொல்லி தன் பையிலிருந்து எடுத்துக் கொடுத்தார். 'காலமும் ஐந்து குழந்தைகளும்' புத்தகம். படித்துவிட்டு வா என்றார். நான் அன்று காலையில் வாங்கிக்கொண்டு போனேன். மாலை நூலகம் மூடும் வேளையில் போய் திருப்பிக் கொடுத்தேன். என்ன, புரியவில்லையா என்றார். இல்லை, படித்துவிட்டேன் என்றேன். பதினொன்றாம் வகுப்புப் படிக்கும் பையனுக்கு அசோகமித்திரனை எப்படி முழுமையாய்ப் புரிந்துகொண்டிருக்க முடியும்? அவர் சிரித்துக்கொண்டே சரி, நாளைக்கு நான் வேற எடுத்துட்டு வரேன் என்றார். விட்டல்ராவின் ஒரு புத்தகம், க.நா.சு.வின் ஒரு புத்தகம் என எடுத்துக்கொண்டுவந்து தந்தார். அந்த நேரத்தில் எங்களுக்கு மிகப்பெரிய வரப்பிரசாதமாக இருந்தது சோவியத் நூல்கள். அவ்வப்போது வேனில் வருகின்ற நியூ செஞ்சுரி புத்தக நிலையத்தின் நடமாடும் புத்தகக் கடைதான்

மிகக் குறைந்த விலையில் அற்புதமான இலக்கியங்களைக் கொண்டுவந்து சேர்த்தது. தல்ஸ்தோய், தஸ்தயேவ்ஸ்கி, செக்காவ், புஷ்கின் என் எத்தனை மாஸ்டர்கள்…

நான் ஊரீஸ் காலேஜ் போன பிறகு *தீபம், கணையாழி* வழியாக வந்ததுதான் மற்ற வாசிப்பெல்லாம். அதே நேரத்தில் இணையாக *J D Salinger*, அடுத்து நான் மொழிபெயர்க்கவிருக்கிற *The Brave New World* எழுதிய *Aldous Huxley* போன்றோரை வாசித்தேன். இவர்களையெல்லாம் வாசிக்கவில்லை என்றால் உங்களை ஒரு *intellectual* ஆக ஒத்துக்கொள்ள மாட்டார்கள். அதற்காகவே அதையெல்லாம் வாசிப்பது. அடிப்படையில் நான் கொஞ்சம் விளையாடுபவனும்கூட. ஸ்போர்ட்ஸில் ஈடுபாட்டோடு உள்ளவர்கள் ரொம்ப இறுக்கமாக இருக்க மாட்டார்கள். எனக்கு மிகப் பிடித்தமான எழுத்தாளரான *P.G. Wodehouse*, வேகமாகக் கதை சொல்லும் *Frederick Forsyth* இவர்களையும் வாசித்துக்கொண்டிருந்தேன். இவர்களை வைக்க வேண்டிய இடம் எதுவென்பதும் தெரியும். டிஸ்க்ரிப்டிவாக எழுதும் *Arthur Hailey* எழுத்து மிக சுவாரசியமாக இருக்கும். அந்த மாதிரியான புத்தகங்களும் வாசிப்பேன். ஆனால் என்னுடைய மனதுக்கு நெருக்கமான தேர்வு எப்போதும் சீரியஸ் புத்தகங்களாக இருக்கும்.

நான் வெறும் வாசிப்பில் மட்டும்தான் இருந்தேன். பிறகு கொஞ்சம் எழுதவும் ஆரம்பித்தேன். எல்லாரும் எழுதுவதுபோலக் கவிதைகள். புதுக்கவிதைகள், வானம்பாடி இயக்கம் எல்லாம் உச்சத்தில் இருந்த நேரம் அது. மீரா மு. மேத்தா சாயலில் அப்போது நான் எழுதிக்கொண்டிருந்த கவிதைகள் எல்லாம் சரியான கவிதைகள் இல்லை, கவியரங்கக் கவிதைகள் மாதிரியானவை என்று எனக்கே அபிப்பிராயம் இருந்தது. அது ஒரு மாதிரியான *dichotomy*. அந்தக் கால நோட்டுப்புத்தகங்களைப் பார்க்கும்போது சிரிப்பாக இருக்கிறது. இப்போது சொல்லலாம் தப்பில்லை, அந்த வயதில் காதல், காதல் தோல்வி இந்த மாதிரி விஷயங்களையே எழுதிக்கொண்டிருந்தேன். பிறகு பசுவய்யா, ஞானக்கூத்தன், சி. மணி ஆதிக்கம் செலுத்தத் தொடங்கினார்கள். பிரமிள் கவிதைகள் எனக்குப் புரியவில்லை என்றாலும் படித்தேன். அப்போது ஆத்மாநாம் பெரிய ஆதர்சமாக இருந்தார். ஆத்மாநாம் அளவுக்கு என்னை பாதித்த கவிஞர் அந்தக் காலத்தில் கிடையவே கிடையாது. அதற்குப் பிறகு கவிதை படிக்கிற, எழுதுகிற கெட்ட பழக்கத்தை விட்டுவிட்டேன்.

பாமுக்கிடம்கூட ஒரு நேர்காணலில் கவிதை எழுதியிருக்கிறீர்களா என்று கேட்டிருக்கிறார்கள். "கவிஞர் மூலமாகக் கடவுள் பேசுகிறார் என்று நினைக்கிறேன். கவிதை என்பது

கடவுள் உங்கள் மூலமாகப் பேசுவதுதான். நானும் எவ்வளவோ முயற்சிசெய்தேன். கடவுள் என்னிடம் பேசவே இல்லை. நான் எவ்வளவோ முயற்சித்துக் கடவுளைக் கூட்டிவந்து என் மூலமாகப் பேசவைத்தாலும் அது கடவுளின் குரலாக இல்லாமல் உரைநடையாகத்தான் இருந்தது" என்கிறார். பாமுக்கின் மொழிபெயர்ப்பாளனான நானும் உரைநடை மைந்தன்தான். கவிதையைப் படிக்கலாம். என்னிடமிருந்து கவிதை வராது என்பது எனக்குத் தெரிந்துவிட்டது.

கவிதைக்குப் பிறகு உரைநடைக்கு வந்துவிட்டீர்கள்; சரியா?

ஆமாம். அப்போதும்கூடப் பெரிதாக நான் ஒன்றும் எழுதியது கிடையாது. சில கதைகள் எழுதியிருக்கிறேன். *கணையாழி*க்கு அனுப்பியிருக்கிறேன். ஆனால் வாசிப்பதில் இருக்கும் ஆர்வம் எனக்கு எழுத்தில் இல்லை. உண்மையான காரணம் அதுதான். ஏனென்றால் நாம் வாசிக்கும் புத்தகங்களில் இருக்கும் வாழ்க்கை, அந்த எழுத்தாளர்களின் அனுபவம் அந்த மாதிரி எதுவுமே இல்லாமல் மிகவும் சௌகரியமான ஒரு வாழ்க்கை வாழ்ந்துகொண்டிருக்கும் என்னிடமிருந்து என்ன ஒரு பெரிய இலக்கியப் படைப்பு வந்துவிட முடியும்?

உண்மையில் நான் ரொம்ப cozy–ஆகத்தான் வளர்ந்திருக்கிறேன். என் வாழ்க்கையில் ஒரு பேரிலக்கியம் படைக்கும் அளவுக்கு நான் எதையும் பார்க்கவே இல்லை. எதுவும் நிகழவே இல்லை. வண்ணதாசன் சொல்வதுபோல என் வேட்டியின் நுனி கூட முள் பட்டு கிழிந்திருக்காது. அவ்வளவு சௌகரியமாக இருப்பவர்களிடமிருந்து இலக்கியம் வராதா என்றால் அதுவல்ல விஷயம். பேரிலக்கியம் படைத்தவர்கள் எல்லாமே வாழ்க்கையில் அடிபட்டவர்கள்தானா என்றால் அப்படி ஒன்றும் கிடையாது. தல்ஸ்தோய் பிரபு வாழ்க்கை வாழ்ந்தவர். அதனால் அப்படி எதுவும் இல்லை. ஆனால் அதுவும் ஓரளவு இருக்கிறது. நீங்கள் வாழ்க்கையை எப்படிப் பார்க்கிறீர்கள் என்பதைப் பொறுத்து இருக்கிறது. என்னுடைய வாழ்க்கையைப் பற்றி மட்டும்தான் எழுத வேண்டும் என்று கிடையாது. என்னைச் சுற்றி எவ்வளவோ அவலங்கள் இருக்கின்றன. என் நண்பர்களிடம் இருக்கின்றன. மிகச் சிறிய வயதிலேயே என்னுடைய நண்பர்களிடம் இருந்த ஜாதி என்னும் விஷயம்... அதெல்லாம் பார்த்துக் கொண்டிருக்கிற விஷயங்கள்தானே. அதையெல்லாம் அவர்களே எழுத வேண்டும் என்று இல்லை. நான் எழுதியிருக்கலாம். ஆனால் எனக்குப் படிப்பதில் இருந்த ஆர்வம் எழுதுவதில் இல்லை. அதுதான் உண்மை. நான் ஒரு இயல்பான எழுத்தாளன் கிடையாது என்பது எனக்கு ஆரம்பத்திலேயே புரிந்துவிட்டது.

இதிலிருந்து எங்கள் அடுத்த கேள்வி எழுகிறது. வாசிப்பிலிருந்து எழுத வந்தீர்கள். முதலில் கவிதை எழுதினீர்கள். அது திருப்திகரமாக இல்லை. பிறகு உரைநடைக்கு வந்துவிட்டீர்கள். உரைநடைக்கு வந்த பிறகு உங்களுடைய படைப்புகளை அனுப்பியிருக்கிறீர்கள். அவை வெளியிடப்படவில்லை. அதிலிருந்து மொழிபெயர்ப்புக்கு வந்ததன் பின்னணி என்ன?

நான் மொத்தமாக ஐந்து சிறுகதைகள் எழுதியிருக்கிறேன். இரண்டு நாவல் எழுத ஆரம்பித்து நான்கைந்து அத்தியாயங்களுடன் நிறுத்தியிருக்கிறேன். இதெல்லாம் ஒரு கணக்கே கிடையாது. எல்லாமே 87–உடன் முடிந்துவிட்டது. 82இல் நான் ஊரீஸ் காலேஜ் படிக்கும்போது எழுதிய ஒரு சிறுகதை. அடுத்து நான் எம்எஸ்ஸி படிக்கும்போது என்னுடைய காலேஜ் மேகசினில் வந்தது. அவ்வளவுதான். அதற்குப் பிறகு நான் எதுவும் எழுதவில்லை. வாசித்துக்கொண்டேதான் இருந்தேன்.

மொழிபெயர்ப்புக்கு வந்தது மிகவும் பின்னாளில்தான். சரியாகச் சொல்ல வேண்டுமென்றால் 2002. 90இல் நான் வேலையில் சேர்ந்தேன். 92இல் எனக்குத் திருமணமானது. அதன் பிறகு என் மனைவிக்கு உடல்நிலை சரியில்லாமல் போனது. புற்றுநோய் என்று கண்டறியப்பட்டது. சிகிச்சை அது இது என்று போனது. என் மனைவி 2000இல் காலமானார். அந்தக் காலக்கட்டம் மிகவும் மோசமான காலக்கட்டம். முதலில் நான் ரொம்ப சௌகரியமாக வசதியாக இருந்தேன் என்று சொன்னேன் இல்லையா அதற்கு முற்றிலும் நேர்மாறான பெரும் கொந்தளிப்பான காலக்கட்டம். மகனைத் தனியாக வளர்த்தது மாதிரியான பல விஷயங்கள். ஆனாலும் இந்தப் பிரச்சினைகளுக்கு மத்தியிலும் படித்துக்கொண்டே இருந்தேன். படம் வரைவதைக்கூட விட்டிருந்தேன். ஆனால் வாசித்துக்கொண்டிருந்தேன். வாசிப்பு மட்டும் இல்லையென்றால் நான் நொறுங்கிப்போயிருப்பேன். தொடர்ந்து படித்துக்கொண்டிருந்தேன். நான் ஏற்கனவே இரண்டு மூன்று நேர்காணலில் சொன்னதுதான். அந்தச் சமயத்தில் என் நண்பர்கள், குறிப்பாக திருவண்ணாமலை பவா. அவர்தான் என்னை மடைமாற்றி விட்டவர் என்று சொல்லலாம். நான் வெகு இறுக்கமாக என் இயல்புக்கு மாறாக இருந்த அந்தக் காலகட்டத்தில் என்னை அந்த வேதனைச் சுழலிலிருந்து வெளியே கொண்டுவருவதற்கு அவரும் ஷைலஜாவும் நிறைய முயற்சி செய்திருக்கிறார்கள். அவர்கள் நடத்துகிற கூட்டத்தில் எழுத்தாளர்களின் பேச்சுகளைப் பதிவு செய்த ஒலிநாடாக்களைக் கொடுத்து இதையெல்லாம் புத்தகமாகப் போடப்போகிறோம். கட்டுரை எழுதிக்கொடுங்கள் என்பார்கள்.

2002இல் நான் மொழிபெயர்ப்பாளன் ஆனதற்குக் காரணம் நம்முடைய பாரதப் பிரதமர் மோடி. அவருக்கு நான் நன்றி சொல்லியாக வேண்டும். இன்று தேதி பிப்ரவரி 28 இல்லையா? பிப்ரவரி 27 எனக்கு மிக முக்கியமான நாள். பிப்ரவரி 27, 2000இல் தான் என்னுடைய மனைவி காலமானார். 2002 பிப்ரவரி 27இல் குஜராத்தில் கோத்ரா ரயில் எரிப்பு சம்பவம். அதற்குப் பிறகு அங்கு நடந்த கோரம் எல்லாருக்கும் தெரியும். 2002 மே அவுட்லுக் இதழில் அருந்த்தி ராயின் கட்டுரை ஒன்று வெளியானது.

திருவண்ணாமலையில் முற்போக்கு எழுத்தாளர்கள் சங்கமும் தமிழ்நாடு அரசு ஊழியர் சங்கமும் சேர்ந்து மத நல்லிணக்கக் கூட்டம் ஒன்றை ஏற்பாடு பண்ணியிருந்தது. அதற்கு கே.என். பணிக்கரை அழைத்திருந்தார்கள். அந்தக் கூட்டத்தில் கே.என். பணிக்கர் எழுதிய கட்டுரைகளை எல்லாம் மொழிபெயர்த்து சின்னப் புத்தகமாக வெளியிடலாம் என்று பவா, சந்துரு இவர்களெல்லாம் பேசிக்கொண்டிருந்தார்கள். அப்போது நான் அவுட்லுக்கில் வந்திருந்த அருந்த்தி ராயின் கட்டுரையைப் பரிந்துரைத்தேன்.

அருந்ததி ராயுடைய அந்தக் கட்டுரையை மொழிபெயர்க்க லாம் என்று தோன்றியதும் சட்டென்று நானே அதை மொழிபெயர்க்க ஆரம்பித்துவிட்டேன். அது எப்படி நடந்தது என்று தெரியவில்லை. காரணம் அருந்ததி ராய் அதற்குள் என் மனசுக்குள் மிகவும் நெருக்கமாகிவிட்டார். நான் சொன்னேன் அல்லவா, என் மனைவி உடல்நிலை மோசமாக இருந்த அந்த சமயத்தில் 97இல்தான் *God of Small Things* புத்தகம் வெளியானது. புக்கர் பரிசு கிடைத்தது. பிறகு திரும்பிய பக்கமெல்லாம் அருந்ததி ராய் புகைப்படங்கள், அருந்ததி ராய் நேர்காணல்கள், அவர் புத்தகத்தைப் பற்றிய விமர்சனங்கள் எல்லாம் இருந்தன. 98 ஆரம்பத்தில்தான் நான் அந்தப் புத்தகத்தை வாங்கினேன். வாசித்தவுடனேயே என்னை அது உள்ளே இழுத்துக்கொண்டது. இதை நான் அருந்ததி ராயிடம்கூட சொல்லியிருக்கிறேன், ‘உங்கள் நாவலை உலகத்திலேயே அதிக முறை படித்தவன் நானாகத்தான் இருப்பேன்’ என்று.

98இல் அந்த நாவலைப் படித்தபோது அந்த நாவல் எப்படி என்னைத் தாக்கியது என்றால் *It was like a bolt from the blue.* அந்த நாவலில் சொல்லப்படுகிற கேரளம், கேரள கிராமம் அவற்றையெல்லாம் நான் பார்த்தது கிடையாது. அந்த நாவலில் வருகிற சிரியன் கேத்தலிக் குடும்பம் எனக்கு அறிமுகம் இல்லாத குடும்பம். வீட்டிலேயே இங்கிலீஷ் பேசும் ஒரு குடும்பம். அதுவும் எனக்குக் கிடையாது. ஆனாலும் பாமுக் நாவலில் வருவதுபோல்

எனக்கென்னவோ இணையாக இன்னொரு உலகம் இருப்பது போலவும் என்னுடைய இரட்டை ஒருத்தன் அந்த நாவலில் வருவது போலவும் இருந்தது. அந்த நாவலில் வரும் எஸ்தப்பன் என்னுடைய alter ego மாதிரியே இருந்தான். என்னுடைய கதையை அருந்ததி ராய் எழுதியிருப்பது போலவே தோன்றியது. அந்தக் கதையில் வருகிற ஒரே ஒரு சம்பவம்கூட என் வாழ்க்கையோடு சம்பந்தப்பட்டது இல்லை. ஆனால் அந்த எஸ்தா எனக்கு ரொம்ப நெருக்கமானவனாக என்னுடைய ஒரு பகுதியாகத் தெரிந்தான். திரும்பத் திரும்ப அந்த ஒரு நாவலையே 98-99 பாதி வரைக்கும் படித்துகொண்டிருந்தேன். எப்படி என்றால் முதல் பக்கத்திலிருந்து கடைசிவரைக்கும் நாலைந்து தடவை படித்திருப்பேன். புக்மார்க் எல்லாம் இல்லை. அப்படியே வைத்து விட்டுப் போவேன். அலுவலகத்திலிருந்து வந்ததும் ஏதோ ஒரு பக்கத்தைத் திருப்புவேன். இரவுணவு வரை வாசிப்பேன். பிறகு மூடிவைத்துவிடுவேன். இப்படியே இந்தப் புத்தகத்தையே தொடர்ந்து நான் படித்துக் கொண்டிருந்தேன். என் மனைவிக்கு இது ரொம்ப விநோதமாக இருந்தது. "நீங்க இன்னும் இந்தப் புத்தகத்தை படிச்சு முடிக்கலையா?" என்று கேட்டார்கள். இல்லை, நான் திரும்பத் திரும்ப வாசித்துக்கொண்டிருக்கிறேன் என்றேன். "ஏன், புரியலையா?" என்று கேட்டார்கள்.

அந்த நூலகர் அசோகமித்திரன் புத்தகம் பற்றிக் கேட்டமாதிரியே கேட்டிருக்கிறார்கள்.

ஆமாம். அந்தப் புரியலையா வேறு, இந்தப் புரியலையா வேறு. இப்படி அருந்ததி ராயுடைய அந்த நாவல் என் உடலின் ஒவ்வொரு செல்லிலும் ஊறிப்போயிருந்தது. அருந்ததி ராயுடைய நடை, அதில் இருக்கிற கிண்டல், அதிலிருக்கிற உக்கிரம் எல்லாமே எனக்குள் பூரணமாக ஊறிப்போயிருந்தது. அதனாலேயே அந்த அவுட்லுக் கட்டுரை என்னைத் தனக்குள் இழுத்துக் கொண்டது. அந்தக் கட்டுரையை மொழிபெயர்க்குமுன் ஒரு பத்திகூட நான் மொழிபெயர்த்திருக்கவே இல்லை. ஒரு ஞாயிறு மாலை ஆரம்பித்தேன். அப்போது நான் திருவண்ணாமலையில் கலக்டரேட்டில் ஆடிட்டிங்கில் இருந்தேன். திங்களன்றே முடித்துவிட்டேன். முடித்துவிட்டு பவாவிடம் கொடுத்தேன். சி. மோகன் அவர்களுடைய பிரஸ்ஸில் கொடுத்து சிறிய புத்தகமாக வெளியானது. அதுதான் என்னுடைய முதல் மொழிபெயர்ப்பு. அந்த மொழிபெயர்ப்பு எனக்குள் ஒரு பெரிய கதவைத் திறந்துவிட்டிருந்தது.

என் தனிப்பட்ட வாழ்வில் அது மிகவும் துயரம் வாய்ந்த காலகட்டம். என் மன இறுக்கம் எல்லாமே இந்த

மொழிபெயர்ப்புப் பணியின்போது விடுபட்டது. ஏனென்றால் இன்னொரு எழுத்தாளரரின் சுயத்துக்குள் போய் நீங்கள் மொழிபெயர்ப்பு செய்யும்போது இன்னொருவராக மாறிவிடுகிறீர்கள். அந்த நேரத்தில் குப்புசாமி என்ற இந்த சுயத்திலிருந்து விலகியிருப்பதை மிகப்பெரிய விடுதலையாக உணர்ந்தேன். நீங்கள் மொழிபெயர்ப்பு செய்யும்போது நீங்கள் நீங்களாக இருப்பதில்லை. அருந்ததி ராயின் எழுத்தை மொழிபெயர்ப்பு செய்யும்போது நீங்கள் தமிழில் எழுதும் அருந்ததி ராயாகவே மாறிவிடுகிறீர்கள். அப்படைப்பின் படைப்பாளியாகவே உங்களை நீங்கள் உருவகப்படுத்திக் கொள்கிறீர்கள். என்னிடமிருந்து நானே விலகி இருப்பது பெரிய நிவாரணியாக இருந்தது. அருந்ததி ராயை முடித்தவுடனே மறுபடியும் இந்த குப்புசாமி என்ற சோகமான சுயத்துக்குள் போக எனக்கு விருப்பமில்லை. எனக்குப் பிடித்தமான எழுத்தாளர்கள் நிறைய பேர் இருந்துகொண்டுதானே இருக்கிறார்கள். *Kazuo Ishiguro*வின் *Village of Dark* என்னும் சிறுகதை *New Yorker*இல் வெளிவந்திருந்தது. அதை மொழிபெயர்த்தேன். அருந்ததி ராயிலிருந்து முற்றிலும் வேறு மாதிரியான எழுத்தாளர். எனக்கு மிகமிகப் பிடித்தமான எழுத்தாளர் *Julian Barnes*. ரொம்ப பிரபலமான எழுத்தாளர். நாவல்தான் பிரதானமாக எழுதுவார். *Granta* பத்திரிகையின் இசைச் சிறப்பிதழில் அவருடைய *'Silence'* என்னும் சிறுகதை வெளிவந்திருந்தது. நிசப்தம் என்னும் அக்கதை எனக்கு மிகவும் பிடித்தமானது. அதை மொழிபெயர்த்தேன். மற்றொரு கதையையும் மொழிபெயர்த்தேன். அது அப்படியே பற்றிக்கொண்டுவிட்டது. அந்த நேரத்தில் மொழிபெயர்ப்பில் ஈடுபட்டது உண்மையாகவே என்னை நானே ஆறுதல்படுத்திக் கொள்ளவும் அமைதிப்படுத்திக்கொள்ளவும்தான். அப்போது இருந்த என்னுடைய சூழலில் நான் மட்டும் மொழிபெயர்ப்பில் ஈடுபடாமல் இருந்திருந்தால் உள்ளே இருக்கும் அழுத்தம் தாளாமல் என்றைக்காவது வெடித்திருப்பேன். மொழிபெயர்ப்பு என்ற ஒரு வழியை எனக்குக் காட்டிவிட்டதற்காக பவாவுக்கு என் நன்றி

மொழிபெயர்ப்பின்போது பாமுக்குடன் பல வருடங்களாக இருந்திருக்கிறீர்கள். என் பெயர் சிவப்பு, வெண்ணிறக் கோட்டை, பனி இப்படிப் பல. தொடர்ந்து பாமுக்காகவே மாறித் தமிழ்ச் சூழலில் இருக்கும்போது உங்களுடைய மனநிலையும் அனுபவமும் எப்படி இருந்தன.

பாமுக் எனக்கு மிகப் பிடித்தமான எழுத்தாளர் என்று சொல்வதே குறைமதிப்பீடுதான். உண்மையில் நான் அவரை ஆராதிக்கிறேன். பாமுக்கின் *My Name is Red* பற்றி

எஸ். ராமகிருஷ்ணன்தான் முதலில் எனக்குச் சொன்னார். அது ஆங்கிலத்தில் மொழிபெயர்க்கப்பட்டு வந்தது 2001 கடைசியில் இருக்கும் என்று நினைக்கிறேன். அப்போது ஆரணிக்கு வந்த ராமகிருஷ்ணன் தமிழுக்கு வந்தாக வேண்டிய ஒரு நாவல் என்று சொன்னார். அவர் சொன்ன பிறகு, அடுத்த முறை நான் சென்னை போனபோது ஹிக்கின்பாதம்ஸில் அந்தப் புத்தகத்தை வாங்கினேன். படிக்கும்போது எனக்குத் தோன்றிய முதல் விஷயம் தமிழில் இதற்கு உதாரணம் காட்டக்கூடிய மாதிரி இதுவரைக்கும் எந்த நாவலுமே வந்ததில்லை என்பதுதான்.

அதற்குள் நானும் மொழிபெயர்ப்புகளில் இறங்கியிருந்ததால் பாமுக்கைக் கண்டிப்பாக மொழிபெயர்த்தே ஆக வேண்டும் என்று உள்ளே ஓடிக்கொண்டே இருந்தது. காலச்சுவடு கண்ணனிடம் இந்த நாவலுக்கு உரிமை வாங்க வேண்டும் என்று சொல்லியிருந்தேன். *My Name is Red* பற்றி நான் அடிக்கடி சொல்லிக்கொண்டே இருந்ததால் திலகவதி மேடமும் அதற்கான உரிமை வாங்க முயற்சி செய்தார்கள். அவர்களால் முடியவில்லை. எப்படியாவது உரிமை வாங்கி *My Name is Red*ஐத் தமிழில் மொழிபெயர்க்க வேண்டும் என்பது என் ஆசை. அப்போது பாமுக்குக்கு நோபல் எல்லாம் வரவே இல்லை. பாமுக் பற்றிய ஒரு அறிமுகக் கட்டுரையை *அமிர்தா*வில் நான் எழுதியிருந்தேன். அதன் பிறகு கண்ணன் 2005–2006இல் முயற்சி செய்தார். முதல் முயற்சியில் அவருக்குக் கிடைக்கவில்லை. 2006இல் பாமுக்குக்கு நோபல் பரிசு கிடைத்தது. கண்ணன் மறுபடியும் முயற்சி செய்து அந்த உரிமையை வாங்கிக் கொடுத்தார்.

நான் மிகவும் ரசித்து லயித்துச் செய்த மொழிபெயர்ப்பு அது. அதற்கு முக்கியமான காரணம் என்னவென்றால் அருந்ததி ராயின் கதையில் வரும் எஸ்தப்பன் பற்றிச் சொன்னேன் இல்லையா, அந்த எஸ்தப்பன் ஏதோ ஒரு வகையில் என்னுடைய சுயத்தின் ஒரு பகுதி மாதிரி இருக்கிறான் என்று சொல்லியிருந்தேன். ஓரான் பாமுக் என்ற அந்த எழுத்தாளர், அவருடைய பார்வை, ஒரு கதையைக் கட்டமைக்கிற விதம், அவர் சொல்லும் விஷயம் இவை எல்லாமே என்னுடைய உண்மை இயல்புக்கு வெகு அருகில் இருப்பவை என்னுடைய இயல்பை மாற்றி பாமுக்கை அறிந்துகொள்ள வேண்டிய அவசியமே எனக்கு இல்லை. பாமுக் ஒரு நாவலை எப்படிக் கட்டமைக்கிறேன், எப்படி எழுதுகிறேன் என்று சொல்கிறார். பல தமிழ் எழுத்தாளர்கள்கூட நாவல்கள் தங்களிடமிருந்து இயல்பாய் வெளிவரும் என்பார்கள். ஆனால் பாமுக் அப்படியெல்லாம் சொல்லவில்லை.

ஒரு நாவலை ஒரு கட்டிடக் கலைஞர் போல முதலிலிருந்து கடைசிவரை எழுதாமலேயே உள்ளுக்குள்ளேயே மிகச்சரியாக

வடிவமைத்து வைத்துக்கொண்டு அதற்குப் பிறகே அவர் எழுதுவார். ஆனால் எழுதும்போது ஒரு அவுட்லைன் மட்டும்தான் அவருக்குள் தீர்மானமாக இருக்கும். எழுதும்போது அந்த எழுத்து எழுத்தாளரைத் தானாகவே அழைத்துச்சென்றுவிடும். எழுத்து என்பது ஒரு மாயசக்தி. ஆனாலும் ஒரு எல்லை உண்டல்லவா, அதற்குள் எப்படி வேண்டுமானாலும் சுதந்திரமாகப் போகலாம். ஒரு எழுத்தாளர் இப்படிதான் எழுத வேண்டும் என்று கிடையாது. பாமுக் ஒரு நேர்காணலில் சொல்வார், "ஒரு கேரக்டரை ஒரு அறைக்குள் அனுப்புகிறேன். அவன் நேரே போவானா, வலப்பக்கம் திரும்புவானா இடப்பக்கம் திரும்புவானா என்று எனக்குத் தெரியாது. என் கை தானாக எழுதிக்கொண்டே போகும். என் கை எழுதிக்கொண்டே போவதற்கு நான் பொறுப்பு கிடையாது." இது பெரும்பாலும் எல்லா எழுத்தாளர்களும் சொல்லும் ஒரு விஷயம்தான்.

படைப்பாற்றல் இருக்கிறதல்லவா, அந்தச் செய்முறையை நீங்கள் கவனித்தால் மிகவும் சுவாரசியமாக இருக்கும். அது எனக்கு மிகுந்த கவர்ச்சிகரமாக இருந்தது. பாமுக் கனவுலகவாசி கிடையாது. "எனக்கு ஒன்றுமே தெரியாது. என்னுடைய சுயநினைவில்லாமல் கதை என்னிடமிருந்து ஆற்றொழுக்காக வருகிறது" என்று அவர் சொல்லவில்லை. அவரிடம் ஒரு தீர்மானம் இருக்கிறது. இந்த விஷயத்தை இப்படிச் சொல்ல வேண்டும், இந்தக் கதாபாத்திரம் இப்படித்தான் இருப்பான் என்ற தீர்மானமான நிர்ணயம் இருக்கிறது. அந்த நிர்ணயத்துக்குள் அவர் மிக சுதந்திரமாகத் தன் படைப்பாற்றலை வெளிப்படுத்துகிறார். இது எனக்கு மிகவும் பிடித்தமான விஷயம்.

கதைசொல்லலில் ஒரு ஒழுங்குமுறை உண்டு. மற்ற எழுத்தாளர்களோடு ஒப்பிட்டுப் பார்த்தால் அந்த ஒழுங்குமுறை பாமுக்கிடம் மிகச்சரியாக இருக்கும். ஒழுங்குமுறை என்பது படைப்பாற்றலுக்கு எதிரானது என்று யாராவது சொன்னால் அவர்களைப் பசித்த புலி தின்னட்டும். அதை விடுங்கள். எனக்கு அந்த ஒழுங்குமுறை மிக முக்கியமானதாகப் படுகிறது. அந்த ஒழுங்குமுறைக்கு உள்ளே ஒரு சுதந்திரம் இருக்கிறது. பாமுக்கின் எல்லா எழுத்திலும் நான் பார்க்கிற மிகப்பெரிய விஷயம், சுதந்திரத்தோடு கூடிய அந்த ஒழுங்குமுறை.

நான் ஒரு ஓவியன். *My Name is Red* நாவலும் ஓவியத்தைப் பற்றியதுதான். ஆனால் அது *miniature painting* எனப்படும் நுண்ணோவியம். *Miniature painiting* என்பது ஆட்டமன் கலாச்சாரத்தைப் பற்றியது. கலைஞனுடைய சுதந்திரத்தை அரசியல், மதம் இவையெல்லாம் எந்த அளவுக்குக் கட்டுப் படுத்துகின்றன? கட்டுப்படுத்துமா? கட்டுப்படுத்தும் நேரத்தில்

கலைஞனின் பங்கு என்ன? கலைஞனுக்கும் அவன் படைக்கிற படைப்புக்கும் இடையில் வேறு யாருக்காவது இடம் இருக்கிறதா? இருக்கிறது, இல்லை. இரண்டுமே சரிதான். அப்படிதான் இருக்கிறது இந்த உலகம்.

இஸ்தான்புல் என்ற ஒரு பகுதி இருக்கிறதே அது, மிகச் சரியாகக் கிழக்குக்கும் மேற்குக்கும் நடுவில் இருக்கும் ஒரு விஷயம். நேரெதிர்க் கலாச்சாரங்களுக்கு இடையில் இருக்கும் ஒரு விஷயம். ஆட்டமன் சாம்ராஜ்யம் செழித்தோங்கிய பதினாறாம் நூற்றாண்டில் பலர் உலகத்தின் மையமே இஸ்தான்புல் தான் என்று சொல்லிக்கொண்டிருந்தார்கள். உலகத்துக்கு ஒரு மையம் என்பதே கிடையாது என்பதுதான் உண்மை. பிறிதொன்று என்பது முக்கியமான விஷயம். எப்போதும் ஒரே ஒரு மையப்புள்ளியிலிருந்து உலகம் இயங்குவதே கிடையாது. அதற்கு ஏராளமான மையப்புள்ளிகள் உண்டு.

ஆட்டமன் சாம்ராஜ்யம் சிதறுகிறது. அது சிதறுவதற்குப் பல காரணங்கள். அதிகாரக்குவிப்பு ஒரு முக்கியமான காரணம். அந்தப் பக்கம் வெனீஸிலிருந்து வரும் மேலைக் கலாச்சாரம், இந்தப் பக்கம் ஆசியாவிலிருந்து வரும் கீழைக் கலாச்சாரம். இந்த இரண்டு கலாச்சாரங்களும் ஆன்மிகத்தை வெவ்வேறு விதமாகப் பார்க்கிற கலாச்சாரங்கள். அதாவது மேலோட்டமாக. ஆன்மிகம் என்பதை நீங்கள் தத்துவமாகப் பார்த்தாலும் சரி, அல்லது வழிபாட்டு முறைகளாப் பார்த்தாலும் சரி.

இஸ்லாமியக் கலாச்சாரப்படி உருவ வழிபாடு, உருவம் இவற்றில் அவர்களுக்குத் தீர்மானமான பல கருத்துகள் உண்டு. அதனால் இந்த மினியேச்சர் பெயிண்டிங்கின் பார்வைக் கோணம் எல்லாமே டாப் ஆங்கிளில்தான் இருக்கும். இறைவன் மேலே இருந்து கீழே உலகத்தைப் பார்க்கிற அதே மாதிரிதான் நீங்கள் படம் வரைய வேண்டும். மினியேச்சர் பெயிண்டிங்கில் கேமராவைத் தரையில் வைத்து நீங்கள் பார்ப்பதுபோலக் கோணம் கிடையாது. ஒரு அரண்மனை என்றால் மேலேயிருந்து பார்ப்பது போலத்தான் இருக்கும். ஆனால் ஒரு கோணத்தில் பார்க்கும்போது ஒரு வீடு, சுவர் எல்லாம் இருக்கும். அந்தச் சுவருக்குள்ளே இருப்பவர்களையும் வரைந்திருப்பார்கள். அவர்கள் உள்ளே என்ன செய்துகொண்டிருக்கிறார்கள் என்றும் வரைந்திருப்பார்கள். ஆனால் இந்த வெனீஷியன் பெயிண்டிங் அதாவது மேற்கத்தியக் கலாச்சாரத்தின் ஓவியங்கள் எல்லாம் மிக யதார்த்தமான ஓவியங்களாக இருக்கும். ஒரு முகத்தைப் பார்த்து அப்படியே வரைவதாக இருக்கும். ஆனால் மிகவும் பொருள்வாய்ந்த இந்த நுண்ணோவியங்களை வரைபவர்களுக்கு முற்றிலும் மாறுபட்ட

ஜி. குப்புசாமி

அந்த ஓவியமுறை அதிர்ச்சிகரமாக இருக்கிறது. நாமும் ஓவியர்கள் என்று சொல்லிக்கொள்கிறோம். ஆனால் நம்மால் இப்படி வரைய முடியவில்லையே என்று புலம்புகிறார்கள். அதனால் அந்த சுல்தான் அந்த நுண்ணோவிய ஓவியர்களுக்கு மேற்கத்திய ஓவியங்கள் வரைவதற்கு அனுமதி அளிக்கிறார், பெரிய ஓவியத் தொகுப்பொன்றை உருவாக்கும் பொருட்டு. அதில் ஏற்படும் பிரச்சினைகள்தான் இந்த நாவல். ஓவியத்தைப் பற்றி இவ்வளவு நுணுக்கமாகப் பேசுவதே எனக்கு சுவாரசியமாக இருந்தது. ஒரு குதிரையை வரையும்போது அவனுடைய கை விரல்கள் எவ்வளவு சுதந்திரமாகக் குதிரையின் பிடரி பறப்பதையெல்லாம் வரைகின்றன என்று மிகுந்த சந்தோஷமாக இருந்தது. ஏனெனில் வரையும் கைகளுக்குத்தான் அந்த சந்தோஷம் புரியும்.

My Name is Red வந்தவுடன் அடுத்து வரும் பாமுக்கின் புத்தகங்கள் சிலவற்றுக்கு உரிமை வாங்க வேண்டுமென்று கண்ணனை நச்சரிக்க ஆரம்பித்தேன். சரி, ஏதேனும் நான்கு புத்தகங்களைச் சொல்லுங்கள் என்றார். *Snow, Istanbul, White castle, The Black book* இந்த நான்கின் உரிமையையும் வாங்கிவிட்டார். அவர் வாங்கும்போது ஒவ்வொரு புத்தகத்தையும் மொழிபெயர்க்க அந்த ஏஜன்ட் கொடுத்த கால அளவு ஒன்றரை வருடம். ஏனெனில் ஒன்றரை வருட கால அளவில் நான் *My name is Red*ஐ முடித்துவிட்டேன். அந்தக் கணக்குப்படி *White castle* சின்ன புத்தகம். அதை சீக்கிரம் முடித்துவிடலாம். ஏனெனில் அது பாமுக்கின் நாவலில் எனக்கு மிகவும் பிடித்தமான நாவல். அடுத்து இஸ்தான்புல் கொஞ்சம் பெரிய புத்தகம். நிறைய படங்கள் இருக்கும். அதையும் சீக்கிரம் முடித்துவிடலாம் என்றெல்லாம் கணக்குப்போட்டு கண்ணனிடம், "ஒரு புத்தகத்துக்கு ஒன்றரை வருடம் கணக்கில் ஆறு வருடங்களில் நான்கு புத்தகத்தையும் முடித்துவிடுவேன்' என்று வாக்குக் கொடுத்துவிட்டேன். அவரும் என்னை நம்பி உரிமையை வாங்கிவிட்டார். ஆனால் நான் *Snow*ஐ மொழிபெயர்க்க அதிக காலம் எடுத்துக்கொண்டு விட்டேன். அது அப்படியே இழுத்துக்கொண்டே போய்விட்டது. அதற்கடுத்து இஸ்தான்புல் மொழிபெயர்க்கவும் காலம் அதிகமாகிவிட்டது. ஆறுவருடங்களில் மூன்று புத்தகங்கள்தான் என்னால் முடிக்க முடிந்தது.

தொடர்ச்சியாக பாமுக்கின் எழுத்துகளில் வாழ்ந்து கொண்டிருப்பதில் ஒரு பெரிய அழுத்தம் இருந்தது. இதிலிருந்து கொஞ்சம் வெளியே வந்து இளைப்பாற வேண்டும்போல் இருந்தது. உளவியல்ரீதியாக இது என்னுடைய மைனஸ் பாய்ண்ட் என்று சொல்லலாம். ஏனென்றால் என்னை நானே பாமுக்காக என் மனசுக்குள் உணரத் தொடங்கியதுபோலத்

தோன்ற ஆரம்பித்துவிட்டது. எப்படி என்றால் தினமும் நான் வேலைக்கு பைக்கில் கிளம்பி நண்பரின் கடையில் நிறுத்திவிட்டு திருவண்ணாமலைக்கு பஸ் ஏறிப்போவதெல்லாம் குப்புசாமியாக அல்லாமல் பாமுக்காகவே பைக் ஓட்டி பாமுக்காகவே பஸ்ஸில் ஏறி பாமுக்காகவே வழியெல்லாம் வேடிக்கை பார்த்துக் கொண்டே போவது மாதிரி... கலசப்பாக்கத்தில் சாலையோரம் ஏதாவது விற்பனை செய்வார்கள். இதையெல்லாம் பாமுக் பார்த்து எழுதினால் எப்படி எழுதுவார்... இதே மாதிரி நான் பார்க்கும் ஒவ்வொரு பார்வையையும் பாமுக் பார்த்தால் எப்படி எழுதுவார்? பாமுக் பார்த்தால் எப்படிச் சொல்லுவார்? நம்மிடம் யாராவது பேசினால் பாமுக்காக இருந்தால் எப்படி பதில் சொல்லுவார்? இந்த மாதிரி பாமுக் பாமுக் என்று பாமுக் என் தலையில் மிகப்பெரிய ஒரு பிசாசாய், மலையேற முடியாத ஒரு பிசாசாய் இருந்தார். அது ஒரு விதத்தில் நல்லது. எந்த விதத்தில் என்றால்... White castle மொழிபெயர்ப்புபற்றிச் சொல்ல வேண்டும். அது அவருடைய ஆரம்பகால ஆங்கில மொழிபெயர்ப்பு. அதை Victoria Holbrook மொழிபெயர்த்திருந்தார். My Name is Red ஐ Erdağ Göknar மொழிபெயர்த்திருந்தார். அதன் பிறகு The Black Bookஐ முதலில் Güneli Gün என்கிற துருக்கிய மொழிபெயர்ப்பாளர்தான் ஆங்கிலத்தில் மொழிபெயர்த்திருந்தார். ஆனால் பாமுக்குக்கு அந்த மொழிபெயர்ப்பில் திருப்தி ஏற்படவில்லை. பிறகுதான் அவருக்கு Maureen Freely கிடைத்தார். Maureen Freely பாமுக்குக்கு மிகப் பிடித்தமான மொழிபெயர்ப்பாளர். பாமுக்குக்கு ஆங்கிலமும் தெரியும். அதனால் அந்த ஆங்கில மொழிபெயர்ப்பை அவரே ஒப்பிட்டுப் பார்ப்பார். Güneli Günஇன் மொழிபெயர்ப்பு எவ்வளவுதான் நன்றாக இருந்தாலும் அந்த அளவுக்கு உண்மை யானதாக இல்லை என்று அவருக்குத் தோன்றியிருக்கிறது. அதனால் Maureen Freelyயிடம் சொல்லி மறுபடியும் அதை மொழிபெயர்த்திருக்கிறார். இப்போது மார்க்கெட்டில் Maureen Freely மொழிபெயர்ப்புதான் கிடைக்கும். பெரும்பாலும் Güneli Gün மொழிபெயர்ப்பு கிடைக்காது.

Erdağ Göknar மொழிபெயர்ப்பில் My Name is Redஐ படித்து விட்டு Maureen Freely மொழிபெயர்ப்பில் Other Colours என்ற அவருடைய கட்டுரைத் தொகுப்பு உள்ளிட்ட பாமுக்கின் மற்றப் படைப்புகளைப் படிக்கும்போது வித்தியாசமே தெரியாது. பாமுக்கின் உண்மையான குரலை இருவரும் மிகச்சரியாக அவர்களுடைய ஆங்கில மொழிபெயர்ப்புக்குள் கொண்டு வந்திருக்கிறார்கள் என்பது புரிகிறது. அதனால் பாமுக்கின் நடை, அவர் எந்த மாதிரியான சொற்களைப் பிரயோகிப்பார், தமிழில் இன்ன சொல்லைத்தான் பயன்படுத்துவார் என்றெல்லாம் உங்கள்

வயிற்றுக்குள் உணர முடியும். என்று சொன்னான் என்பாரா? என்று கூறினான் என்பாரா? வலது புறம் என்று எழுதுவாரா? வலப்புறம் என்று எழுதுவாரா? இவை எல்லாவற்றுக்கும் பாமுக் எப்படி எழுதுவார் என்று யோசிக்கும்போது வலதுபுறமா? வலப்புறமா? சொன்னானா? கூறினானா? அல்லது உரைத்தானா? எந்த இடத்தில் குதிரை என்பார்? எந்த இடத்தில் புரவி என்பார்? இந்த மாதிரி ஒவ்வொரு சொல்லும். அவருக்கு தமிழ் ஒருபோதும் தெரியாது. ஆனாலும் லா.ச.ரா. சொல்வது மாதிரி ஒவ்வொரு சொல்லுக்குப் பின்னாலும் ஒவ்வொரு உணர்வு இருக்கிறது. பாமுக்கின் அந்த ஆன்மாவுக்கு எந்த சொல் பொருத்தமாக இருக்கும் என்பது பாமுக்கை முழுமையாக உள்வாங்கி யிருப்பவனுக்குப் புரியும். விக்டோரியா ப்ரூக்ஸின் மொழிபெயர்ப்பில் அது கொஞ்சம் தடம் மாறுகிறது. *White Castle* படிக்கும்போது பாமுக் பல வரிகளை இப்படி எழுதியிருக்க மாட்டாரே என்று எனக்குத் தோன்றுகிறது. இது மிகவும் அதிகப்பிரசங்கித்தனமான கருத்துதான். ஏனென்றால் அது பாமுக்கின் ஒப்புதலோடுதான் வந்திருக்கிறது. ஆனால் பாமுக்கின் மிக அணுக்கமான வாசகர் என்ற வகையில் அந்த மொழிபெயர்ப்பைப் படிக்கும்போது விக்டோரியா ப்ரூக்ஸின் மொழிபெயர்ப்பு *sounds more like an English novel.* பாமுக்கின் துருக்கியத்தன்மை, பாமுக்கின் தனித்துவ நடை அதில் சரியாகப் பொருந்தவில்லை. அதனால் நான் தமிழில் மொழிபெயர்க்கும் போது பாமுக் அதை மூலத்தில் எப்படி எழுதியிருந்திருப்பார் என்பதை நானே உத்தேசித்து அந்த நடையை, தொனியை பாமுக்தனமாக மாற்றி மொழிபெயர்த்தேன்.

ஒரிஜினலைப் படித்து நான் வெண்ணிறக் கோட்டை மொழிபெயர்ப்பை செய்யவில்லை. விக்டோரியா ப்ரூக்ஸ் மொழிபெயர்த்த ஆங்கில மொழிபெயர்ப்பைப் பார்த்துத்தான் செய்தேன். அந்தப் புத்தகத்தில் இல்லாத எதையும் நான் மொழிபெயர்க்கவில்லை. ஒரு மொழிபெயர்ப்பாளர் இல்லாத எதையும் எழுதவே கூடாது. எழுதிய எதையும் விட்டுவிடவும் கூடாது. இது இரண்டும் நிச்சயம். ஆனால் அந்த தொனி இருக்கிறதல்லவா அதைக் கொஞ்சம் ஆல்டர் பண்ணலாம். மொழிபெயர்ப்பாளனுக்கு என்று இருக்கிற சுதந்திரம் மிகக் குறுகிய வழி. அதற்குள் நீங்கள் செய்யலாம். எனவே விக்டோரியா ப்ரூக்ஸின் ஆங்கில மொழிபெயர்ப்பு பாமுக்கை முழுமையாகப் பிரதிபலிக்கவில்லை என்று எனக்குத் தோன்றியதால் பாமுக்கின் ஒரிஜினல் முகத்தைப் பிரதிபலிக்கும் நடையில் வெண்ணிறக் கோட்டையை மொழிபெயர்த்தேன். மறுபடியும் சொல்கிறேன், எந்த ஒரு வார்த்தையையும் கூடுதலாகவோ, குறைச்சலாகவோ,

சேர்த்தோ விடுபட்டோ நான் மொழிபெயர்க்கவில்லை. அப்படி மொழிபெயர்க்கும் உரிமையும் கிடையாது. எல்லா விஷயத்தையும் சொல்லி அந்தத் தொனியை நீங்கள் மாற்றலாம்.

இந்த நான்கு புத்தகங்களையும் தொடர்ந்து மொழிபெயர்த்து முடித்தவுடனேயே என்னை ஆசுவாசப்படுத்திக்கொள்ளக் காலம் தேவைப்பட்டது. கண்ணன் ஒவ்வொரு முறையும் ஃப்ராங்க்பர்ட் போய்விட்டு வரும்போது நிறைய புத்தகங்களை வாங்கிவருவார். இவற்றில் எந்தெந்தப் புத்தகங்களை எல்லாம் மொழிபெயர்க்க உரிமை வாங்கலாம் என்று அவருடைய நண்பர்கள் எல்லோரிடமும் கொடுத்து கருத்துக் கேட்பார். அப்போது *Dag Solstad*ன் *Shyness and Dignity*ஐக் கொடுத்திருந்தார். அதைப் படித்ததும் எனக்கு மிகவும் பிடித்துவிட்டது. கண்ணனிடம் நீங்கள் இதற்கு உரிமை வாங்கலாம், இதை நானே பண்ணுகிறேன் என்றேன். "நீங்க பண்ணுறீங்களா? அடுத்ததாக *Black Book* பண்ணணுமே?" என்றார். "இது சின்ன புத்தகம்தான். இதை முடித்துவிட்டு *Black Book* வருகிறேன். அதற்கான கொஞ்ச கால நீட்டிப்புக்கான அனுமதி வாங்கிக்கொள்ளுங்கள்" என்றேன். என்ன பண்ணுவது? ஒரு பதிப்பாளர் என்னை மாதிரியான மொழிபெயர்ப்பாளரிடம் மாட்டிக்கொண்டு படுகிற கஷ்டமெல்லாம் என்னவென்று நீங்கள் கண்ணனிடம்தான் கேட்க வேண்டும். கண்ணனுக்கு இப்போது ரத்த அழுத்தம் வந்திருக்கிறதா என்று தெரியவில்லை. ரத்த அழுத்தம் வந்திருந்தாலோ, வயிற்றில் அல்சர் வந்திருந்தாலோ அதற்கு முக்கியமான காரணம் என்னை மாதிரியான ஆட்களாகத்தான் இருப்பார்கள். அவருக்கு வேறு வழியில்லை. சரி என்று சொல்லிவிட்டார்.

Dag Solstad நாவலைப் படிக்கும்போது நான் ஜாலியாகப் படித்துமுடித்துவிட்டேன். ஆனால் மொழிபெயர்க்க உட்காரும் போதுதான் பெண்டு நிமிர்த்திவிட்டது. அது மிக மிக மிக மிக *intense* ஆன ஒரு நாவல். அதை மொழிபெயர்க்க 650 நாட்களுக்கு மேல் ஆயிற்று. அது மிகச்சிறிய புத்தகம். கண்ணன் வெறுத்துப் போய்விட்டார். பாவம். மிக உள்முகமான ஒரு நாவல் அது. உடைந்த குடை நீங்கள் படித்தாலே தெரியும். அவ்வளவு எளிதாய் அதை மொழிமாற்றம் செய்யவே முடியாது. உடைந்த குடை முடித்துவிட்டு *Black Book* பண்ணலாம் என்றிருந்த நேரத்தில், அப்போது உடைந்த குடை முடிக்கவில்லை, அந்த நேரத்தில் அருந்ததி ராய் அவருடைய அடுத்த நாவலோடு வந்துவிட்டார். அருந்ததி ராய்க்கு முன்னால் பாமுக், முரகாமி, ஜூலியன் பார்ன்ஸ் யாருமே எனக்குப் பொருட்டில்லை. அருந்ததி ராய் என்னை எஸ்தா என்று அழைப்பார். நான் அவரை ராகேல்

என்பேன். அருந்ததி ராகேல், குப்புசாமி எஸ்தப்பன். எஸ்தப்பனுக்கு ராகேல்தான் முக்கியம். நாங்கள் ஒரு கருவில் உருவான இரட்டை சகோதர சகோதரிகள். அதனால் என்னுடைய சகோதரி புத்தகம்தான் எனக்கு முக்கியம் என்று கண்ணனிடம் நான் அருந்ததி ராயின் புத்தகத்தை மொழிபெயர்க்கப்போறேன் என்றேன். அப்படியென்றால் *Black Book* யார் பண்ணுவாங்க என்றார். வேறு யாரிடமாவது கொடுத்து பண்ணிக்கொள்ளுங்கள் என்றேன்.

அகிலன் மிக அற்புதமான மனிதர். உண்மையில் என்னை மிகவும் கூச்சத்தில் நெளிய வைத்துவிட்டார். அவர் ஆங்கிலப் பேராசிரியர். ஒரு கல்லூரியின் பிரின்சிபலாக இருந்து ஓய்வு பெற்றவர். எவ்வளவு சீனியர். அவர் எனக்கு ஃபோன் செய்து, பாமுக் என்றாலே நீங்கள்தான். நான் செய்யலாமா என்று கேட்டார். எனக்குச் சிரிப்பாக இருந்தது. பாமுக்குக்கு நான் என்ன பாத்தியமா? அப்படியெல்லாம் இல்லை. பாமுக்குக்கு எவ்வளவோ மொழிபெயர்ப்பாளர்கள் இருக்கிறார்கள். என்னிடம் அனுமதி கேட்க வேண்டும் என்ற அவசியமெல்லாம் இல்லை. அதற்கான எந்த ஒரு தேவையும் இல்லை. ஆனால் அதுதான் அவரது பணிவடக்கம். அவ்வளவு பெரிய மனிதர் அவர். பாமுக்கை எப்படி அணுக வேண்டும் என்பதையெல்லாம் என்னிடம் கேட்டுக்கொண்டார். அதற்கும் அவசியமே இல்லை. 35 வருடங்களாக மாணவர்களுக்கு ஆங்கில இலக்கியப் பாடம் எடுத்தவர். என்னை மாதிரியான பையனிடம் பாமுக்கை மொழிபெயர்க்கும்போது என்னென்ன மாதிரியான சிக்கல்கள் வரும் என்றெல்லாம் கேட்கிறார் என்றால், நான் யோசிக்கிறேன், நான் இதுபோல் யாரிடமாவது போய்க் கேட்பேனா என்று. மானசீகமாக என் தலையில் இரண்டு அல்ல, ஏழெட்டுக் கொம்புகள் வளர்ந்திருப்பதுபோல எனக்குத் தோன்றும். அந்த மாதிரியான திமிர்த்தனத்தோடு இருக்கும் எனக்கு இவரைப் பார்க்கும்போது வெட்கமாக இருந்தது. எவ்வளவு பெரிய மனிதர் இப்படி இருக்கிறாரே என்று. இன்னும் அவருடையதைப் படிக்கவில்லை.

அவர் மொழிபெயர்த்து முடிக்கும் தறுவாயில் சொன்னார், "நான் பாமுக்கை எப்படி மொழிபெயர்த்திருக்கிறேன் என்றால்... உங்களைப் போல அப்படியே ஒவ்வொரு வார்த்தைக்கும்... அப்படியெல்லாம் பண்ணவில்லை, பையன்களுக்கு நான் எப்படி பாடம் நடத்துவேன்? கஷ்டமான ஒரு விஷயத்தை பையன் களுக்குப் புரிகிற மாதிரி விளக்குவேன் இல்லையா? என்னுடைய மொழிபெயர்ப்பையும் பையன்களுக்குப் பாடம் நடத்துவதைப் போலவே பார்க்கிறேன்" என்றார். அப்படிப் பண்ணக் கூடாது

என்றெல்லாம் கிடையவே கிடையாது. ஒரு மொழிபெயர்ப்பாளருக்கு இதுதான் இறுதி வடிவம் என்று ஒன்றுமே கிடையாது. ஒரு படைப்புக்குப் பல மொழிபெயர்ப்புகள் வரலாம். இப்போது பாருங்கள், தஸ்தயேவ்ஸ்கிக்கு எத்தனை ? *Constance Garnett*இலிருந்து ஆரம்பித்து எவ்வளவோ மொழிபெயர்ப்புகள் வந்துவிட்டன. நான் எல்லோரிடம் சொல்லிக்கொண்டே இருப்பேன், *Richard Pevear* மொழிபெயர்ப்புதான் இருப்பதிலேயே மிகவும் நெருக்கமான மொழிபெயர்ப்பு. அப்படித்தான் எல்லோருமே சொல்கிறார்கள். விளாடிமிர் நபக்கோவ்கூட அந்தக் காலத்திலேயே சொல்லியிருக்கிறார். *Garnett* மொழிபெயர்ப்பைக் கிழிகிழி என்று கிழித்திருக்கிறார் மனிதர். அவரைக் கிழவி என்றுதான் குறிப்பிடுவார். கார்னெட் இல்லையென்றால் ரஷ்யன் மாஸ்டர் பீஸஸ் எல்லாம் வெளியுலகுக்குத் தெரிந்திருக்கவே தெரிந்திருக்காது. ஆனால் அந்தக் கிழவி மொழிபெயர்க்கவே இல்லை, மறுகூறல் தான் செய்திருக்கிறது. தல்ஸ்தோய், தஸ்தயேவ்ஸ்கி, புஷ்கின், செக்காவ் எல்லாக் கதைகளையும் இந்தக் கிழவி தன்னுடைய குரலிலேயே சொல்கிறது, எல்லாமே மறுகூறல்தான். அந்தக் கதைகளைப் படிக்கும்போது தஸ்தயேவ்ஸ்கியுடைய குரலே கேட்கவில்லை என்றெல்லாம் அவர் சொல்லியிருக்கிறார். அது வேறு விஷயம். ஆனால் *Pevear and Volokhonsky* மிக நுட்பமாக அந்தப் பிரதியை ஆங்கிலத்தில் மொழிபெயர்த்திருந்தார்கள். நீங்கள் *Pevear and Volokhonsky* மொழிபெயர்ப்பில் தஸ்தயேவ்ஸ்கியைப் படிக்கும்போது நிச்சயமாக அது வேறு மாதிரியான அனுபவமாகத்தான் உள்ளது. நீங்கள் ஏற்கனவே வேறு மொழிபெயர்ப்புகளில் அவருடைய இடியட்டையும் கரமசோவையும் படித்துவிட்டு பிறகு *Pevear and Volokhonsky* மொழிபெயர்ப்பைப் படிக்கும்போது, எனக்கு மிகவும் பிடித்திருந்தது. ஆனால் *Crime and Punishment, Oliver Ready* ன் புது மொழிபெயர்ப்பில் வந்திருக்கிறது. ஆலிவர் ரீடியின் மொழிபெயர்ப்பு *Pevear and Volokhonsky*இன் மொழிபெயர்ப்பை விடவும் மிகுந்த உயிரோட்டத்துடன் இருக்கிறது என்று ஒரு கருத்து உள்ளது. எனக்குத் தெரியவில்லை. நான் அதைப் படித்தால்தான் தெரியும். அதனால் ஒரு படைப்புக்கு நிறைய மொழிபெயர்ப்புகள் இருக்கலாம். காலந்தோறும் புதிய மொழிபெயர்ப்புகளுக்கான அவசியம் ஏற்பட்டுவிடுகிறது.

அகிலன் சார் அப்படிப் பண்ணுகிறார் என்றால் அவரைப் பொறுத்தவரை அதுதான் சரியான மொழிபெயர்ப்பு. தேவதாஸ் அவருடைய மொழிபெயர்ப்புகளை அவருடைய பாணியில் பண்ணுகிறார் என்றால் அவரைப் பொறுத்தவரை அதுதான் சரி. எனக்கு என்னுடையது. அது அப்படிதான். நான் நம்புகிற சில விஷயங்கள் எனக்கு உண்டு. என்னுடைய

நம்பிக்கையின் அடிப்படையில் சில விஷயங்களைச் செய்கிறேன். இது நம்பிக்கை சார்ந்த ஒரு விஷயம்தான். என்னைப் பொறுத்தவரை என்னுடைய நம்பிக்கை என்னவென்றால் தமிழில் மொழிபெயர்ப்பது என்பது தமிழாக்குவது கிடையாது. யாராவது என்னுடைய மொழிபெயர்ப்பைப் படித்துவிட்டு "உங்களுடைய மொழிபெயர்ப்பு ரொம்ப நல்லா இருக்கு. தமிழிலேயே எழுதப்பட்டது போல இருக்கு. பாத்திரங்களுடைய பெயர்களை எல்லாம் தமிழ்ப் பெயர்களாக மாற்றிவிட்டால் ஒரு தமிழ்ப் படைப்பைப் படிப்பது போலவே இருக்கு," என்று சொன்னால் நான் சரியாக மொழிபெயர்க்கவில்லை என்றுதான் தோன்றும். துருக்கிய நாவலின் பாத்திரங்களின் பெயர்களைத் தமிழில் மாற்றிவிட்டால் அது தமிழ் நாவல் மாதிரியே இருக்கிறது என்று எப்படிச் சொல்ல முடியும்? முடியவே முடியாது.

ஒவ்வொரு எழுத்தாளருக்கும் ஒரு குரல் இருக்கிறது. மிமிக்ரி பண்ணுவது போலத்தான். மிக எளிமையான உதாரணம் ஒன்று சொல்கிறேன். எம்.ஆர். ராதாவுக்கென்று ஒரு குரல், உச்சரிப்பு எல்லாம் இருக்கிறது. எம்.ஆர். ராதா தமிழில்தான் பேசுவார். ஆனால் கல்லூரிப் பையன்கள் செய்வார்களே அது போல எம். ஆர். ராதாவை நீங்கள் வேறு மொழியில் மிமிக்ரி பண்ணும்போது, ஆங்கிலத்தில் பேசும்போது எப்படி இருக்கும்? தமிழில் பேசுவது மாதிரிதானே ஆங்கிலத்திலும் பேசுவார்? அதை நீங்கள் சிவாஜித்தனமாக ஆங்கிலத்தில் செய்தால் நன்றாக இருக்குமா? மொழிபெயர்ப்பு என்பதும் மிமிக்ரி மாதிரிதான். அதனாலேயே நான் மிகுந்த சிரமப்பட்டுதான் மொழிபெயர்ப்பு செய்வேன்.

மொழிபெயர்ப்பைத் தேர்ந்தெடுக்கும்போது அதற்கு ஏதாவது அந்தரங்கமான வரையறை இருக்கிறதா? அதைப் பற்றிச் சொல்லுங்களேன்.

கண்டிப்பாக உண்டு. முதலில் எனக்குப் பிடிக்க வேண்டும். எனக்கு எது பிடிக்கும் என்பதற்கு வரையறையே கிடையாது. எனக்குப் பிடிப்பதற்கு எவ்வளவோ காரணங்கள் இருக்கும். *I should love it.* ஏனென்றால் அந்தப் புத்தகத்துடனேயே ஒரு வருடத்துக்குமேல் வாழப்போகிறேன். அதனால் எனக்கு வேண்டா வெறுப்பாக ஒரு விஷயத்தைப் பண்ண முடியாது. இரண்டாவது அந்தப் புத்தகத்தில் சொல்லப்பட்டிருக்கிற விஷயத்தோடு நான் உடன்பட்டிருக்க வேண்டும். உடன்பாடு இல்லாத ஒரு விஷயத்தை என்னால் செய்ய முடியாது. அருந்ததி ராயுடைய *The Ministry of Utmost Happiness* முழுக்க முழுக்க ஒரு அரசியல் நாவல். அருந்ததி ராயின் அரசியலுக்கு நான் எதிராக இருந்தால் அந்தப் பணியை என்னால் தொடவே முடியாது. இது ஒரு அடிப்படையான

விஷயம். இன்னொன்று தமிழுக்கு அந்த நாவல் வந்தாக வேண்டியது கட்டாயம் என்று எனக்குத் தோன்றுகிறது. இந்தக் காலகட்டத்துக்கு இந்த நாவல் தமிழில் வந்தாக வேண்டும் என்று நான் நினைப்பதுதான் முக்கியக் காரணம். இப்போது உடைந்த குடை இருக்கிறதல்லவா, அதை நனவோடை என்று சொல்ல முடியாது, முழுக்க முழுக்க உள்முகமான ஒரு நாவல். அந்த மாதிரியான நாவல்கள் தமிழில் படிக்கக் கிடைக்க வேண்டும் என்பதற்காகப் பண்ணினேன். *Modern life* ஒரு தனிமனிதனுடைய வாழ்க்கையில் எப்படிப்பட்ட சிக்கல்களை, உறவுமுறைகளை உண்டாக்குகிறது என்பது எல்லோர்க்கும் பொதுவான ஒரு விஷயம். அந்நிய நிலத்தில் நடந்தாலும் *modern life* கொடுக்கும் மனச்சிக்கல், உடைந்த குடையில் மிக முக்கியமானதாகப் பட்டது. இந்த மாதிரியான காரணங்கள்தான் நான் மொழிபெயர்க்கத் தேர்ந்தெடுக்கும் விஷயங்கள்.

இன்னொன்றும் இருக்கிறது. தமிழில் மொழிபெயர்ப்பதற்கு மிகச்சிக்கலாக இருக்கும் என்னும் ஸ்கிரிப்டையும் நான் சவாலாக எடுத்துக்கொள்வேன். *Raymond Carver* எனக்கு மிகப் பிடித்தமான எழுத்தாளர். அவருடைய எல்லாச் சிறுகதைகளை யும் படித்திருக்கிறேன். அவர் இருந்ததே பாவம் ஐம்பது வருஷம் தான். அவருடைய மொத்தச் சிறுகதைகளையும் ஒரு தொகுப்பில் அடக்கிவிட முடியும். அதனால் அவருடைய எல்லாச் சிறுகதை களையும் படித்திருக்கிறேன் என்பது ஒன்றும் சாதனை கிடையாது. ஆனால் எல்லாக் கதைகளையும் என்னால் மொழிபெயர்க்க முடியுமா? பாமுக்கை விடவும் எனக்கு மிகப் பிடித்த எழுத்தாளர், முரகாமியை விடவும் மிக நெருக்கமான எழுத்தாளர் *Raymond Carver*. ஆனால் அவருடைய எல்லாக் கதைகளையும் என்னால் மொழிபெயர்க்கமுடியுமா என்று கேட்டால் பயம்தான் எனக்கு. இப்போது பிப்ரவரி மாத *காலச்சுவடு* இதழில் வந்திருக்கிறதே இறகுகள், இந்தச் சிறுகதையைப் பத்து வருடமாக *untranslatable* என்ற வரிசையில் நான் வைத்திருந்தேன். ஒரு *sensible translator*க்கு *untranslatable* என்று சில விஷயங்கள் இருக்கின்றன என்பது புரிய வேண்டும். எல்லாவற்றையும் மொழிபெயர்த்திட முடியாது. உதாரணத்துக்கு ஜே.டி. சாலிங்கரின் *Catcher in the Rye*. என்னிடம் பத்துக் கோடி ரூபாய் கொடுத்து யாராவது பண்ணச் சொன்னா லும் பண்ண மாட்டேன். அது தமிழில் வந்திருக்கிறது. அது வேறு விஷயம். அதை மொழிபெயர்த்தவருக்குப் பண்ண முடியும் என்று தோன்றியிருக்கிறது. பண்ணியிருக்கிறார். அதில் நான் போக விரும்பவில்லை. என்னால் சாலிங்கருடைய *Franny and Zooey*ஐக்கூட மொழிபெயர்க்க முடியாது. அவர் மொழிபெயர்க்க முடியாத எழுத்தாளர் என்று எனக்குத் தோன்றுகிறது. நான்

சொன்னேன் இல்லையா, நான் நம்புகிற சில விஷயங்கள் என்று. அந்த மாதிரிதான். *Tobias Wolff* எனக்கு மிகப் பிடித்த எழுத்தாளர். அவருடைய எழுத்தை மொழிபெயர்ப்பது என்னால் முடியாத ஒரு விஷயம் என்பேன்.

அப்படியென்றால் மொழிபெயர்க்க முடியாத ஒன்று என்றும் ஒரு விஷயம் இருக்கிறது அல்லவா?

நிச்சயம் இருக்கிறது. அதை நான் இன்னும் கொஞ்சம் விளக்கமாகச் சொல்ல வேண்டும். ஏன் மொழிபெயர்க்க முடியாது என்றால் அந்த மூலத்துக்கு நியாயம் கற்பிக்க முடியாது. இந்த இடத்தில் தமிழையும் நீங்கள் கணக்கில் எடுத்துக்கொள்ள வேண்டும். *Tobias Wolff*இன் *Hunters in the Snow* என்ற சிறுகதை. மிகவும் திட்பம் வாய்ந்த சிறுகதை. அதில் அமெரிக்காவில் இருக்கிற வேட்டைக்காரர்கள் வேட்டைக்குப் போவார்கள். அவர்களுக்குள் கொச்சையாகக் கன்னாபின்னாவென்று திட்டிக் கொண்டும் பேசிக்கொண்டும் போகிற, அவர்களுக்குள் இருக்கிற *love and hate* பற்றிய கதை. அந்தக் கதையை ஏன் மொழிபெயர்க்க முடியாது என்றால் அவர்கள் பேசுவது முழுக்க முழுக்க வசைச் சொற்கள். அமெரிக்க வசைச் சொற்கள். அமெரிக்க வசைச் சொற்களிலேயே இனவெறியும் இருக்கிறது. பேச்சுமொழியில் கருப்பர்களுடைய வசைச்சொற்கள் ஒரு மாதிரியாகவும் வெள்ளைக்காரர்களுடைய வசைச்சொற்கள் வேறு மாதிரி யாகவும் இருக்கும். அமெரிக்கா என்பது மிகப்பெரிய நிலப்பரப்பு. ஒவ்வொரு நிலப்பரப்புக்கும் உரித்தான வட்டார வழக்குகள். தமிழ் மாதிரிதான். திருநெல்வேலி வசை, தஞ்சாவூர் வசை, வட ஆற்காடு வசை என்று இருக்கின்றன அல்லவா? அதைப் போலவேதான். இத்தனை விஷயங்கள் இருக்கின்றன. இதை நீங்கள் துல்லியமாகத் தமிழில் எப்படிக் கொண்டுவர முடியும்? தமிழில் அந்தக் கெட்டவார்த்தைகளை மொழிபெயர்க்க முடியாது. *Hunters in the Snow* கதையை இதுதான் கதை என்று நான் உங்களுக்குச் சொல்லலாம். ஆனால் மொழிபெயர்க்க உட்கார்ந் தால் இந்த மாதிரி *untranslatable* வரிகளை ஏதோவொன்றைப் போட்டு இதைத்தான் அந்த வரி சொல்லவருகிறது என்று ஒப்பேற்றி அந்த மொழிபெயர்ப்பைச் செய்ய என்னால் முடியாது. அதனால் எல்லாருக்கும் அது *untranslatable* என்று சொல்ல வில்லை. நான் நம்புகிற என்னுடைய மொழிபெயர்ப்புக் கோட்பாடுகளுக்கு *untranslatable* நிறைய உள்ளன.

ஆனால் காலச்சுவட்டில் வந்திருக்கின்ற ரேமண்ட் கார்வருடைய இறகுகள் கதை மிக நுட்பமான விஷயத்தைச் சொல்லும் கதை. அவ்வளவு நுட்பத்தை மொழிபெயர்ப்பில்

கொண்டுவர முடியுமா என்று என் மீதே எனக்கு நம்பிக்கை யின்மையும் சந்தேகமும் இருந்தன. கோணங்கி அண்ணனிடம் பேசும்போது, எப்போதுமே என் வாயைக் கிளறி "நல்ல கதைகளை யெல்லாம் சொல்லுடா" என்பார். அவரிடம் இந்தக் கதையைப் பற்றிப் பேசிக்கொண்டிருந்தபோது மிகுந்த உற்சாகத்துடன் "பண்ணுடா அந்தக் கதையை" என்றார். "இல்லண்ணா, அந்தக் கதை ரொம்ப நுட்பமான கதை, அதை மொழிபெயர்க்கிறது கஷ்டம்" என்றேன். "அதெல்லாம் இல்லை, நீ மொழிபெயர்த்து கல்குதிரைக்கு அனுப்பு" என்றார். அவரை ஏமாற்றிவிட்டுக் காலச்சுவட்டுக்கு அனுப்பிவிட்டேன். ஏனென்றால் அவர் கொடுத்த கால அவகாசத்துக்குள் என்னால் அதைச் செய்ய முடியவில்லை. அடுத்த முறை கோணங்கியைப் பார்க்கும்போது அவர் என்னைத் திட்டுவார், முதுகில் குத்துவார், அடிவாங்கிக் கொள்வேன். ஆனால் பண்ணி முடித்துவிட்டேன். அது காலச்சுவட்டில் வந்துவிட்டது. ஏறக்குறையப் பத்து வருஷமாக எனக்கு நம்பிக்கையில்லாமல் இருந்தது. ஆனால் கோணங்கியிடம் பேசிக்கொண்டிருக்கும்போது அந்தக் கதையை மொழிபெயர்த்தே ஆக வேண்டும் என்ற நம்பிக்கை வந்துவிட்டது. ஒவ்வொரு மொழிபெயர்ப்பாளருக்கும் *untranslatable* கதைகள் என்பவை ஒவ்வொரு மாதிரியாக இருக்கும்.

இப்போது நிறைய மொழிபெயர்ப்புகள் வருகின்றன. உலகமயமாக்கல் காரணமாக நிறைய புத்தகங்களும் கிடைக்கின்றன. நவீன உலகத்தில் புத்தகங்கள் எளிதாக வாசிக்கத்தக்க வகையில் பிடிஎஃப், கிண்டில் மூலமாகவும் கிடைக்கின்றன. ஒரு மொழிபெயர்ப்பாளர் ஒரு மொழிபெயர்ப்பைப் பண்ணும்போது இந்தச் சூழலுக்கு இந்த மொழிபெயர்ப்பு வருவது சரியாக இருக்குமா என்ற புரிதல் இங்கு உள்ளதா? காம்யு அந்நியன், ராக், லத்தீன் அமெரிக்கன் என நிறைய வந்திருக்கின்றன. இவையெல்லாம் கடந்த பத்து வருஷங்களாக ஒரு பெரிய மாற்றம் உண்டாக்கியிருக்கின்றன. அந்த மாதிரி உண்மையிலேயே மொழிபெயர்ப்பு இங்கு பெரிய அளவில் மாற்றத்தை உண்டாக்கியிருக்கிறதா?

கண்டிப்பாக. அதில் சந்தேகமே இல்லை. அந்நியன் என்று சொன்னீர்கள் இல்லையா? அந்நியன் எல்லாம் உலகமயமாக்கல் என்ற பதம் உருவாவதற்கு முன்பே தமிழுக்கு வந்துவிட்ட ஒரு நாவல். அந்நியன் தமிழ் இலக்கியச் சூழலில் ஏற்படுத்திய பாதிப்பு மிக முக்கியமானது. இது பற்றி விரிவாகவே நான் ஒரு கட்டுரை எழுதியிருக்கிறேன். மொழிபெயர்ப்புகள் எல்லாக் காலக்கட்டத்திலும் அந்தக் காலத்தின் முக்கியமான ஒரு பார்வையை முன்வைத்திருக்கின்றன. அவை எழுத்தாளர்களையும்

பாதித்திருக்கின்றன. புதுப்புது விஷயங்களை, இதுவரை எழுதியிராத விஷயங்களை எழுதவைத்திருக்கின்றன. மொழிபெயர்ப்புகள் தமிழின் நேரடிப் படைப்புகளில் உண்டாக்கிய தாக்கம் மிகப் பெரிது. சாகித்ய அகாடமி கூட்டம் ஒன்றில் என்னுடைய கட்டுரையின் தலைப்பும் இதுதான், 'ஒவ்வொரு காலக்கட்டத்திலும் மொழிபெயர்ப்புகள் தமிழ்ப் படைப்புகளில் ஏற்படுத்திய தாக்கம்.' அது நீண்ட கட்டுரை. மிகவும் விரிவாகப் பேச வேண்டிய விஷயம்.

அப்படியென்றால் மொழிபெயர்ப்புக்கான தேவை இருக்கிறது அல்லவா?

மொழிபெயர்ப்புக்கான தேவை எப்போதுமே இருக்கிறது. ஏனென்றால் உலகத்தில் ஒவ்வொரு இடத்திலும் ஒவ்வொரு மாதிரியான விஷயங்கள் நடைபெற்றுக்கொண்டிருக்கின்றன. அந்தந்த விஷயங்களின் பிரதிபலிப்பாகத்தான் அந்தந்தப் படைப்புகளும் வந்துகொண்டிருக்கின்றன. அதுவும் இந்த மாதிரியான நெருக்கடியான காலகட்டத்தில், ஏற்கனவே வெளிவந்த பல விஷயங்கள் மறுபடியும் ஞாபகத்துக்கு வருகின்றன. அடுத்து நான் மொழிபெயர்க்க Brave New Worldஐத் தேர்ந்தெடுத்ததற்குக் காரணமே இன்றைய காலச்சூழல்தான்.

George Orwell ன் Nineteen Eighty-Fourஐ க.நா.சு. மொழிபெயர்த்தது ஏறக்குறைய ஐம்பது அறுபது வருடத்துக்கு முன்பு. அந்த நாவல் இரண்டாம் உலகப் போர் சமயத்தில் வந்த நாவல். அவருடைய Animal Farm, 1984 இரண்டையும் அறுபதுகளில் க.நா.சு. மொழிபெயர்த்திருக்கிறார். அதை அவர் மொழிபெயர்க்கும்போது ஆர்வல் சொல்கின்ற விஷயம், அந்த கம்யூனிசம், நாசிசம் வீழ்ந்த கதை எல்லாம் முடிந்துவிட்ட காலகட்டத்தினுடைய விஷயங்கள். ஆனால் அதே Nineteen Eighty-Four இன்றைய காலக்கட்டத்துக்கு இப்போதுள்ள Neo-Nazismக்கு மிகப் பொருத்தப்பாட்டுடன் இருக்கிறது. இந்தக் காலக்கட்டத்தில் அதன் முக்கியத்துவம் வேறு மாதிரி இருக்கிறது. 1984 ஒரு விஷயத்தைச் சொல்கிறது. அதன் பிறகு அது சொல்லாத ஒரு பெரிய ஏரியா ஒன்று இருக்கிறது. 1984ஐ அவர் எழுதியதே அதற்கு முன்னால் Huxley எழுதிய Brave New Worldஇன் பாதிப்புதான். Brave New World முழுக்க முழுக்க வேறு மாதிரியான dystopian நாவல். இன்றைய காலகட்டத்துக்கு அந்த நாவல் வெளிவந்தாக வேண்டிய கட்டாயம் உள்ளது. கிளாசிக் நாவல்களும் இந்தக் காலகட்டத்துக்குப் புது அர்த்தத்தைக் கொடுப்பதாக உள்ளன. லத்தீன் அமெரிக்காவிலோ அல்லது மத்திய ஆசியாவிலோ

ஜப்பானிலோ அங்கிருக்கும் அரசியல் சூழலின் பிரதிபலிப்பாக வெளிவரும் நாவல் நமக்கும் ஏதொவொரு ஒருவிதத்தில் முக்கியத்துவம் வாய்ந்ததாகத்தான் இருக்கிறது.

சமகால அரசியலில் புனைவுகளைப் பேசத் தேவையில்லை என்பதுபோல் ஒரு குரல் தமிழ் இலக்கியச் சூழலில் ஒலிக்கிறது. மொழிபெயர்ப்புக்கும் அதுபோலொன்று இருக்கிறதா?

சிலர் அரசியலிலிருந்து ஒதுங்கித் தூய்மையான இலக்கியவாதிகளாக இருப்பார்கள். இது எல்லாக் காலத்திலும் இருக்கிறது. இந்தியா முழுக்க சுதந்திர வேட்கை கொழுந்துவிட்டு எரிந்த காலத்திலேகூட அவர்கள் பாட்டுக்கு அவர்களுடைய அரசியல் நீக்கம் செய்யப்பட்ட பிரதிகளைத்தான் படைத்தார்கள். அது எல்லாக் காலத்திலும் இருந்திருக்கிறது. அது காலத்தின் குரல் இல்லை. படைப்பாளிகளின் தேர்வு. அது அப்போதும் இருந்தது. இப்போதும் இருக்கிறது. எப்போதும் இருக்கும். புதுமைப்பித்தன் ஏன் அதை எழுதவில்லை, புதுமைப்பித்தன் ஏன் இதைப்பற்றி எழுதவில்லை என்று கேட்பவர்களும் இருக்கிறார்கள். மௌனி ஏன் சுதந்திரப் போராட்டத்தைப் பற்றி எழுதவில்லை என்றெல்லாம் நீங்கள் கேட்க முடியுமா? ஒரு படைப்பாளி எதை எழுத வேண்டும் என்பதை அவன்தான் தீர்மானிக்க வேண்டும். சின்னப்ப பாரதி அதற்குப் பிறகு வந்த காலத்தில் எழுதிய தாகம் இருக்கிறது. பிறகு இடதுசாரி எழுத்தாளர்களுடைய வரிசை இருக்கிறது. அதே மாதிரி சமகால அரசியலை எழுதலாமா எழுதக் கூடாதா என்பதற்குத் தீர்மானமான பதில் கிடையாது. ஒவ்வொரு படைப்பாளியும் முடிவுசெய்ய வேண்டிய விஷயம். எந்தக் கேள்விக்கும் எப்போதுமே ஒரே பதில் கிடையாது. அரசியலே இல்லாத *Apolitical* நாவலை மொழிபெயர்க்கலாமா என்ற கேள்வியே அபத்தம். அது ஒரு இலக்கியப் படைப்பாக இருந்தால் நீங்கள் பண்ணலாம்.

இன்னொன்று, அரசியல் இல்லாதது என்று எதுவுமே கிடையாது. டி.எம். கிருஷ்ணாவுடைய புதிய புத்தகம் *Sebastian and Sons* வந்துள்ளது. முழுக்க முழுக்க மிருதங்கம் செய்பவர்களைப் பற்றிய புத்தகம்தான் அது. டி.எம். கிருஷ்ணா உங்களுக்கே தெரியும், அவர் மிகப்பெரிய இசைக் கலைஞர். அவர் ஒரு இசைக்கலைஞராக இருந்தாலும் அது ஒரு அரசியல் புத்தகம்தான். நீங்கள் அதை எப்படிப் பார்க்கிறீர்கள் என்பதைப் பொறுத்தது தான் அது. அரசியல் இல்லாதது எது? அதில் ஜாதி அரசியல் இருக்கிறது. மிருதங்கம் செய்பவர்களைப் பற்றி நிறைய பேர் எழுதியிருக்கிறார்கள். இதற்கு முன்பு நிறைய கட்டுரைகள் வந்திருக்கின்றன. வீணை செய்பவர்களைப் பற்றிய கதைகள்

வந்துள்ளன. நாதசுரம் செய்பவர்களைப் பற்றிய புத்தகங்கள் வந்துள்ளன. ராமகிருஷ்ணனின் சாகித்ய அகாடமி விருது பெற்ற சஞ்சாரம் நாவலும் இசைக்கருவிகள் செய்பவர்களுடைய கதையாகத்தான் இருக்கிறது. ஆனால் இந்தப் புத்தகத்தில் ஜாதி அரசியலும் சேர்ந்திருக்கிறது. அந்தத் தோல்... அதைப் பற்றி நீங்கள் பேசினாலே கலரே மாறிவிடுகிறது பாருங்க. அது வெறும் மிருதங்கம் என்ற தாள இசைக்கருவியை எப்படி செய்கிறார்கள் என்னும் கதை அல்ல. யார் அதைச் செய்கிறார்கள், எங்கிருந்து வருகிறது, அந்தத் தோல் என்பது என்ன? பசுவை தெய்வமாகப் போற்றுகிற இந்தக் காலகட்டத்தில்... இறந்துபோன பசுவை யாராவது வண்டியில் ஏற்றிக்கொண்டு சென்றால் பசுவைக் கொன்றவன் என்று அவனை அடித்துக் கொல்கிறார்கள். மாட்டுக்கறி சாப்பிட்டதாக நினைத்து ஒரு குடும்பத்தையே அடித்துக் கொலை செய்கிறார்கள். இந்த மாதிரி பசு என்கிற விஷயத்தைப் புனிதமாக்கி, அதை வைத்துப் பெரிதாக ஒரு அரசியல், இந்துமத எழுச்சியை உண்டாக்குவதற்கு முயற்சி செய்துகொண்டிருக்கிற இந்தக் காலகட்டத்தில் மிகவும் ஆச்சாரமான பின்னணியில் இருப்பவர்கள் விரும்பிக் கேட்கிற அவ்வளவு புனிதமாக நினைக்கிற கர்நாடக சங்கீதத்திலேயே மாட்டுத் தோலில்தான் தாளம் உண்டாகிறது என்பதை அவர் நினைவுபடுத்துகிறார் அதைச் செய்பவர்களின் நிலையைப் பற்றி விரிவாகப் பேசுகிறார். இது அரசியல் இல்லாமல் வேறு என்ன?

டி.எம். கிருஷ்ணா தெளிவாகச் சொல்கிறார்: "செத்துப் போன மாட்டிலிருந்துதான் அந்த மிருதங்கத்துக்கான தோல் எடுக்கிறார்கள் என்று சில பேர் சமாதானம் சொல்லிக் கொள்கிறார்கள். அப்படியெல்லாம் கிடையவே கிடையாது. மிருதங்கம் செய்பவர்களைக் கேட்டுப்பாருங்கள், செத்துப்போன மாட்டினுடைய தோலில் அதன் ரத்தமெல்லாம் உறைந்துபோய் அதைப் பயன்படுத்தவே முடியாது. ஃப்ரெஷ் தோலில்தான் மிருதங்கமே செய்யமுடியும்" என்கிறார். இதைக் கேட்கிற மடியான கர்நாடக இசை ரசிகர்கள் எல்லாம் நெளிவார்கள். இது என்னவெனில் யாரையும் disturb பண்ணுவதற்காகச் சொல்லும் விஷயமே கிடையாது. உண்மை இப்படித்தான் இருகிறது, ஒவ்வொன்றையும் அது எப்படி இருக்கிறதோ அதை அப்படியே ஏற்றுக்கொள்ள வேண்டும் என்பதுதான். மிகவும் தூய்மையானது என்று நீங்கள் நம்புவது எதுவுமே கிடையாது. தூய்மை எது என்று நீங்கள் வரையறை எதுவும் செய்ய முடியாது. இதுதான் அடிப்படையான விஷயம். மிகவும் புனிதமானது என்று எதை நீங்கள் நினைத்துக்கொண்டிருக்கிறீர்களோ, அது உண்மையாகவே உங்களது கற்பனை. அந்த மாதிரி இருக்க வேண்டும் என்று நீங்கள்

விரும்பி உங்களை நீங்களே ட்யூன் பண்ணிப் பார்க்கிறீர்கள். ஆனால் நிதர்சனம் என்பது எல்லாவற்றையும் உள்ளடக்கியதுதான். எனவே இது ஏதோ மனத்தில் நஞ்சைக் கலக்குகிற விஷயமெல்லாம் கிடையாது. பார்வை விரிவாக வேண்டும் என்பதுதான். எதையுமே நீங்கள் குதிரைக்கு பட்டை போட்டமாதிரி பார்க்கக் கூடாது என்பதுதான் நோக்கமே தவிர, இதை ஒரு முரணாகப் பார்த்து ஒரு அரசியலுக்காக, ஒரு சர்ச்சைக்காகப் பண்ணுவதெல்லாம் கிடையாது. டி.எம். கிருஷ்ணா ஏற்கனவே மிகவும் பிரபலம். அவருக்கு இந்த சர்ச்சையெல்லாம் தேவையே கிடையாது. மொழிபெயர்ப்புக்கும் அதுதான். எல்லா எழுத்துக்கும் அதுதான்.

புனைவை மொழிபெயர்ப்பதற்கும் அபுனைவை மொழிபெயர்ப்பதற்கும் அடிப்படையில் ஏதாவது வித்தியாசம் இருக்கிறதா?

நிறையே இருக்கிறது. நான் ஆங்கில இலக்கியத்தைக் கல்லூரிப் பாடத்தில் படித்து வந்தவன் கிடையாது. ரசனை விமர்சனம் மாதிரி நான் ஒரு ரசனை எழுத்தாளர்தான். அபுனைவு என்னும் *Non-fiction*ஐ நீங்கள் மொழிபெயர்ப்பது என்பது இலக்கிய மொழிபெயர்ப்பிலிருந்து வேறுபட்ட விஷயம்தான். எதை நீங்கள் மொழிபெயர்க்கிறீர்கள் என்பதையும் பொறுத்த விஷயம் அது. இப்போது செய்தித்தாள் அலுவலகத்தில் *Reuters* அல்லது *PTI news* உங்களுக்கு வருகிறது. அதை நீங்கள் ஒரு தமிழ் நாளிதழுக்காக நியூஸ் எடிட்டரோ சப் எடிட்டரோ தமிழில் மொழிபெயர்க்கிறார். அதை நீங்கள் *authentic* ஆக மொழிபெயர்க்கவேண்டும். அதுதான் முக்கியம். அந்த நியூஸ் ஐட்டத்துக்கு பெரிய *artistic value* எதுவும் கிடையாது. அது ஒரு விஷயத்தை சொல்கிறது. அப்புறம் பாடப் புத்தகங்கள். கல்வி சார்ந்த மொழிபெயர்ப்புகள், செய்திகள், வரலாறு இவை எல்லாவற்றிலுமே புனைவுக்கும் இவற்றுக்கும் இருக்கிற முக்கியமான விஷயம் என்னவென்றால் சொல்லும் வழிமுறை. *Implied* ஆக இருக்கும் பல விஷயங்கள் புனைவில் உண்டு. சொல்லாத விஷயங்கள், மிகவும் பூடகமான விஷயங்கள். இந்த மாதிரியான விஷயங்கள் எல்லாம் புனைவுக்கே உரித்தான விஷயங்கள். இரண்டையும் நீங்கள் ஒப்பிட்டுப் பார்க்கவே கூடாது. இரண்டுமே அச்சில் வருகின்றன என்பதால் புனைவும் அபுனைவும் ஒன்று கிடையாது. கண்டிப்பாக அவை *chalk and cheese* மாதிரிதான். எப்படி பவுலிங்கையும் பேட்டிங்கையும் ஒப்பிட முடியாதோ அப்படிதான் இதுவும். இலக்கிய மொழிபெயர்ப்பாளர் இதைச் செய்ய முடியாதா என்றால் அப்படியெதுவும் கிடையாது. அவரும் இதைச் செய்யலாம், இவரும் அதைச் செய்யலாம். அதற்குத் தகுதியானவராக உங்களை நீங்கள் வைத்துக்கொள்ள வேண்டும். அவ்வளவுதான்.

தடித்த அகராதிகள் பற்றி உங்கள் கருத்து என்ன? உங்களுக்குப் பிடித்த அகராதி எது?

அகராதிகள் எப்போதுமே தேவைக்கேற்றவைதான். என்னிடம் எத்தனை அகராதிகள் இருக்கின்றன என்று பாருங்கள். Original Oxford Dictionary எத்தனை வால்யூம் தெரியுமா? 22 வால்யூம். இப்போது அவற்றை பிரிண்ட் பண்ணுவதே இல்லை. இப்போது மார்க்கெட்டில் இருப்பவை கூட ஏற்கனவே பிரிண்ட் பண்ணப்பட்டவைதான். இப்போது பிரிண்டே கிடையாது. CDஆகத்தான் வருகிறது. City Bankஇல் அந்த ஒரிஜினல் அகராதியை வாங்குவதற்கு லோன் தருவார்கள் தெரியுமா? சின்னப்பிள்ளை களுக்கு நர்சரி ஸ்கூல் டிக்ஷனரி, ஹை ஸ்கூல் டிக்ஷனரி என்றெல்லாம் இருக்கும். அகராதி என்பது ஒன்றில்லை. பலவிதமான அகராதிகள் இருக்கின்றன. அதாவது அகராதி என்பது வருடந்தோறும் புதுப்பித்துவர வேண்டிய ஒரு விஷயம். புதிதாக நிறைய சொற்கள் வந்துகொண்டே இருக்கும். பிரபலமான அகராதி எதை வேண்டுமானாலும் எடுத்துக்கொள்ளுங்கள். மிகப் பிரபலமான அகராதி COD (Concise Oxford Dictionary) என்று சொல்கிறார்கள். எனக்குத் தெரிந்து மூன்று வருடங்களுக்கு ஒருமுறை அதன் புதிய பதிப்பு வந்துகொண்டே இருக்கும். மூன்று வருடங்களுக்கு ஒரு முறை புதிதாக 200 சொற்கள் உள்ளே சேரும். Obsoleteஆகப் போய்விட்ட பல சொற்களை எடுத்துவிடுவார்கள். ஆனால் சில அகராதிகள் உண்டு. எதையுமே வெட்டாமல் அளவில் பெரிதாகிப் போய்க்கொண்டே இருக்கும். உங்கள் தேவைக்கேற்றபடி அந்த அகராதியை நீங்கள் பயன்படுத்திக் கொள்ள வேண்டும். மொழிபெயர்ப்பாளர் அகராதி என்றும் ஒன்று உண்டு. தமிழில் அதுபோல் எதுவும் கிடையாது.

ஆங்கிலத்தைப் பற்றிப் பேசும்போது தமிழில் இருக்கும் சூழலைச் சொல்லாமல் இருக்க முடியாது. இன்றைக்கும் தமிழில் இருக்கிற பெஸ்ட் டிக்ஷனரி என்பது மெட்ராஸ் யுனிவர்சிடியுடைய டிக்ஷனரி. இதில் மிகவும் பெருமையாக 2010 என்று போட்டிருக்கிறார்களே தவிர உண்மையில் இது 2010இல் வந்ததில்லை. 1963ஆம் வருஷம் வந்தது. அதற்குப் பிறகு இதை திருத்தம் செய்யவே இல்லை. சிதம்பரநாதன் செட்டியார் எடிட்டராக இருந்து உருவாக்கியது. பெரிய டீம் ஒர்க் அது. 1963இல் எப்படி வந்ததோ அதை மறுபடியும் மறுபடியும் அப்படியே ரீபிரிண்ட் பண்ணிக்கொண்டிருக்கிறார்கள். இது எவ்வளவு அபத்தம். யோசித்துப் பார்க்கையில் இரத்தம் கொதிக்கும். ஆனால் இன்னும் இதுதான் நல்ல அகராதியாக இருக்கிறது. எப்படி என்றால் ஒரு மொழிபெயர்ப்பாளருக்கு மிக நல்ல

அகராதி. ஒரு சொல்லுக்கு அத்தனை விதமான அர்த்தங்கள் மட்டுமல்ல, அதற்கு நிகராக அவ்வளவு தமிழ்ச் சொற்களைச் சொல்வார்கள். 1963க்குப் பிறகு ஏறத்தாழ அறுபது வருடங்கள் ஆகிவிட்டன. இந்த அறுபது வருடங்களில் எத்தனை புதிய தமிழ்ச் சொற்கள் உருவாகியிருக்கின்றன? எத்தனை ஆங்கிலச் சொற்கள் வந்திருக்கின்றன? அதையெல்லாம் சேர்த்தீர்கள் என்றால் இந்த ஒரு அகராதியை இதைப் போல நான்கு மடங்கு பெரிய அகராதியாக ஆக்கிவிடலாம். இத்தனைக்கும் தமிழுக்குச் செம்மொழி அந்தஸ்து வந்து, தமிழுக்கென்று ஒரு யுனிவர்சிடி வந்து, தமிழை வைத்தே அரசியல் நடத்திக்கொண்டிருக்கிற சூழலில் up to date ஆன ஒரு தமிழ் அகராதி நம்மிடம் இல்லை என்பதுதான் அவலம். ஒரு ஆங்கில வார்த்தைக்குத் தமிழில் என்ன அர்த்தம் என்று சொல்வதற்கு மாத்திரம் இல்லை அகராதி. ஒரு அகராதியின் பங்கு என்பது மிகவும் முக்கியமானது. ஒரு மொழி உயிர்த்துடிப்புடன், உயிர்ப்புடன் இருக்கிறது என்பதற்கான அடையாளம்.

அடுத்து கவிதை மொழிபெயர்ப்பு. கவிதைகள் மொழிபெயர்ப்பில் விருப்பம் இல்லாமல் இருக்கிறீர்களா? அல்லது அடிப்படையிலேயே ஆர்வமில்லையா?

நான் நம்புகிற விஷயங்கள் என்று சொன்னேன் அல்லவா? கவிதைகளை மொழிபெயர்க்க முடியும் என்று நான் நம்பவில்லை. யாராலும் பண்ணமுடியாது என்று சொல்லவில்லை. காரணம் இரண்டு விஷயங்கள். கவிதையின் கவித்துவத்தை மொழிபெயர்க்க முடியுமா என்று எனக்கு சந்தேகம். இரண்டாவது நான் இயல்பிலேயே கவிஞர் கிடையாது. அதனால் I will never indulge in translating a poetry. கவிதையிலேயே தோய்ந்திருக்கிற ஒரு மனம் மிக அழகாகக் கவிதையை மொழிபெயர்ப்புக்குள் கொண்டுவர முடியும். உதாரணத்துக்கு சுகுமாரன். இயல்பிலேயே அவர் ஒரு கவிஞர். நெருடாவுடைய கவிதைகளை அவர் மொழிபெயர்த்திருக்கிறார். அந்தக் கவிதைகளை நீங்கள் பார்க்கும்போதே தெரிந்துவிடும். அவருக்கு நெருடா அவ்வளவு நெருக்கமான ஒரு கவிஞர். அதனால் நெருடாவுடைய கவித்துவத்தைக் கொஞ்சமும் குறைக்காமல் அவரால் தமிழில் மொழிபெயர்க்க முடிகிறது. அது மிகவும் அபூர்வம்தான். பெரும்பாலும் தமிழில் கவிதைகள் மொழிபெயர்ப்பு ஏன் அதிகம் வருகிறது என்றால் அது மிகவும் சிறியதாக இருக்கிறது. நானும் மொழிபெயர்க்கிறேன் என்று உள்ளே நுழைபவர்களுக்கு எளிது. இருபது பக்க சிறுகதை ஒன்றைக் கொடுத்தால் பெண்டு நிமிர்ந்துவிடும். கவிதையை மொழிபெயர்ப்பது எளிது என்று நிறைய பேர் அதைச் செய்கிறார்கள். ஆனால்

ஜி. குப்புசாமி

அது கவிதையாக இருக்கிறதா என்பதுதான் கஷ்டம். பல பேர் தமிழிலிருந்து ஆங்கிலத்துக்கு மொழிபெயர்ப்பதையும் பார்க்கிறேன். நிறைய ஆங்கிலப் பேராசிரியர்கள் தமிழில் இருக்கும் கவிதைகளை ஆங்கிலத்தில் மொழிபெயர்க்கிறேன் என்று வரிந்துகட்டிக்கொண்டு இறங்கிவிடுவார்கள். அது மிகவும் பயங்கரமாக இருக்கும். ஏன் என்றால் பெரும்பாலும் இந்த மாதிரி ஆசிரியர்கள், பேராசிரியர்கள் வீட்டில் ஹிண்டு, எக்ஸ்பிரஸ் இவற்றையெல்லாம் படித்துக்கொண்டு வகுப்பில் மாணவர்களுக்கு நோட்ஸ் கொடுத்துக்கொண்டு, காம்போசிஸனை சரியாக இலக்கணப் பிழையின்றி ஆங்கிலத்தில் எழுதித் தருபவர்கள். அவர்களால் ஒரு இலக்கியப் பிரதியை, கவிதையை மொழிபெயர்க்க முடியும் என்பதற்கு எந்த உத்தரவாதமும் கிடையாது. அது அவர்களுக்குப் புரிவதே கிடையாது. ஆசிரியர்களுக்குப் புரியும் என்ற நம்பிக்கையும் எனக்கில்லை.

உங்கள் முதல் மொழிபெயர்ப்புக்கும் இப்போது நீங்கள் செய்யும் மொழிபெயர்ப்புக்கும் என்ன வேறுபாட்டை உணர்கிறீர்கள்? அதில் எவ்வளவு சவால்கள் நிறைந்திருக்கின்றன? அதை எப்படி நீங்கள் எதிர்கொள்கிறீர்கள்?

நிறைய. *You always change with age.* நான் வெகு காலமாக மொழிபெயர்ப்பில் ஈடுபட்டிருக்கவில்லை. 2002முதல்தான் செய்கிறேன். என்னுடைய ஆரம்பகால மொழிபெயர்ப்புகளைப் பார்க்கும்போது அதற்கும் இதற்கும் சில நுட்பமான வித்தியாசங்கள் இருக்கின்றன. இன்னொன்று, நான் போன வருஷம் மொழிபெயர்த்த ஒரு கதையை இந்த வருஷம் கொடுத்து புதிதாக என்னை மொழிபெயர்க்கச் சொன்னால் 100% அப்படியே பண்ண முடியும் என்று தோன்றவில்லை. நீங்கள் இதை அப்படியே நீட்டித்துக்கொண்டே போகலாம். ஒரு வருஷம் என்று கூட இல்லை. இந்த இடத்தில் பொருத்தமில்லாத ஒரு விஷயம் ஞாபகத்துக்கு வருகிறது. இளையராஜாவுடன் ஒரு தொலைக்காட்சி நேர்காணலில் கௌதம் வாசுதேவ் மேனன் ஒரு காட்சிக்கான பின்னணி இசையை எப்படி நீங்கள் உருவாக்குகிறீர்கள் என்று கேட்டதற்கு, ஸ்கிரீனில் நான் பார்க்கும்போது எனக்கு எந்த மியூசிக் தோன்றுகிறதோ அதை நான் அப்படியே எழுதி இசையமைத்திடுவேன் என்கிறார். கௌதம் வாசுதேவ் மேனன் கேட்கிறார், சரி, அதே காட்சியை அடுத்த நாள் அல்லது அடுத்த வாரம் உங்களுக்குப் போட்டுக் காண்பித்தால் இதே இசையைத்தான் நீங்கள் அமைப்பீர்களா என்றால் இல்லை, கிடையாது. அடுத்த நாள் எனக்கு வேறு மாதிரியாகக்கூடத் தோன்றும். அடுத்த வாரம், அடுத்த வருஷம் வேறு மாதிரியாகத் தோன்றும் என்றார். இது எல்லாவற்றுக்கும் பொருந்தும்.

மொழிபெயர்ப்புக்கும் பொருந்தும். இது மனநிலையைப் பொறுத்த விஷயம். Utmost happiness நான் மொழிபெயர்த்து ஏறக்குறைய இரண்டு வருஷங்கள் ஆகிவிட்டன. மொத்தமும் முடித்துவிட்டேன். இப்போது revise பண்ணிக்கொண்டிருக்கிறேன். இரண்டு வருஷங்களுக்கு முன்பு நான் பண்ணிய, நான் மிகச்சரியாகப் பண்ணியிருக்கிறேன் என்று நினைத்திருக்கிற பல வாக்கிய அமைப்புகளை இப்போது மாற்றித் திருத்திக்கொண்டிருக்கிறேன். இது எதைக் காட்டுகிறது? இதுதான் சரி என்று எதுவுமே நிரந்தரம் கிடையாது. இன்றைய தேதிக்கு நான் இரண்டு வருஷங்களுக்கு முன்னால் பண்ணிய வாக்கிய அமைப்பு அவ்வளவு சரியில்லை என்று தோன்றுகிறது. ஒருவேளை இரண்டு வருஷங்களுக்குப் பிறகு, புத்தகம் வந்ததற்குப் பிறகு, அடுத்த பதிப்புக்கு மறுபடியும் நான் படிக்கும்போது சில வாக்கியங்களை மாற்றலாம், மாறும். வெ. ஸ்ரீராம் இருக்கிறாரில்லையா? அவர் திரும்பத் திரும்ப அந்நியன ஒவ்வொரு பதிப்பு வரும்போதும் ஒவ்வொரு பதிப்புக்கும் இல்லையென்றாலும் பல முறை திருத்திய பதிப்புதான் வெளிவருகிறது. ஆர். சிவக்குமாருடைய மொழிபெயர்ப்பு பற்றிச் சொல்ல வேண்டும் என்றால் காஃப்காவுடைய உருமாற்றம் பல வருஷங்கள் கழித்து மறுபடியும் ரீபிரிண்ட் வந்துள்ளது. ரீபிரிண்ட் வந்தபொழுது நிறைய அவர் மாற்றினார்.

வாசிக்கும்போது மொழிபெயர்ப்பில் நிறைய பிழைகளை இப்போது புதிதாகக் கண்டுபிடிக்கிறார்கள். அது எந்த அளவுக்கு சரி? பிழைகளோடுதான் ஒரு படைப்பை அணுக வேண்டுமா? ஏனென்றால் மொழிபெயர்ப்பாளர் மிகுந்த போராட்டத்துக்குப் பிறகுதான் ஒரு படைப்பைக் கொண்டுவருகிறார். வாசிக்கும்போதே நான் பிழைகளைக் கண்டுபிடிக்கப்போகிறேன் என்று வாசிப்பது போன்ற சூழ்நிலை இருப்பது போல் சின்ன ஒரு எண்ணம்.

இதில் பல விஷயங்கள் அடங்கியிருக்கின்றன. இதைப் பற்றி ஒரு சொற்பொழிவே ஆற்றவேண்டிய அளவுக்கான ஒரு விஷயம். மிகப் பெரிதாகப் போய்விடும். இந்தக் கேள்விக்கான பதில் A, B, C, D என்று நிறைய தளங்களில் சொல்லிக்கொண்டே போகலாம். மிகவும் விரிவாகப் போய்விடும். சுருக்கமாகச் சொல்கிறேன். குறை கண்டுபிடிப்பதற்கென்றே படிப்பவர்களைப் பற்றி நாம் எதுவும் சொல்வதற்கில்லை. அதற்கு பலவிதமான காரணங்கள் இருக்கலாம். "இவன் என்ன, மொழிபெயர்ப்பாளன்தானே? இவனுக்கென்ன பெரிய இது? இவன் ஒரிஜினலாக எழுதுபவனா?" என்ற எரிச்சல் எல்லோருக்குமே உண்டு. ஒரிஜினலாக எழுதுபவன் எப்போதுமே உசத்தி. இவன் மொழிபெயர்ப்பாளன். ஏற்கனவே எழுதியதைத்தானே தமிழில் கொண்டுவருகிறான். அவனை ஒரு எழுத்தாளன் என்றுகூடச் சொல்லக்கூடாது. *He is only* a translator என்று சொல்வதில் ஒரு சந்தோஷம் இருக்கிறது. இருந்துவிட்டுப் போகட்டும். நான் என்னை ஒரு translator என்று அறிமுகப்படுத்திக்கொள்வதில் எனக்குக் கூச்சமே கிடையாது. Yes, I am a translator. ஹிண்டு பேட்டியில் நான் நாவல் எழுத மாட்டேன் என்றே நான் சொன்னேன். நான் ஒரு படைப்பாளி கிடையாது என்பதில் எனக்கு எந்தக் கூச்சமும் கிடையாது. வெறும் மொழிபெயர்ப்பாளன் என்ற அடையாளத்துடன் இருப்பது எனக்குப் போதுமானது. ஜெயமோகன், கனடா இலக்கியத் தோட்ட விருதை போயும் போயும் ஒரு மொழிபெயர்ப்பாளருக்குக் கொடுத்திருக்கிறார்கள் என்றார். 'போயும் போயும் ஒரு மொழிபெயர்ப்பாளர்' என்பது எப்படியென்றால் நானெல்லாம் ஒரு படைப்பாளி, ஒரு படைப்பாளிக்குச் சமமாக இயல் விருதை ஒரு மொழிபெயர்ப்பாளருக்குக் கொடுக்கிறீர்களே என்ற ஒரு மேட்டிமைத்தனம். ஒரு கிரியேடிவ் ரைட்டருக்கு, தன்னைவிட மொழிபெயர்ப்பாளர் ஒரு படி, இரண்டு படி அல்லது மூன்று படி தாழ்வானவன்தான் என்று தோன்றினால் அது அவனுடைய பிரச்சனை. அதைப்பற்றி நான் எதுவும் சொல்வதற்கில்லை. மறுபடியும் கிரிக்கெட் உதாரணத்தைச் சொல்லப்போனால் ஒரு பேட்ஸ்மேன் பவுலரைப் பார்த்து, "நான்தான் ஹீரோ, நான் பேட்டிங் பண்ணுவதற்குதான் எல்லாரும் கை தட்டுகிறார்கள் என்று சொன்னால் பவுலர் சொல்வான், Bowler wins matches. நான் விக்கெட் எடுத்தால்தான் மேட்சை வெற்றிகொள்ள முடியும். அது அப்படியல்ல. பவுலர் உசத்தியா பேட்ஸ்மேன் உசத்தியா என்று ஒன்றுமில்லை. அதே மாதிரிதான்.

அப்புறம் மொழிபெயர்ப்பில் தப்பு கண்டுபிடிக்கக் கூடாதா என்றால் தாராளமாய்க் கண்டுபிடியுங்கள். அதில் தப்பே கிடையாது. என்னுடைய மொழிபெயர்ப்பிலும் தப்பு கண்டு பிடித்திருக்கிறார்கள், சொல்லியிருக்கிறார்கள். சமீபத்தில் காலச்சுவட்டில் வந்த ரேமன்ட் கார்வருடைய கதையில் 'nuts' என்பதை நான் 'கொட்டை' என மொழிபெயர்த்தது ஒருத்தருக்குப் பிடிக்கவில்லையாம். அதைப் படித்தவுடனே ஏதோ கெட்டவார்த்தை போல இருந்ததாம். புத்தகத்தை மூடிவைத்து விட்டாராம். அது அவருடைய பிரச்சினை. கொட்டை என்பது அவருக்கு வேறு ஏதோ ஆபாசமான சொல்லாகத் தெரிகிறதாம். ஒவ்வொருவருக்கும் ஒவ்வொரு சொல் ஆபாசமாகத் தோன்றுமா இல்லை வேறுமாதிரி தோன்றுமா என்றெல்லாம் பார்த்துப் பண்ணமுடியாது. ஆங்கிலத்திலும் 'nut' என்றால் வேறு ஒரு அர்த்தம் உள்ளது. 'லூசு' 'கிறுக்கன்' என்பதை 'nut' என்பார்கள். நான் அதை 'பருப்பு' என்றுதான் எழுதியிருக்க வேண்டுமாம். இது ஒரு முடிவிலி. இதற்கெல்லாம் நீங்கள் பதில் சொல்லிக்கொண்டிருக்க

முடியாது. உங்களுக்கு எது சரி என்று தோன்றுகிறதோ அதைச் செய்கிறீர்கள். அதே மாதிரி *Tobias Wolff* இன் *Bullet in the Brain* சிறுகதை மிக முக்கியமான ஒரு கதை. புது எழுத்து மனோன்மணி என்னிடம் அந்தக் கதையை மொழிபெயர்க்கச் சொல்லிக் கொடுத்தார். மிகச்சிறிய கதை. ஆங்கிலத்தில் ஏகப்பட்ட விருதுகள் வாங்கிய கதை.

இந்தக் கதை முழுக்க அமெரிக்க வசைச் சொற்கள் நிறைந்திருக்கும். குறிப்பிட்ட வட்டாரத்தில், அல்லது ஒரு நாட்டில் மட்டும் புழங்கும் வசைச் சொற்களைத் மொழிபெயர்ப்பது மிகவும் சிக்கலான விஷயம். எனவே அவற்றை தமிழில் மிகச்சரியாகச் சொல்ல முடியாத வசைச்சொற்களை ஆங்கிலத்திலும், ஓரளவு தமிழில் சொல்லக்கூடியவற்றை தமிழிலும் எழுதியிருந்தேன். மிக ஆபாசமான வசனங்கள்தான். ஆனால் அதை அப்படியே நீங்கள் கனலியில் வெளியிட்டிருந்தீர்கள். கனலியில் வெளியிட்டது சரியான வடிவம். ஆனால் முதலில் பலவிதமான சித்திரவதைகளுக்குள்ளானது அந்தக் கதை. எப்படியென்றால் முதலில் ஒரு இலக்கியப் பத்திரிகைக்கு அனுப்பினேன். அந்தப் பத்திரிகை ஆசிரியரும் ஒரு இலக்கியப் படைப்பாளிதான். இதென்ன இவ்வளவு கெட்ட கெட்ட வார்த்தைகளாக இருக்கின்றன என்று அவர் வெளியிடவே இல்லை. இன்னொரு பத்திரிகையில் பாதி எடிட் செய்து வெளியிட்டார்கள். பிறகு உயிர்மையில் அது ஒருமாதிரி *sanitize* செய்யப்பட்டு வெளிவந்தது. இந்த மாதிரியான தமாஷ் எல்லாம் நடந்தது. அதில் என்மேல் ஒரு விமர்சனமும் வந்தது, நான் சரியாக அந்தச் சொற்களை மொழிபெயர்க்கவில்லை என்று. என் கையை மீறி நடந்த விஷயம். இதற்கெல்லாம் நான் சமாதானம் சொல்லிக் கொண்டிருக்கமுடியாது. மொழிபெயர்ப்பை மூலத்தோடு ஒப்பிட்டு விமர்சிப்பது தப்பே கிடையாது. ஆனால் "நீ சொன்ன ஒரு வார்த்தை எனக்கு அப்படியே கூச்சத்தை ஏற்படுத்துது. கொட்டைன்னு எழுதிட்டியேப்பா" என்பதற்கெல்லாம் பதில் சொல்ல முடியாது.

மொழிபெயர்ப்புகள் விமர்சனங்களுக்கு அப்பாற்பட்டவை அல்ல. ரஷ்ய கிளாசிக்குகளின் மொழிபெயர்ப்புகள் பற்றி நபக்கோவ் விமர்சிக்காததா? காஃப்காவுக்கு எத்தனை மொழிபெயர்ப்புகள் வந்திருக்கின்றன. மோசமான மொழிபெயர்ப்புகள் என்பவை இன்னொரு விஷயம். நுட்பமான வாசகனுக்கு அதைப் படிக்கும்போதே கண்டுபிடித்துவிட முடியும். மொழிபெயர்ப்பை படிப்பது வறட்சியாக இருக்கிறது, மனத்தில் ஒன்றவே இல்லை என்பவையெல்லாம் பொதுவாக வாசகர்களிடம் இருக்கும் மேம்போக்கான கருத்து. இதைப்பற்றி

பேசினால் மிகவும் விரிவாகப் பேச வேண்டியிருக்கும். நானும் நிறைய எழுதியிருக்கிறேன். *Spoon feeding* மாதிரியே எல்லாம் இருக்க வேண்டும் என்று எதிர்பார்ப்பது மிகவும் தவறு. நான் கவனித்தவரையில், தமிழ் வாசகர்களுக்கு, ஆங்கிலத்தில் ஒரு கதையோ கட்டுரையோ எவ்வளவு கடினமாக இருந்தாலும் பிரச்சினையே இல்லை, புரிகிறதோ இல்லையோ சந்தோஷமாகப் படித்துக்கொள்கிறார்கள். ஆனால் அதையே நீங்கள் தமிழில் சொல்லும்போது மிகவும் எளிமையாக, இருந்தால்தான் அது சரியான மொழிபெயர்ப்பு என்றொரு நம்பிக்கை இருக்கிறது. மொழிபெயர்ப்புக்கென்று அவர்கள் மனத்துக்குள் ஒரு அளவுகோல் வைத்துக்கொண்டிருக்கிறார்கள். எளிதில் புரியும்படி இருக்க வேண்டும். தமிழ் நாவல் படிப்பதுபோலவே இருக்க வேண்டும். எளிதில் புரியும்படி இருக்க வேண்டும் என்று நீங்கள் பா. வெங்கடேசனிடம் சொல்வீர்களா? பிரம்மராஜனிடம்? கோணங்கியிடம்? சொல்ல முடியுமா? கோணங்கியின் எழுத்தை உங்களால் ஏற்றுக்கொள்ளமுடிகிறது. பா. வெங்கடேசனுடைய தாண்டவராயன் கதையை மிகவும் கடினமாக இருந்தாலும் அது அவருக்கேயுரிய தனித்துவ நடை என்று உங்களால் ரசிக்க முடிகிறது. ஆனால் ஓரான் பாமுக் கதையை எளிதாகப் படிக்க முடியவில்லை என்கிறீர்கள். இதை என்னால் புரிந்து கொள்ளவே முடியவில்லை. ஆனால் இந்த இடத்தில் ஒன்றைச் சொல்ல வேண்டும். இதைப்போல மொழிபெயர்ப்பு மிகவும் கடினமாக இருக்கிறது என்று இலங்கைத் தமிழ் வாசகர்கள் யாரும் என்னிடம் சொன்னதேயில்லை. புகார் சொல்வதெல்லாம் மெயின்லேண்ட் தமிழர்கள்தான். எனக்கென்னவோ, பாமுக் மொழிபெயர்ப்புகளுக்கு இலங்கையிலும் புலம்பெயர்ந்த நாடுகளிலும்தான் அதிக வாசகர்கள் இருக்கிறார்களோவென்று தோன்றும். ஒரு மொழிபெயர்ப்பு எளிமையாக இருப்பதையும் கடினமாக இருப்பதையும் மொழிபெயர்ப்பாளர் முடிவு செய்வதில்லை. மூலப்படைப்பு முடிவு பண்ணுகிற விஷயம் அது.

என்னுடைய நண்பர் மறைந்த கவிஞர் நா. முத்துக்குமார் திரைப்படப் பாடலாசிரியர், நிறைய வாசிப்பவரும்கூட. அவர் மறைவதற்கு சில நாட்கள் முன்பு ஒரு சந்தர்ப்பத்தில் என்னிடம் ஒரு கடுமையான குற்றச்சாட்டை வைத்தார். "ஜி.கே, நீங்க முரகாமியை மொழிபெயர்க்கும்போதெல்லாம் சரியாக பண்ணுறீங்க. ஆனால் பாமுக்கை பண்ணும்போது என்னால் உள்ளே நுழையவே முடியவில்லை" என்றார். நானும் முத்துக்குமாரும் கடைசியாக சந்தித்துப் பேசிய அந்த உரையாடல் சண்டையில்தான் முடிந்தது. இன்னமும் என்னை உறுத்திக்கொண்டிருக்கும் விஷயம் அது. இறந்து

போகப்போகிறார் என்று எப்படித் தெரியும்? நண்பர் அவர். "முரகாமியின் மொழிபெயர்ப்பு எளிமையாய் இருப்பதற்குக் காரணம், நான் முரகாமிக்கென்று தனி பேனா, தனி கையால் எழுதுவதில்லை. பாமுக்குக்கென்று தனி பேனா, தனி கை என்று என்னிடம் இல்லை. நீங்கள் படித்தவர்தானே? முரகாமியையும் பாமுக்கையும் ஆங்கிலத்தில் படிங்க. இருவரும் ஒரே மாதிரியாகவா எழுதுகிறார்கள்? மொழிபெயர்ப்பு என்பது உங்களுக்குப் பாடம் நடத்துவது கிடையாது. முரகாமியையும் பாமுக்கையும் சிலபஸ்ஸில் வைத்து, நானொரு ஆங்கில விரிவுரையாளனாக கல்லூரியில் இருந்தால் அந்த மாணவர்களுக்கு நான் அந்தக் கதைகளை எளிமையாக விளக்கி அவர்களுக்கு நோட்ஸ்கூட கொடுப்பேன். ஆனால் ஒரு வாத்தியார் பண்ணும் வேலை கிடையாது, ஒரு மொழிபெயர்ப்பாளனின் வேலை" என்று சொன்னேன். அவர் சமாதானமாகவில்லை.

இன்னொன்று இருக்கிறது. அதைச் சொல்லவே சங்கடமாக உள்ளது. வாசகர்கள் பலரும் ஒரு மோசமான மொழிபெயர்ப்புக்கும், சிறப்பாகச் செய்யப்பட்ட ஒரு கடினமான நாவலுக்கும் இடையே இருக்கும் வித்தியாசத்தை உணராமல் இருப்பது. உடைந்த குடை – மிகவும் கடினமான ஸ்கிரிப்ட். மூலமே மிகவும் கடினமானது. அதைப் படிக்கவே முடியவில்லை என்று ஆரம்பநிலை வாசகர் சொன்னால் புரிந்துகொள்ளலாம். ஆனால் சில எழுத்தாளர்களே அப்படிச் சொல்வது வியப்பாக இருக்கிறது. வாசிப்புப் பயிற்சியற்ற ஒருவன் ஏதோ ஒரு முன்தீர்மானத்துடன் புதக்கத்துக்குள் வருகிறான். இது என்ன உள்ளேயே நுழைய முடியவில்லையே என்று அவனுக்குத் தோன்றுவது இயல்பானது. ஆனால் இலக்கிய வாசகர்கள் சிலரும் அப்படிச் சொல்வதற்குக் காரணம் நம்மிடையே ஒரு மொழிபெயர்ப்பை எப்படி அணுகுவது என்ற பார்வை இல்லாததே என்று எனக்குத் தோன்றுகிறது. இத்தனைக்கும் அது மிகவும் *authentic* –ஆன ஒரு மொழிபெயர்ப்பு. என்னுடைய மொழிபெயர்ப்பையே ஒரு *authentic* மொழிபெயர்ப்பு என்று உதாரணமாகச் சொல்ல எனக்கு கூச்சமாக இருக்கிறது, வேறு வழியில்லை.

மிகச்சரியாக செய்யப்பட்ட மிகக்கடினமான மொழிபெயர்ப்பு ஒன்றை எடுத்துக்கொள்வோம். அதை சரியாகத்தான் மொழிபெயர்த்திருக்கிறார்கள். ஆனால் அதை வேகமாக வாசிக்கும்போதே எளிமையாக வெள்ளிடைமலை போல புரியவேண்டும் என்ற அவசியம் கிடையாது. ஏனென்றால் மூலப்படைப்பே சிக்கலான நடையில் இருக்கும். ஆனால் மோசமான மொழிபெயர்ப்பின் விஷயமே வேறு. அந்த மொழிபெயர்ப்பாளருக்கு ஆங்கிலமும் சரியாகத் தெரிந்திருக்காது,

மூலத்தையும் சரியாக உள்வாங்கியிருக்க மாட்டார், அவருக்குத் தமிழும் ஒழுங்காக எழுதத் தெரிந்திருக்காது. இதற்கு உதாரணங்கள் நிறைய சொல்லலாம். வாக்கிய அமைப்பு கடாமுடாவென்று இருக்கும், அவருக்குச் சரியாகப் புரியாத இடத்தை ambigousஆக, குழப்படியாக மொழிபெயர்த்திருப்பார், அல்லது சொந்தமாக எதையாவது உத்தேசமாக எழுதியிருப்பார். மூலத்தில் அந்த மாதிரியெல்லாம் இருந்திருக்கவே இருந்திருக்காது. இது எதுவுமே தெரியாத ஒரு வாசகருக்கு மோசமாக மொழிபெயர்க்கப்பட்ட பிரதியும், சரியாக மொழிபெயர்க்கப்பட்ட கடினமான பிரதியும் ஒன்றாகத்தான் தெரியும். ஆனால் நுட்பமான வாசகனுக்கு இது மொழிபெயர்ப்பில் இருக்கும் கோளாறு என்பதைப் புரிந்துகொள்ள முடியும். எல்லோராலும் முடியாது. ஒரு மொழிபெயர்ப்பு படிப்பதற்குக் கடினமாக இருக்கிறது என்று ஒருவர் சொன்னால் அதற்குப் பின்னால் பல விஷயங்கள் இருக்கும். அந்த ஸ்க்ரிப்ட் அப்படி இருக்கலாம் அல்லது மொழிபெயர்ப்பாளர் மோசமாக இருக்கலாம்.

நாவல் எழுதுவதைப் பற்றிச் சொல்லியிருந்தீர்கள். இந்து பேட்டியில் கூட சொல்லியிருந்தீர்கள், நாவல் எழுத மாட்டேன் என்று. அதைப் பற்றியதுதான். மொழிபெயர்ப்பைத் தவிர்த்து சுயபடைப்பாக நாவலோ, சிறுகதைத் தொகுப்போ எழுத வாய்ப்பிருக்கிறதா? பெரும்பாலான எழுத்தாளர்கள் நிலத்தை அடிப்படையாய் வைத்துதான் எழுதுகிறார்கள். நீங்கள் ஆரணியில் பிறந்து இங்கேயே வளர்ந்து இங்கேயே இருக்கிறீர்கள். இதை அடிப்படையாய் வைத்து ஒரு நாவலோ அல்லது தொகுப்போ எழுத வேண்டும் என்ற ஆசை இருக்கிறதா? கனவு இருக்கிறதா?

மிகவும் பர்சனலான ஒரு இடத்தைத் தொட்டுவிட்டீர்கள். உண்மையிலேயே இருக்கிறது. நான் நாவல் எழுத மாட்டேன் என்று சொன்னதற்குக் காரணமே திமிர்தான். ஏனென்றால் படைப்பாளிகளுள் மொழிபெயர்ப்பாளனை ஒரு இரண்டாந்தரக் குடிமகன் மாதிரி பேசுவதைக் கேட்பதால் உண்டான எரிச்சல், அதனால்தான், நீ என்னய்யா என்னை இரண்டாந்தரக் குடிமகன் என்று சொல்வது? நானே சொல்கிறேன். நான் வெறும் மொழிபெயர்ப்பாளன்தான். இதில் எனக்கு எந்த இழிவும் இல்லை, இதைச் சொல்லிக்கொள்வதில் எந்தக் கூச்சமும் இல்லை. பல மொழிபெயர்ப்பாளர்கள் விரைவில் சொந்தமாக ஒரு பெரிய நாவல் எழுதப்போகிறேன், பார்த்துக்கொண்டே இருங்கள், என்பார்கள். அவர்களுக்கு உண்மையிலேயே சொந்தப் படைப்பில் ஆர்வம் இருக்குமென்றால் ஓகே. ஆனால் வெறும் மொழிபெயர்ப்பாளன் என்று அழைக்கப்படுவதால் ஏற்பட்ட கூச்சத்தில் சொல்வதாக இருந்தால் அது அபத்தம். அது என்ன

பதவி உயர்வா? ஒரு மொழிபெயர்ப்பாளர் நாவல் எழுதுவதும் சிறுகதை எழுதுவதும் பதவி உயர்வெல்லாம் கிடையாது.

நீங்கள் சொன்னதுபோல நிலம்சார்ந்த சில விஷயங்கள் எனக்கு இருக்கின்றன. இந்த நிலத்திலேயே பிறந்து வளர்ந்த எனக்கு எப்படி இல்லாமல் இருக்கும்? சில இடங்கள் உள்ளன. படைவீடு அமைந்திருக்கும் நிலப்பரப்பே அலாதியானது. சரித்திர எச்சங்களும், புனைவுகளுக்கான கூறுகளும் கொட்டிக் கிடக்கும் ஸ்தலமாகத் தோன்றும். மிகவும் முக்கியமான இன்னொரு இடம் சத்ய விஜய நகரம். ஜாகிர்தாருடைய வரலாறு இன்னும் தமிழ் இலக்கியத்தில் பதிவு செய்யப்படவே இல்லை. அது எனக்கு மிகவும் நெருக்கமாக இருக்கும் ஒரு விஷயம். அவர்களுடைய பங்களா தெரியுமல்லவா, அதற்குப் பின்னாலிருக்கும் சரித்திரம் பெரியது. அவர்களுடைய பூசிமலைக் குப்பம் கண்ணாடி பங்களா அலாதியானது. அதன் பின்னால் ஒரு மகத்தான நாவல் இருக்கிறது. ஜாகிர்தாருடைய பேத்தி சம்ஹிதா ஆரணி ஆங்கிலத்தில் எழுதும் ஒரு முக்கியமான எழுத்தாளர். என் நண்பர். அவளைக் கூட்டிவந்து அவள் மூதாதையர்களின் அரண்மனையையும் பூசிமலைக்குப்பம் பங்களாவையும் காண்பித்தேன். உண்மையில் அந்த நாவல் அவள் எழுத வேண்டியது. அவளுடைய கொள்ளுப்பாட்டனார் சம்பந்தப்பட்ட வரலாறுதான் அது. ஆனால் அவள் எழுதுவாளா என்று தெரியாது. என்னை எழுதச் சொல்வாள். இன்னும் சில விஷயங்கள் உள்ளன. புராணத்தில் கிருஷ்ணன் பாத்திரம் என்னை மிகவும் வசீகரிப்பது பல வருஷங்களாக எழுத வேண்டும் என்று நினைத்துக்கொண்டிருக்கும் விஷயம் அதில் உண்டு. சொல்ல முடியாது, எழுதலாம், எழுதாமலும் போகலாம். அதையெல்லாம் கமிட் பண்ணிக்கொள்ளவே முடியாது.

புதிதாக நிறைய மொழிபெயர்ப்பாளர்கள் வந்திருக்கிறார்கள். அவர்களுக்கு ஏதாவது சொல்ல விரும்பினால் நீங்கள் என்ன சொல்வீர்கள்?

புது எழுத்தாளர்களுக்குச் சொல்வதற்கென்று எதுவும் கிடையாது. நான் சொன்னால் அவர்கள் கேட்கப்போகிறார்களா, என்ன?

உங்களுடைய சமகால மொழிபெயர்ப்பாளர்கள் இருக்கிறார்கள் அல்லவா? அவர்களைப் பற்றி ஏதாவது சொல்லுங்கள்.

நிறையப் படிக்க வேண்டும். ஒரு மொழிபெயர்ப்பாளருக்கு அடிப்படைத் தேவை, தகுதி என்னவென்றால் அவர் நல்ல கூரறிவுடைய வாசகராக இருக்க வேண்டும். இரண்டு மொழியிலும் அவர் திறமைசாலியாய் இருக்க வேண்டும். மேலும்

எல்லாவற்றையும் படிக்க வேண்டும். எல்லாவற்றையும் படிக்க வேண்டும் என்றால் எல்லாவிதமான எழுத்துக்களையும் படிக்க வேண்டும். இரண்டு மொழியிலும் திறமைசாலியாய் இருக்க வேண்டும் என்பதை நான் அழுத்திச் சொல்லக் காரணம், நிறைய மொழிபெயர்ப்புகளில் நான் பார்க்கிற, பரிதாபத்துக்குரிய தவறுகள் என்னவெனில் *idioms & phrases* இவற்றையெல்லாம் *idioms & phrases* என்று தெரிந்துகொள்ளாமலேயே அதை லிட்ரலாக மொழிபெயர்க்கும் அபத்தமெல்லாம் இருக்கிறது. இந்த மாதிரியான பல உதாரணங்களைச் சொல்லலாம். நகைச்சுவையாகவே ஒரு கட்டுரை எழுதிவிடலாம். அது சம்பந்தப்பட்ட மொழிபெயர்ப்பாளர்களையெல்லாம் புண் படுத்துவது போல இருக்கும். நான் ஒரு உதாரணம் சொன்னால், யார் அதை மொழிபெயர்த்தது என்று கொஞ்சம் கஷ்டப் பட்டால் கண்டுபிடித்துவிடலாம். யாரையும் புண்படுத்துவது என் நோக்கமல்ல. என்னுடைய மொழிபெயர்ப்பிலிருந்துகூட யாராவது கண்டுபிடித்துச் சொல்லலாம். நான் மட்டும் தவறுகளுக்கு அப்பாற்பட்டவனா என்ன?

சமகாலத்தில் மொழிபெயர்ப்பில் ஈடுபட்டிருப்பவர்களைப் பற்றிய உங்கள் கருத்து என்ன? அவர்களுடைய மொழிபெயர்ப்பைப் பற்றி அல்ல, இவர்கள் எல்லாம் மொழிபெயர்க்கிறார்கள் என்பதைப் பற்றி. கண்டிப்பாக நீங்கள் அவர்களையெல்லாம் பார்த்திருப்பீர்கள்.

ஆமாமாம். ஒவ்வொரு மொழிபெயர்ப்பாளரும் ஒவ்வொரு மாதிரி. சத்தியமூர்த்தி ரூமியுடைய கவிதைகளை மொழிபெயர்த்திருந்தார். மிகுந்த சிரத்தை எடுத்துப் பண்ணி யிருந்தார். மிகவும் பிரமாதமான மொழிபெயர்ப்பு. நான் மிகவும் மதிக்கும் மொழிபெயர்ப்பாளர். அதிகமாக அவர் பண்ணுவ தில்லை. கார்த்திகைப் பாண்டியன், கணேஷ் ராம் என்று நிறைய பேர் சின்சியராக மொழிபெயர்ப்பில் ஈடுபட்டுவருகிறார்கள். தமிழில் நிறைய மொழிபெயர்ப்பாளர்கள் வருவதே மிகவும் சந்தோஷமான ஒரு விஷயம்தான். ஒவ்வொரு கல்குதிரை இதழ் வரும்போதும் அதில் எத்தனை புதிய மொழிபெயர்ப்பாளர்கள் வந்திருக்கிறார்கள் என்று பார்க்கும்போது மிகவும் சந்தோஷமாக உள்ளது. நிறைய பெண்கள், லதா அருணாசலம், ஷாகிதா இவர்களெல்லாம் மொழிபெயர்க்க வருகிறார்கள். முன்பெல்லாம் மொழிபெயர்ப்பில் சீனியர்ஸ் அமரந்தா, லதா ராமகிருஷ்ணன் தவிர வேறு யாரும் பெரிய அளவில் இல்லை. இப்போது நிறைய பேர் வருகிறார்கள். கடினமான உழைப்பும் அர்ப்பணிப்பும் முக்கியத் தேவைகள். வெறும் ஆர்வம் மட்டும் போதாது. ஏதோ கையில் கிடைத்தது, நான் பிரவுஸ் பண்ணிக்கொண்டிருக்கையில் திடீரென்று ஒரு எழுத்தாளர் பற்றிய குறிப்பைப் பார்த்தேன்.

அதைக் கிளிக் பண்ணினால் அவர் எழுதிய ஒரு கதை வந்தது. அதை நான் படித்தேன். அதை நான் மொழிபெயர்த்துவிட்டேன் என்பதெல்லாம் சரியில்லை. நான் ஒரு எழுத்தாளரை மொழிபெயர்ப்பதாக இருந்தால் அந்த எழுத்தாளரைப் பற்றி முழுமையாகத் தெரிந்துகொள்ள வேண்டும். இது நான் நம்புகிற விஷயம். எல்லாருக்கும் பொருந்தும் என்றில்லை. கிட்டத்தட்ட அவர் எழுதிய எல்லாப் புத்தகங்களையும் நீங்கள் படித்திருக்க வேண்டும். அவர் எப்படிப்பட்டவர் என்பது முழுமையாகத் தெரிந்திருக்க வேண்டும். அவருடைய நடை, தொனி, உத்திகள் இவற்றை முற்றிலுமாக உள்வாங்கியிருக்க வேண்டும். நான் அப்படிதான் செய்வேன். நான் மொழிபெயர்த்திருக்கும் அத்தனை எழுத்தாளர்களையும் முழுமையாக அறிந்துகொண்ட பிறகுதான் அவர்களுடைய படைப்புகளை மொழிபெயர்த்திருக்கிறேன் என்று என்னால் உறுதியாகச் சொல்லமுடியும். *Dag Solstad*க்கு ஆங்கிலத்தில் நிறைய மொழிபெயர்ப்புகள் வந்திருக்கவில்லை. அவருடைய *Shyness and dignity*யை நான் மொழிபெயர்க்கும்போது நார்வேயில் அவர் மிகப் பிரபலமான எழுத்தாளராக இருக்கலாம். ஆங்கிலத்தில் அவருடைய மூன்று புத்தகங்கள்தான் வந்திருக் கின்றன. அவை எல்லாவற்றையும் வாங்கிப் படித்துவிட்டு, இணையத்தில் அவரைப் பற்றி வந்துள்ள குறிப்புகள், அவர் அளித்த பேட்டிகள் என்று கிட்டத்தட்ட இருநூறு பக்கங்களை டவுன்லோட் செய்துவைத்துக்கொண்டு படித்து முடித்த பிறகு தான் உடைந்த குடையை மொழிபெயர்க்கத் தொடங்கினேன்

இலக்கியத்தை நீங்கள் ஒரு மொழிபெயர்ப்பாளராக மட்டும் இல்லாமல் வாசகராகவும் தொடர்ந்து பார்த்துக்கொண்டுவருகிறீர்கள். தமிழிலக்கியச் சூழல் இப்போது எப்படி இருக்கிறது என்று நீங்கள் நினைக்கிறீர்கள்?

ப்ளஸ், மைனஸ் என இரண்டுமே சொல்லலாம். 90களுக்குப் பிறகு ஒரு பெரிய மாற்றம் வந்தது. 90களின் ஆரம்பத்தில் வந்த உலகமயமாக்கல் தமிழ் வாசிப்புத் தளத்திலும் ஒரு பெரிய மாற்றத்தை ஏற்படுத்தியிருக்கிறது. என்னுடைய கல்லூரி நாட்களில் இதுபோல் சீரியஸ் பத்திரிகைகள், சீரியஸ் லிட்டரேச்சர் என்பது மிக மிகச் சிறிய வட்டம். அது வெளியுலகத்தில் யாருக்கும் தெரியவே தெரியாது. ஊரீஸ் கல்லூரியுடைய தமிழ் விரிவுரை யாளர்களிடமே நான் "சுந்தர ராமசாமி தெரியுமா உங்களுக்கு? அசோகமித்திரன் தெரியுமா? ஜி. நாகராஜன் தெரியுமா?" என்றெல்லாம் வம்பு பண்ணிக்கொண்டிருப்பேன். மிகவும் ஃப்ரெண்ட்லியான லெக்சரர்ஸ் இரண்டு மூன்று பேர் இருப்பார்கள். அவர்களுக்கெல்லாம் ஒருவரையுமே தெரியாது.

நான் பிரசிடென்சியில் எம்எஸ்ஸி சேர்ந்தவுடனே முதல் வேலையாக தமிழ்த் துறைக்குச் சென்று மு. மேத்தா – பாவம், நல்ல மனிதர் – அவரைத் தேவையில்லாமல் சீண்டுவேன். “நீங்க எழுதறதெல்லாம் கவிதையே கிடையாது” என்பேன். விஷயம் என்னவென்றால் இந்த தீவிர இலக்கியம் என்பது யாருக்கும் கண்ணுக்குத் தெரியாத ஒரு ரகசியக் குழு மாதிரி மிகவும் சின்ன வட்டத்தில் மட்டுமே இயங்கிவந்தது. வெளியில் யார்க்கும் தெரியவே தெரியாது. வெளியில் மிகவும் ஜகஜோதியாக வெகுஜன இலக்கியவாதிகள் எல்லார்க்கும் தெரிந்தவர்களாக இருந்தனர். பாக்கெட் நாவல்கள் வந்துகொண்டிருந்தன. சுஜாதா எல்லாம் பெரிய ஸ்டார். பாலகுமாரன் … ஹைய்ய்யோ..! என்று நிறைய கல்லூரிப் பெண்கள் உருகிக்கொண்டிருப்பார்கள். இவர்களை எல்லாம் மிகவும் இளக்காரமாகப் பார்த்துக்கொண்டு, தலையில் கொம்பு முளைத்த சின்ன குரூப் ஒன்று சுற்றிக்கொண்டிருந்தோம். தமிழ்நாட்டில் மொத்தம் எத்தனை தீவிர இலக்கிய வாசகர்கள் இருப்பார்கள்? ஒரு இரண்டாயிரம் பேர் இருப்பார்களா என்று பேசிக்கொண்டிருப்போம். நிறைய பத்திரிகைகள் திடீர் திடீரென வரும். மீட்சி, பாலம், ழ, கவனம், நிமிடம், கசடதபற. இந்த மாதிரியான மிகவும் முக்கியமான பத்திரிகைகள் கொஞ்ச காலம் தாக்குப் பிடிக்கும். பிறகு மறைந்துவிடும். இந்த மாதிரியான சூழல் தான் எப்போதுமே இருந்தது. ஆனால் ஒரு பத்திரிகை எவ்வளவு காலம் நீடித்து நிலைத்து இருந்தது என்பதல்ல விஷயம். தமிழ் இலக்கிய உலகை உயர்த்திப் பிடித்ததும் பல அற்புதமான படைப்பாளிகளை உருவாக்கியதும் இந்தச் சிறு பத்திரிகைகள்தான். வெகுஜன இதழ்கள் அல்ல. ழ, கவனம் ஆகிய இதழ்களில் ஆத்மாநாம், ஞானக்கூத்தன் எழுதிய கவிதைகள் எல்லாம் தமிழ்க் கவிதைகளுடைய *landmark* ஆக இருந்திருக்கின்றன. பிரம்மராஜன் செய்த விஷயங்கள் எல்லாம் இருக்கே, வண்ணதாசனுடைய அற்புதமான கதைகளை எல்லாம் வெளியிட்டிருந்தார். எவ்வளவு முக்கியமான எழுத்தாளர்களை எல்லாம் பிரம்மராஜன் அறிமுகப் படுத்தியிருந்தார். ஆனால் பிரம்மராஜன் என்ற பெயரும், சுந்தர ராமசாமி எண்பதுகளின் கடைசியில் நடத்திய காலச்சுவடும் வெளியில் யாருக்குமே தெரியவே தெரியாது. அசோகமித்திரன் அவ்வளவு பெரிய அற்புதமான எழுத்தாளர். உலக எழுத்தாளர். அவர் பெயர் எத்தனை பேருக்குத் தெரியும்? தெரியவே தெரியாது. ஜே.ஜே: சில குறிப்புகள் வந்தபொழுது ஒரு பெரிய அலை ஏற்பட்டது என்று திருப்தியாகச் சொல்லிக்கொள்ளலாம். ஒரு பெரிய அலை என்றால் *a storm in the tea cup* தான் அது. தமிழ்நாட்டில் இருக்கிற எல்லாருக்கும் ஜே.ஜே: சில குறிப்புகள் தெரிந்துவிட்டது என்று அர்த்தம் கிடையாது. சீரியஸ் இலக்கிய வட்டாரத்தில் பெரும் பாதிப்பு ஏற்படுத்தியது. சாரு நிவேதிதா

அதை விமர்சித்து ஒரு புத்தகமே போட்டார். இந்த மாதிரி விஷயங்கள் எல்லாம் ஒரு சின்னக் குழுவுக்கு நடுவில்தான் நடந்துகொண்டிருந்தது. இப்படிதான் இருந்தது 90 வரைக்கும்.

90களுக்குப் பிறகு அரசியல்ரீதியாகப் பல விஷயங்கள் மாறின. புதிய பொருளாதாரக் கொள்கை, உலகமயமாக்கல் அதெல்லாம் நடக்கும்போது தகவல் தொடர்பு சாதனங்கள் இருக்கில்லையா, அதிலும் நிறைய மாற்றங்கள் வந்தன. காட்சி ஊடகங்கள் பெரிய அளவில் உள்ளே வருகின்றன. பின்னாலேயே இணையம். உடனடி பாதிப்பு எதில் வருகிறது என்றால் இந்த மாதிரி பொழுதுபோக்கு, மேம்போக்கான இலக்கியங்கள், வெகுஜன இலக்கியங்கள் இவைதான் முதலில் பாதிக்கப்படுகின்றன. எப்படி என்றால் பாக்கெட் நாவல்கள் படித்துக்கொண்டிருந்தவர்களிடம் திடீர் வீழ்ச்சி ஏற்படுகிறது. இன்னமும் பாக்கெட் நாவல்கள், மாமிகள் எழுதிய புத்தகங்கள் எல்லாம் நிறைய விற்கின்றன என்று சொல்வார்கள். அதற்கென்று வாசகர் வட்டம் இருக்கிறது. கிண்டிலில்கூட நாம் நினைத்துப் பார்க்க முடியாத அளவுக்கு இருக்கின்றன. நாம் சும்மா கிண்டலாக மாமி நாவல் என்று சொல்லிக்கொள்ளலாம், ஆனால் இந்த மாமி நாவல்கள் விற்கின்ற எண்ணிக்கையைப் பார்த்தால் அதிர்ச்சியாக இருக்கும். இதெல்லாம் எங்கேயிருந்து இப்படி விற்கிறது என்று. அது வேறு கதை. ஆனால் இப்போது நீங்கள் குமுதம், ஆனந்த விகடனையே எடுத்துக்கொள்ளுங்க. நான்கு தொடர்கதைகள் விகடனிலும் குமுதத்திலும் வந்துகொண்டிருக்கும். அந்த இடத்தைத் தொலைக்காட்சித் தொடர்கள் *replace* பண்ணிவிட்டன. இப்போது வெகுஜனப் பத்திரிகைகளிலேயே ஒரு சிறுகதை, ஒரு தொடர்கதை என *content* மாறிவிட்டது. *Non–fiction* அரசியல் கட்டுரைகள், விமர்சனங்கள் எல்லாம் மாறிவிட்டன. நீங்கள் 1970 விகடன் பழைய பிரதி இருந்தால் எடுத்துப் பாருங்க. இப்போதுள்ள ஆனந்தவிகடன் எடுத்துப் பாருங்க. எத்தனை பல்சுவைக் கட்டுரைகள் இப்போதிருக்கும் ஆனந்த விகடனில் இருக்கின்றன, 70களில் எப்படி இருக்கின்றன என்று பாருங்கள். குமுதத்தில் முப்பத்தெட்டாம் பக்கம் மூலை என்று ஒன்று இருக்கும். மேலும் மேலும் சிறுகதைகள், தொடர்கதைகள், சரித்திரக் கதை … அது மாதிரி எதுவுமே இல்லை. இது ஒரு பெரிய மாற்றம். இதற்குக் காட்சி ஊடகங்கள், தொலைக்காட்சி வந்தது முக்கியகாரணம். அடுத்தது இணையம். இணையம் வந்ததும் இலக்கிய உலகை ஜனநாயகப்படுத்திவிட்டது. எப்படி என்றால் எங்களுக்கு மட்டுமே என்று சொந்தம் கொண்டாடிக்கொண்டிருந்த இரண்டாயிரம் பேர் கொண்ட குழு இருக்கிறதல்லவா, அந்த குழுவுக்குள் நிறைய *encroachment* வந்துவிட்டது. உண்மை அதுதான். எழுதுவது எல்லாருக்கும் தெரிய ஆரம்பித்துவிட்டது. அதை நீங்க நல்லது

என்றும் சொல்லலாம். கெட்டது என்றும் சொல்லலாம். அதை நீங்கள் எப்படி பார்க்கிறீர்கள் என்பதைப் பொறுத்தது அது. சுந்தர ராமசாமியின் புத்தகங்களும் அசோகமித்திரனின் புத்தகங்களும் எவ்வளவு விற்றிருக்கின்றன. அசோகமித்திரனுக்கு அது புரியவே இல்லை. கவிதாவில் அவருடைய சிறுகதைத் தொகுப்பை இரண்டு வால்யூம்களாக போடப்போகிறேன் என்று சொன்னபோது அவர் *almost* கவிதா சொக்கலிங்கத்தை கையைப் பிடித்துக் கெஞ்சிக் கேட்டுக்கொண்டார், "இந்த மாதிரியெல்லாம் பண்ணி கையை சுட்டுக்காதீங்க, இவ்வளவு விலை வித்தால் எங்கே என் புத்தகங்கள் விக்கும்? விக்கவே விக்காது. லட்ச ரூபாய் முதலீடு செய்வீங்க போலிருக்கே, வேண்டவே வேண்டாம்." என்றார். "அதெல்லாம் விக்கும். நீங்க சும்மா இருங்க" என்று அடக்கிவிட்டு அவர் அசோகமித்திரன் சிறுகதைகள் தொகுதி 1, 2 என்று போட்டார். மொத்தமும் விற்றுவிட்டன. அடுத்த பதிப்புக்காக அவரிடம் ராயல்டியைக் கொடுத்துவிட்டுக் கேட்டபோது அசோகமித்திரன் அதிர்ந்துவிட்டார். "என்னது, என் புஸ்தகம் அத்தனையும் வித்துடுச்சா? ஆயிரத்து இருநூறு காப்பியும் வித்துடுச்சா? ஏன் இந்தமாதிரியெல்லாம் நடக்கறது?" என்றார். அவரால் அதைப் புரிந்துகொள்ளவே முடியவில்லை. இன்றைக்கும் காலச்சுவடு பதிப்பகத்தில் ஒவ்வொரு வருஷம் சென்னை புத்தகக் கண்காட்சியிலும் அதிகமாக விற்கிற நாவல்கள் புளியமரத்தின் கதையும் ஜே.ஜே: சில குறிப்புகளும்தான். சுந்தர ராமசாமி, அசோகமித்திரன் இந்தப் பெயர்களெல்லாம் ஒரு சிலர் மட்டுமே அறிந்த பெயர்களாக இப்போது இல்லை. இப்போது நிறைய சீரியஸ் ரைட்டர்ஸ் எல்லாம் *blog* எழுதுகிறார்கள். ஆனால் எனக்கு ஒரு தியரி இருக்கிறது. அதைக் கேட்டால் நிறைய பேருக்கு கோபம் வரலாம். அதாவது இந்த வெகுஜன எழுத்தாளர்களுடைய சதவீதம் இருக்கிறதல்லவா, அது *always remains the same.* மக்கள்தொகைக்குத் தகுந்தபடி அந்த இரண்டாயிரம் என்பது ஐந்தாயிரமாக மாறியிருக்கலாம். ஜெயமோகனுடைய தளத்தைப் படிக்கிற எல்லாருமே நுட்பமான வாசகர்கள் என்பதை நம்ப நான் தயாராக இல்லை. ஜெயமோகனே நுட்பமான எழுத்தாளரா என்பது அடுத்த கேள்வி. இப்போது ராமகிருஷ்ணன், சாரு நிவேதிதா எல்லோரும் இணையத்தில் எழுதுகிறார்கள். அவர்களுடைய பெயர்கள் பிரபலமாக எல்லாருக்கும் தெரிகிறது. எல்லோரும் படிக்கிறார்கள். நல்ல விஷயம். ஆனால் *names-dropping* இப்போது அதிகமாகிவிட்டது. உண்மையாகவே இப்போது இருக்கும் வாசகர்கள் சீரியல் ரைட்டர்ஸ் பெயர்களைத் தெரிந்துவைத்திருக்கும் அளவுக்கு உண்மையான ஆழ்ந்த வாசகர்களா என்ற சந்தேகம் இருக்கிறது. ஆழமான வாசிப்பு இல்லாமல் சும்மா விதண்டாவாதம் செய்கிறார்கள். அவர்கள்

ஒரு வலைப்பூ ஆரம்பித்துக்கொள்கிறார்கள். அதில் என்னவோ எழுதுகிறார்கள். மிகவும் தெனாவெட்டாகப் பதிவுகள் போடுவதையெல்லாம் பார்க்கும்போது சீனியர்ஸ்க்கு சிரிப்புதான் வருகிறது. டேய் நீயெல்லாம் என்னடா, நானெல்லாம் எவ்வளவு பெரிய ஆள் தெரியுமா என்பதெல்லாம் அர்த்தமே இல்லை. இது உலகளாவிய விஷயம். ஒரு சீரியஸ் புத்தகம் எல்லார்க்கும் கிடைக்கிறது என்றால் கிடைக்கட்டுமே. இன்டர்நெட் என்பதில் சாக்கடையும் இருக்கிறது, அற்புதமான விஷயங்களும் நிறையக் கிடைக்கின்றன. அதே மாதிரிதான். ஃபேஸ்புக்கோ, எதில் வேண்டுமானாலும் பாருங்க. நல்ல விஷயங்கள் வரும். மெஜாரிடி வேறு மாதிரிதான் இருக்கும். நீங்க தேர்ந்தெடுப்பதில் கவனமாக இருக்க வேண்டும். வாசிப்பிலும் அதேதான்.

ஜெயமோகனை ஆசான் என்று கொண்டாடி ஒரு பெரிய குரூப்பே சொல்லிக்கொண்டிருக்கிறார்கள். சிரிப்பாக இருக்கிறது. அவருக்கு அது தேவையாக இருக்கலாம். ஆனால் ஜெயகாந்தன் தன் வாசகர்களை சஹ்ருதயர்கள் என்றுதான் சொன்னார். ஒரு எழுத்தாளனைப் பீடத்தில் வைத்துப் பாதாபிஷேகம் பண்ணுவதை எந்த ஒரு உண்மையான எழுத்தாளனும் விரும்ப மாட்டான். அந்த மாதிரி இருந்ததே கிடையாது. எந்த ஒரு எழுத்தாளனும் மலைப்பிரசங்கம் பண்ண வந்த தேவதூதர் கிடையாது. எழுத்தாளனுக்கு சமமானவன்தான் வாசகனும். அந்தப் புரிதல் இப்போது மாறிவிட்டது. *Hero worship* நிறைய வந்துவிட்டது. எழுத்தாளர்களை *Hero worship* பண்ணினால் எனக்கு செம கடுப்பாகிறது. எழுத்தாளன் துதிக்கப் படக் கூடாது. ஒரு வாசகர் எழுத்தாளனைத் தாண்டிப் போக வேண்டும். கையைக் கட்டிக்கொண்டு என்னுடைய குரு இவர் தான், இவர் எழுத்து தவிர வேறு யாருடைய எழுத்தையும் படிக்கவே மாட்டேன் என்று சொன்னால் அவன் ஒரு வாசகனே அல்ல. இந்த மாதிரியான போக்கெல்லாம் இப்போது நிறைய இருக்கிறது. அதை ஒன்றும் பண்ணமுடியாது. முக்கியமான நிறைய புத்தகங்களெல்லாம் மறுபதிப்பு காண்கின்றன. எனக்கெல்லாம் காஸ்யபனின் அசடு மறுபடியும் மறுபதிப்பு காணும் என்ற நம்பிக்கையே இருந்ததில்லை. அதெல்லாம் வந்திருக்கிறதே. சாகித்ய அகாடமி மாதிரியான தூங்கி வழிகிற பப்ளிஷர்ஸ்கூட டிமாண்டுக்காக அவர்களுடைய பழைய நல்ல புத்தகங்களையெல்லாம் கொண்டுவருகிறார்கள். அக்னி நதியெல்லாம் இப்போது வந்திருக்கிறது. டிமாண்ட் இருக்கிறது. நூறு பேர் ஒரு புத்தகத்தை வாங்குகிறார்கள் என்றால் இரண்டு பேர் ஒழுங்காகப் படிப்பார்கள். 98 பேர் சும்மா வாங்கி, நானும் அக்னி நதி வைத்திருக்கிறேன் என்று அலமாரியில் வைத்துக்கொள்வார்கள். அதையெல்லாம் ஒன்றும் பண்ண

முடியாது. ஆனால் புதிதாக இரண்டு வாசகர்கள் உள்ளே வருகிறார்கள் இல்லையா, பாசிடிவாகத்தான் நாம் பார்க்க வேண்டும். நானும் எல்லாம் தெரிந்தவன் என்பது போல் சில அரைகுறைகள் சத்தம் போட்டால் போடட்டுமே. அரைகுறைகள் முழுதாக வளர மாட்டார்கள் என்று என்ன நிச்சயம்? கொஞ்சநாள் துள்ளிக்கொண்டு இருந்துவிட்டு, பிறகு ஒருவேளை அவர்களே முதிர்ச்சி அடைந்தவுடன் ஒழுங்கான வாசகர்களாக மாறலாம். எழுத்தாளர்களாக வரலாம். வாய்ப்பு இருக்கிறதல்லவா? யாரையும் எள்ளி நகையாடி அலட்சியப்படுத்திவிட முடியாது. ஃபேஸ்புக் மாதிரி இடங்களில் நிறைய சின்னப் பையன்கள் ஒரேயடியாகத் துள்ளுவதைப் பார்க்கும்போது எனக்குக் கோபம் வருவதில்லை. நீ மெள்ள வாப்பா என்று தோன்றும். வருவான், வரலாம்.

மொழிபெயர்ப்பில் உங்களுக்கு ஆதர்சம் என்று யாராவது இருக்கிறார்களா?

இருக்கிறார்கள். நான் எப்போதுமே என்னுடைய முன்னத்திஏர்கள் என்று ஆர். சிவக்குமார், வெ. ஸ்ரீராம் இவர்கள் இருவரையும்தான் சொல்வேன். தேவதாஸ் என்னுடைய மிக நெருங்கிய நண்பர். அவரை என்னுடைய *Friend, philosopher and guide* என்று சொல்வேன். 90லிருந்து அவர் எனக்குப் பழக்கம். அப்போது ஆரணியில் தேவதாஸ் இருந்தார். நானும் அவரும் கிட்டத்தட்ட ஒவ்வொரு வாரமும் சந்தித்துக்கொள்வோம். அவருடன் நடந்த உரையாடல்கள் மிக முக்கியமானவை. மிக உன்னதமான மனிதர், பெரிய வாசிப்பாளி. சிவக்குமாரும், வெ. ஸ்ரீராமும் நான் பின்பற்ற விரும்புகிற, விழைகிற என்னுடைய ஆதர்சங்கள். அடுத்து, மிகக்குறைவாக மொழிபெயர்த்திருந்தாலும் மிக அற்புதமான மொழிபெயர்ப்பாளர் சி. மணி. வெ. ஸ்ரீராம் பிரெஞ்சிலிருந்துதான் பண்ணியிருப்பார். ஆனாலும் அவருடைய மொழிபெயர்ப்புகள் எனக்குப் பல விஷயங்களைக் கற்றுத்தந்தன. அவருடைய சின்சியாரிடியை மிகவும் மதிக்கிறேன். வெ. ஸ்ரீராமுடன் பழக்கம் ஏற்பட்ட பிறகு *I love talking to him.* ஆர். சிவக்குமார் என்னுடைய குரு. இப்போது என் சந்தேகங்களுக்கு இவர்களிடம்தான் செல்கிறேன்.

கனலி இணைய இதழ், ஜூன் 16, 2020:

13

புதுச்சேரி வானொலியின் 'இலக்கியச்சோலை' நிகழ்ச்சியில் 23/09/2019 அன்று ஒலிபரப்பான நேர்காணல்.

பேட்டி கண்டது: உமா மோகன்.

கேள்வி: வணக்கம் சார்.

வணக்கம் . . .

கேள்வி: ஆரணி என்றதும் எல்லோருக்கும் பட்டுதான் ஞாபகத்திற்கு வரும். பட்டு மாதிரியான அழுத்தமான எழுத்துக்களையும், நெசவோடு கூடிய எழுத்துக்களையும் எழுதும் எழுத்தாளர்கள் ஆரணியில் இருக்கிறார்கள் என்பதில் மிக்க மகிழ்ச்சி சார். முதலில் நாம் சார்வாகனிடம் இருந்து ஆரம்பிப்போம்.

ரொம்ப சந்தோஷம்.

கேள்வி: சமீபத்தில்கூட அவருடைய நினைவைப் போற்றி விழாவெல்லாம்கூட எடுத்தீர்கள். சார்வாகனின் எழுத்துக்கள் பற்றியும், நீங்கள் எழுத வருவதற்கு முன்பே அவர் குறித்த பரிச்சயம் உங்களுக்கு இருந்ததா என்பது பற்றியும், அதாவது ஊர்க்காரர், முன்னோடி, என்ற முறையில் ஏதேனும் இருந்ததா என்பது குறித்தும் சொல்லுங்கள்.

ஜி. குப்புசாமி

துரதிர்ஷ்டவசமாக அப்படி எதுவும் இல்லை. சார்வாகன் என்னும் எழுத்தாளர் ஆரணியைச் சேர்ந்தவர் என்பதே மிகத் தாமதமாகத்தான் எனக்குத் தெரியவந்தது. இதில் சுவாரஸ்யமான விஷயம் என்னவென்றால் எங்கள் இருவருடைய குடும்பமும் நெருக்கமான தொடர்பில் இருந்தது. சார்வாகனின் தம்பி கர்னல் ரமணி ஹரிஹரன் என்னுடைய தந்தையின் நெருங்கிய நண்பர். பள்ளித் தோழரும்கூட. ஆறாம் வகுப்பு தொடங்கிப் பதினோராம் வகுப்புவரை இருவருமே ஒன்றாகப் படித்தவர்கள். ஊருக்கு வரும்போதெல்லாம் ரமணி ஹரிஹரன் எங்களுடைய வீட்டிற்கு வருவார். என்னுடைய தந்தையும் அவருடைய வீட்டிற்குச் சென்று வருவார். என்னுடைய தாத்தா எல்லாம் சார்வாகனுடைய அப்பாவான மருத்துவர் ஹரிஹரனுக்கு நெருங்கிய தொடர்பில் இருந்தவர். டாக்டர் ஹரி சீனிவாசன் ஒரு எழுத்தாளர் என்பது எங்களுடைய வீட்டில் யாருக்கும் தெரியாது.

அவர்களுடைய தெருவில் இருப்பவர்களுக்கேகூட டாக்டர் ஹரிஹரனோட மூத்த மகன் சீனிவாசன் என்பவர் ஒரு பெரிய மருத்துவர், எங்கேயோ வெளிநாட்டிலேயோ, வெளி ஊரிலேயோ இருக்கிறார் என்று மட்டுமே தெரியும். தொழுநோய்க்கான வைத்தியராக மிகப் புகழ் பெற்றவர் அவர். ஆனால், தான் ஒரு எழுத்தாளர் என்பதை அவர் வெளியில் காண்பித்துக் கொண்டதே இல்லை. என்னுடைய அப்பாவிற்கே கூட சார்வாகன் என்ற பெயரில் இவர் எழுதுகிறார் என்பது தெரியாது. ஆல்பர்ட் ஷ்வைட்ஸர், மகாத்மா காந்தி போன்றவர்கள் செய்ததைவிட ரமணியோட அண்ணன் செய்யும் வேலைகள் மிகப் பெரிய பணி என்று என் அப்பா சொல்லிக்கொண்டிருப்பார். தொழுநோய் சிகிச்சை மாதிரி ஒரு பணியை விரும்பி ஏற்றுக்கொண்டு ஒரு சேவையாக அதைச் செய்துவருகிறாரே என்று பாராட்டிப் பேசுவார். அவ்வளவு பெரிய மனிதர் அவர். ஐக்கிய நாட்டுச் சபைகளில் எல்லாம் ஒன்றிணைந்து செயல்பட்டு வந்தவர். ஆக, அவருடைய மருத்துவப் பணிகளைப் பற்றித்தான் பேசி யிருக்கிறோமே தவிர சார்வாகன் ஒரு எழுத்தாளர் என்பது எங்களுக்குத் தெரியாது. ‘எதுக்கு சொல்றேன்னா?’ என்ற தொகுப்பு க்ரியா பதிப்பகம் முதலில் வெளியிட்டார்கள். வேறு யாரோ ஒரு எழுத்தாளர் என்றுதான் நினைத்துக்கொண்டிருந்தேன்.

சார்வாகனின் கதைகளை நான் படித்திருக்கிறேன். அந்தக் கதைகளில் வரும் சின்னூர் என்ற ஊர் ஆரணிதான் என்று மிகத் தாமதமாகத்தான் தெரிந்தது. அவருடைய கதைகளில் மறுபடியும் மறுபடியும் சின்னூர் என்ற இடம் வந்துகொண்டே இருக்கும். இன்னும் கொஞ்சம் கவனமாகப் படித்திருந்தால் அவருடைய ‘கனவுக் கதை’ என்ற சிறுகதையில் வரும் மளிகைக் கடைக்காரன்

என்னுடைய தாத்தாதான் என்பதைக் கண்டுபிடித்திருக்கலாம். என்னுடைய தாத்தாவை நடேசன் என்ற பாத்திரத்தின் வாயிலாக அப்படியே உரித்துவைத்திருப்பார். சார்வாகனின் இன்னொரு தம்பி டாக்டர் ராஜன் 'உங்க தாத்தாதான் கதையில் வரும் நடேசன். நாங்க வீட்டில் இதைப்பற்றிப் பேசியிருக்கோம்' என்று சமீபத்தில் சொன்னார். எனக்குத்தான் இதெல்லாம் மிகத் தாமதமாக தெரியவந்தது. ஒரு குறையாகவே அதைக் கருதுகிறேன்.

கேள்வி: நீங்கள் எழுத்தாளர் என்பதை எப்போது கண்டுபிடித்தீர்கள்?

சின்ன வயதிலிருந்தே கதைகளைச் சொல்லுவதிலும், கதைகளைக் கேட்பதிலும், கதைகளை வாசிப்பதிலும் மிகுந்த ஆர்வத்துடன் இருப்பேன். அது பிறவியிலேயே ஏற்பட்ட கோளாறு என்று நினைக்கிறேன். எங்களுடைய வீட்டில் அதற்கான சூழல் இருந்ததையும் ஒரு காரணமாகச் சொல்லலாம். வீட்டில் இருந்த பெரியவர்களுக்குப் பெரிய இலக்கிய ஆர்வம் இருந்தது என்றெல்லாம் சொல்ல முடியாது. என்றாலும் ஆங்கில வாசிப்புக்கான மிக நல்ல சூழல் எங்களுக்கு இருந்தது. அப்பாவும் தாத்தாவும் "ரீடர்ஸ் டைஜிஸ்ட்" இதழைத் தொடர்ந்து வாசித்து வந்தவர்கள். "டைம்", "ஸ்பான்", "லைஃப்" போன்ற பத்திரிகை களும் வீட்டிற்கு வரும். என்னுடைய தந்தைக்கு சரித்திரத்தில் மிக அதிக ஆர்வம். வரலாறு, அரசியல், சமூகம் என விரும்பிப் படிப்பார். திராவிட இயக்கச் சிந்தனையாளர்களின் புத்தங்கள், கம்யூனிசப் புத்தகங்கள் வீட்டில் நிறைய இருக்கும். என்னையும் வாசிக்கத் தூண்டுவார்.

இலக்கியத்தில் என்னுடைய ஆர்வம் எப்படித் துளிர்த்தது என்று தெரியவில்லை. உண்மையில் கவிதைகள், கதைகள் எழுதுவதை எங்களுடைய வீட்டில் யாரும் விரும்பியதில்லை. இவையெல்லாம் வாழ்வின் முன்னேற்றத்திற்குத் தடையாக இருக்குமென்று எல்லோரும் நினைத்தார்கள். நான் எழுதிய கவிதைகளை என்னுடைய தந்தை கிழித்துப் போட்ட சம்பவ மெல்லாம் நடந்ததுண்டு. படிப்பில் கவனம் செலுத்தி மருத்துவ ராகப் பின்னாளில் வர வேண்டும் என்றுதான் வீட்டில் விரும்பினார்கள். இறக்கும் வரையிலும் அவருக்கு மனத்தளவில் ஒரு குறை இருந்தது. இலக்கியத்தின் பக்கம் நான் செல்லாமல் இருந்திருந்தால் நிச்சயமாக மருத்துவராக வந்திருப்பேன் என்று நம்பினார்.

கேள்வி: என்றாலும் அவர்கள் விரும்பியபடி நீங்கள் அறிவியலின் பக்கம் சென்றுவிட்டீர்கள்தானே!

உண்மையில் பி.யூ.சி முடித்ததும் மருத்துவம் படிக்க இடம் கிடைக்குமென்று நினைத்திருந்தேன். மதிப்பெண் குறைவாக

இருந்ததால் கிடைக்கவில்லை. அதற்கு அடுத்த இடத்தில் விலங்கியல் இருந்தது. எனவே முதுநிலை அறிவியல் பட்டம் வரையிலும் படிக்க சூழல் அமைந்தது. இலக்கியத்தில் மட்டுமல்ல அறிவியலிலும் எனக்கு ஆர்வம் உண்டு. அதிலும் குறிப்பாகத் தாவரவியல், விலங்கியல் சார்ந்த ஆர்வமும் உண்டு. மருத்துவராக வர முடியவில்லை என்றாலும் விலங்கியல் துறையில் பேராசிரியராவதற்கே விரும்பினேன். ஆகவேதான், முதுநிலை விலங்கியல் முடித்ததும் பூச்சிகளைப் பற்றி ஆய்வு செய்து ஆய்வியல் நிறைஞர் பட்டம் பெற்றேன். அதைத் தொடர்ந்து சென்னைப் பல்கலைக் கழகத்தில் பி.ஹெச்டி சேர்ந்தேன். குடும்பச் சூழல் காரணமாக முனைவர் ஆராய்ச்சிப் படிப்பைத் தொடர முடியவில்லை. மேலும் நான் படித்ததற்கு சம்மந்தமே இல்லாத அரசுப் பணியில் சேர்ந்து முப்பது வருடங்கள் பணியாற்றி ஓய்வு பெற்றேன்.

என்றாலும் அறிவியல் ஆர்வம் இன்றுவரையிலும் அப்படியே தான் இருக்கின்றது. உண்மையில் இலக்கியத்தை விடவும், இசையை விடவும், ஓவியத்தை விடவும் அறிவியல் சார்ந்த துறைகளில்தான் எனக்கு ஆர்வம் அதிகம் என்று தோன்றுகிறது. என்னுடைய மனைவி பள்ளி ஆசிரியராகப் பணியாற்றுகிறார். என்னைப் பரிசோதனை செய்ய வேண்டி பதினொன்று, பன்னிரண்டாம் வகுப்பு பாடப் புத்தகத்தில் இருந்து ஏதேனும் விலங்கியல் பாடத்தில் கேள்விகள் கேட்டால் கண்களை மூடிக் கொண்டு பதில்களைச் சொல்லிவிடுவேன். அன்று திடீரென்று சமைலறையிலிருந்து மஞ்சள் துண்டை எடுத்துக்காட்டி இதற்கு தாவரவியல் பெயர் என்ன என்று கேட்டார். உடனே ‘கர்குமா லங்கா’ என்றேன். ராத்திரிகளில் ஜன்னல் வழியாக வ்ரும் பூச்சிகளுக்கு பெயர் கேட்பார். பெயர் தெரியாவிட்டாலும் அதன் குடும்பப் பெயர் நினைவில் இருக்கும். சிறு வயதில் படித்த விலங்கியல் பாடங்கள் இன்னும்கூட நினைவில் இருக்கின்றன.

கேள்வி: நீங்கள் எழுதிய கவிதைகளை உங்களுடைய தந்தை கிழித்துப் போட்டதாக எல்லாம் சொன்னீர்கள். ஆனால் நேரடி எழுத்து என்பது வேறு. மேலும் உங்களுடைய அடையாளமாக மொழிபெயர்ப்பு விளங்கு கிறது. அதில் எப்படி வந்தீர்கள்?

முதலில் மொழிபெயர்ப்பையும் சுயமாக எழுதுவதும் இரு வேறுபட்ட விஷயங்களாக நான் நினைக்கவில்லை. ஒரு நாணயத் தின் இரண்டு பக்கங்களாகவே கருதுகிறேன். அடிப்படையில் வாசிப்பு இருப்பவர்களால்தான் சுயமாக எழுதவோ அல்லது மொழிபெயர்க்கவோ முடியும். அதே போல இயல்பான படைப்புத்தன்மை இல்லையெனில் மொழிபெயர்ப்பாளனாகவும் இருக்க முடியாது. ஆங்கிலமும் தமிழும் தெரிந்த எல்லோருமே

மொழிபெயர்ப்பாளராகிவிட முடியாது. ஆரம்பத்தில் இருந்தே எனக்குச் சுயமான எழுத்தாற்றல் இருந்திருக்கிறது. கதை, கவிதைகள் எழுதவெல்லாம் முயற்சிகள் செய்திருக்கின்றேன். அந்த வயதிற்கே உரிய பேராவலோடு ஒன்றிரண்டு நாவல்கள் எல்லாம் எழுத முயற்சிகள் செய்திருக்கிறேன். சில அத்தியாயங்களுடன் அது நின்று போனது. இலக்கியத்தில் ஆர்வமுள்ள எல்லோருக்குமே நடப்பது போலவே இதெல்லாம் எனக்கும் நடந்ததுண்டு. மேலும், எழுதுவதைவிடவும் வாசிப்பதில்தான் எனக்கு ஆர்வம் அதிகம். நினைத்துப் பார்த்தால், மொழிபெயர்ப்புக்கு என்னை அழைத்துச் சென்றதே வாசிப்பின் மீதிருந்த என்னுடைய நாட்டம்தான். புத்தக வாசிப்பு இல்லாமல் என்னால் ஜீவித்திருக்கவே இயலாது. அந்த அளவிற்கு எல்லாவற்றையும் படிப்பேன். சிறுவயதிலிருந்தே என்னுடைய தேர்வுகள் நவீன இலக்கியத்தின் பக்கம்தான் இருந்தது. என்னுடைய சக வயதுத் தோழர்கள் காமிக்ஸ் படித்துக் கொண்டிருக்கும்போது அவர்களைவிடச் சில படிகள் மேலே நான் இருந்திருக்கிறேன். எஸ்.எஸ்.எல்.சி. முடிக்கும்போது ஜெயகாந்தன் அதுவரை எழுதியிருந்த எல்லாக் கதைகளையும் நான் படித்திருந்தேன். அதற்கு சில நண்பர்களும் உதவியிருக்கிறார்கள். என்னுடைய நட்பு வட்டத்தில் அப்போதிலிருந்தே நிறைய கம்யூனிஸ்ட் தோழர்கள் இருந்திருக்கிறார்கள். தோழர்கள் நட்பு வட்டத்தில் இருப்பதன் பெரிய ஆதாயமே படிப்பதற்கான புத்தகங்கள் நிறைய கிடைக்கும். நிறைய உரையாடல்கள் எல்லாம் நிகழும். தீவிர வாசிப்பின் திசையை வளரிளம் பருவத்திலேயே நண்பர்கள் அடையாளப்படுத்தியிருக்கிறார்கள். ஆங்கிலம், தமிழ் என இரு மொழிகளிலும் வாசிப்பு இருந்தது. கல்லூரி முதலாம் ஆண்டிலேயே ஜே.டி. சாலிஞ்சரின் 'கேச்சர் இன் தெ ரை' போன்ற நவீன ஆங்கில எழுத்துக்களைப் படிக்க ஆரம்பித்திருந்தேன்.

இன்னொன்றையும் இங்கு குறிப்பிட விரும்புகிறேன். என்னுடைய ஆங்கில வாசிப்புக்கு ஆதாரமாய் இருந்தது ரஷ்ய நூல்கள்தான். ராதுகா பதிப்பகத்தின் 19ஆம் நூற்றாண்டு ரஷ்ய நூல்கள் ஆங்கிலத்திலும் தமிழிலும் அப்போதெல்லாம் எல்லா இடங்களிலும் கிடைக்கும். ஆரணியில் கிடைக்க வாய்ப்பே இல்லாத பல நூல்களும் நியூ செஞ்சுரி புத்தக நிலையத்தின் நடமாடும் புத்தக வாகனங்கள் வாயிலாக எங்களுக்குக் கிடைத்துக் கொண்டிருந்தன. தல்ஸ்தோய், தஸ்தயேவ்ஸ்கி, செகாவ், புஷ்கின் போன்ற பலரையும் ஆரம்பக் கல்லூரி நாட்களிலேயே ஆங்கிலத்தில் வாசித்திருக்கிறேன். இவையெல்லாம் என்னைச் செழுமையாக்கியுள்ளன. அதன் பிறகு மேல் படிப்புக்காக சென்னைக்குச் சென்றபோது, ரஷ்ய இலக்கியங்களைத் தாண்டி நவீன அமெரிக்க, தென்னமெரிக்க இலக்கியங்கள் சார்ந்த அறிமுகங்கள் கிடைத்தன. சமகால எழுத்தாளர்கள் மீதான

வாசிப்பு நிகழ்ந்தது. இதற்கு அப்போதிருந்த சிற்றிதழ்கள் காரணமாக இருந்தன. இலக்கிய இதழ்களைத் தேடித் தேடி வாசித்த காலம் அது. வாசிப்பில்தான் என்னுடைய கவனம் இருந்தது. வாழ்நாள் முழுவதுமே வாசிப்பில் என்னுடைய காலங்களைக் கழித்திருக்க முடியும். ஒரு கட்டத்தில், சரியாகச் சொன்னால் 2002இல், அருந்ததி ராயின் ஒரு கட்டுரையை, நண்பர்களின் வேண்டுகோளுக்கு இணங்க மொழிபெயர்க்கும் வாய்ப்பு கிடைத்தது. அதை மொழிபெயர்க்கத் தொடங்கியபோது எனக்குள் ஊறிக் கிடந்த வாசிப்பு உதவியது. மொழிபெயர்க்கிறோம் என்று இல்லாமல் இயல்பாகவே எனக்கு அது கைகூடியது.

மொழிபெயர்ப்பு என்பது ஒரு கலைப்படைப்பின் வார்த்தைகளை வெறுமனே இன்னொரு மொழிக்கு அப்படியே மாற்றுவது மட்டுமல்ல. மூலப் படைப்பாளனின் குரல், மூலப் படைப்பில் ஒலிக்கும் அதே தொனியோடு, மொழியாக்கம் செய்யத் தேர்ந்தெடுக்கும் மொழியிலும் ஒலிக்க வேண்டும். அதுதான் என்னுடைய நம்பிக்கை. அருந்ததி ராயின் கட்டுரையை மொழிபெயர்த்தபோது எனக்கே மிகவும் சந்தோஷமாக இருந்தது. ஏனெனில் ஆங்கிலப் பிரதியில் அருந்ததி ராயை எந்தக் குரலில் கேட்டேனோ அதே குரலில் என்னால் தமிழில் சொல்ல முடிகிறது என்பதைக் கண்டறிந்தேன். சுய கண்டடைதல் என்றுதான் அதைச் சொல்ல வேண்டும். மிக மகிழ்ச்சியாகவும் உற்சாகமாகவும் அது இருந்தது. அதைத் தொடர்ந்து என்னுடைய புத்தக அலமாரியில் இருந்து, எனக்குப் பிடித்த ஜூலியன் பார்ன்ஸ், இஷிகுரோ, ஏ.எஸ்.பையட் போன்ற எழுத்தாளர்களின் ஆக்கங்களை மொழியாக்கம் செய்தபோது மகிழ்ச்சியாக இருந்தது. மூலப் படைப்பை அதன் எல்லாக் கூறுகளோடும் தமிழில் மொழியாக்கம் செய்வதற்கு என்னால் முடிகிறது என்று உணர்ந்த தருணம் ஓர் அகதரிசனம். நான் ஒரு இயல்பான மொழிபெயர்ப்பாளன் என்று புரிந்தது. மற்றவர்கள் சொல்லுவதைக் காட்டிலும் ஒரு மொழிபெயர்ப்பாளனுக்குத் தான் சரியாகத்தான் மொழியாக்கம் செய்கிறோமா என்பது தெரியும். மொழியாக்கத்தைப் பொறுத்தவரையில் முதல் வாசகனும் நாம்தான். முதல் விமர்சகனும் நாம்தான். அதன் பிறகுதான் மொழியாக்கத்தில் விரும்பி ஈடுபட ஆரம்பித்தேன். இதுபோன்ற விசேஷ குணங்கள் மொழிபெயர்ப்பாளனுக்கு உண்டு.

கேள்வி: மொழிபெயர்ப்பாளனின் விசேஷ குணங்கள் என்னென்ன? அதைப் பற்றி கொஞ்சம் சொல்லுங்களேன்?

முதல் தகுதி அவன் நல்ல வாசகனாக இருக்க வேண்டும். இரண்டு மொழிகளிலும் நல்ல தேர்ச்சி இருக்கவேண்டும். மூலப் பிரதியை வாசித்தபோது அவனுக்குள் எழுந்த உணர்ச்சிகளை

மொழிபெயர்ப்புப் பிரதியில் கொண்டுவருகின்ற திறமை இருக்க வேண்டும். மிக முக்கியமான தகுதி நேர்மை. படைப்பாளிக்கு விசுவாசமாக இருக்க வேண்டியது முக்கியத்தேவை.

ஒரு மொழிபெயர்ப்பாளன் ஒரு படைப்பாளியின் மனநிலையை அல்லது எதிர்பார்ப்புகளைக் கொண்டவனாக இருக்க மாட்டான். ஏனெனில் என்னுடைய மொழிபெயர்ப்புப் பிரதிகளைப் படிக்கும் யாருமே, அதை என்னுடைய பிரதியாக நினைத்துப் படிக்கப் போவதில்லை. ஓரான் பாமுக்கின் நாவலை நான் மொழிபெயர்த்திருந்தால், அந்நாவலைப் படித்துவிட்டுப் பிரமாதமாக இருப்பதாக ஒரு வாசகர் உணர்ந்தால் அந்தப் பாராட்டு பாமுக்கையே சென்று சேரும். கிட்டத்தட்ட மூன்று வருடங்கள் இரவுத் தூக்கத்தைத் தொலைத்து, அவ்வளவு சிரமப் பட்டு, சிரத்தை எடுத்து மொழிபெயர்த்தாலும் என்னுடைய பெயர்கூட வாசகனுக்கு நினைவுக்கு வராது. ஏனெனில் அந்த நாவல் என்னுடையது அல்ல. மொழிதான் என்னுடையது. படைப்பு என்னுடையது அல்ல.

கேள்வி: மொழிபெயர்ப்பாளனும் ஒரு படைப்பாளிதான் என்ற வகையில் அவருக்கு இது வருத்தமாக இருக்காதா?

ஒரு மொழிபெயர்ப்பாளனுக்கு இதில் வருத்தமே வரக் கூடாது. எனக்கு வருத்தம் வராது. உண்மையில் இதற்காக மிகவும் சந்தோஷப்படுகிறேன். என்னுடைய மொழிபெயர்ப்பைப் படித்துவிட்டு பாமுக் மிகப் பிரமாதமாக எழுதியிருக்கிறார் என்றால், அது மறைமுகமாக எனக்குக் கிடைக்கும் பாராட்டு தான். என் மூலமாகத்தானே பாமுக் அவரிடம் சென்று சேர்ந்தார். வாசகர்கள் என்னுடைய பெயரைக் குறிப்பிட்டுச் சொல்ல வேண்டுமென்று எதிர்பார்த்தால் அது மிகத் தவறு. ஆரம்பக் காலத்தில் என்னிடம் பேசுபவர்களிடம் துடுக்குத்தனமாக நான் பேசியதுண்டு. எப்படியெனில், "நீங்க பிரமாதமா மொழியாக்கம் செய்திருக்கீங்க" என்று யாரேனும் சொன்னால் "நான் நல்லா மொழியாக்கம் செய்திருக்கேன்னு உங்களுக்கு எப்படித் தெரியும்? மூல மொழியில் படித்துப் பார்த்தீர்களா? ஒப்பிட்டுப் பார்த்தீர்களா?" என்றெல்லாம் கேட்டதுண்டு. படிப்பதற்குச் சரளமாக இருந்தால் அதை நல்ல மொழியாக்கம் என்று எப்படிக் கருத முடியும்? அந்த முடிவுக்கு எப்படி வருகிறீர்கள்? மூலப் படைப்பிலிருந்து விலகி உங்களுக்குப் பிடித்ததுபோல நான் எழுதியிருக்கலாம் இல்லையா? அதற்கான வாய்ப்பும் இருக்கும்தானே எனப் பலவாறு பேசியதுண்டு. இதெல்லாம் முதிர்ச்சியற்ற பேச்சுதான். தமிழ் மட்டுமே தெரிந்த வாசகனுக்கு பாமுக்கையோ முரகாமியையோ வாசிக்கும் சந்தர்ப்பம் கிடைப்பதில்லை. அவனுக்குக் கிடைத்தது மொழிபெயர்ப்பு.

ஜி. குப்புசாமி

அதற்கு நன்றி கூறும் முகமாகப் பாராட்டிப் பேசுவது ஒன்றும் தவறில்லை. ஆகவே, இப்போதெல்லாம் யாராவது என்னைப் பாராட்டிப் பேசினால் சரியென்று ஏற்றுக்கொள்கிறேன். என்றாலும் மொழிபெயர்ப்பை எப்படி அணுக வேண்டும் என்ற புரிதல் தமிழ்ச் சூழலில் பெரிதாக வளர்ந்து வரவில்லை.

கேள்வி: வாசகனிடம் முதிர்ச்சியை எதிர்பார்க்கிறீர்கள். அவன் மூலத்தையும் அறிந்திருக்க வேண்டும், மொழியாக்கத்தின் உச்சத்தைப் புரிந்திருக்கவும் வேண்டும் என்றும் சொல்லுகிறீர்கள். அந்தச் சூழல் இங்கு இருக்கிறதா?

நிச்சயமாக இல்லை. ஏனெனில் நேரடியாகவே ஆங்கிலத்தில் படிக்கக்கூடியவன் எதற்காக என்னுடைய மொழிபெயர்ப்பைப் படிக்க வேண்டும்? அவ்வாறு பெரும்பாலும் படிக்க வாய்ப்பில்லை. முரகாமி, பாமுக் போன்றவர்கள் அவர்களுடைய மொழியில் எழுதுகிறார்கள். ஆங்கில மொழியாக்கத்தில் அது பரவலாகச் சென்று சேர்கின்றது. அருந்ததி ராய் நேரடியாக ஆங்கிலத்தில் எழுதக்கூடியவர். இதையெல்லாம் ஆங்கிலத்தில் வாசிப்பவர்கள் ஒருபோதும் என்னுடைய மொழியாக்கப் பிரதியைத் தேடி வரப் போவதில்லை. மொழிபெயர்ப்பு நூல்களை இலக்கியரீதியாக விமர்சனம் செய்ய வருபவர் மூலத்தோடு, அல்லது ஆங்கிலப் பிரதியோடு ஒப்பிட்டு எழுத வேண்டும் என்பேன். ஒரு வாசகனிடம் அதை நாம் எதிர்பர்க்க இயலாது. விமர்சகனிடம் எதிர்பார்க்க வேண்டியதை வாசகனிடம் எதிர்பார்க்க முடியாது. ஆங்கிலத்தில் வாசிக்கக்கூடிய வாசகர்களைத் தமது தாய்மொழியில் வாசிக்க விருப்பப்பட்டு மொழிபெயர்ப்புகளுக்கு வரும்போது அவர்களை ஆங்கிலத்திலும் படித்துவிட்டு என்னுடைய மொழிபெயர்ப்பை அறுதியிடு என்று சொல்வது அபத்தம். ஆரம்பகாலத்தில் இத்தகைய கிறுக்குத்தனங்களைச் சில வாசகர்களிடம் காட்டியிருக்கிறேன். பிறகு திருந்திவிட்டேன்.

அதே சமயத்தில் ஆங்கிலத்தில் படிக்க முடியாத வாசகனை ஒரு மொழிபெயர்ப்பாளன் ஏமாற்றிவிடக் கூடாது என்ற எச்சரிக்கை உணர்வு ஒவ்வொரு வரியை வாசிக்கும்போதும், மொழியாக்கம் செய்யும்போதும் எனக்கு இருக்கும். ஏனெனில் முழுவதுமாக என்னை நம்பி மொழிபெயர்ப்பைப் படிக்க வருகிறான். ஆகவே, மூலப் படைப்பாளிக்கு, மூலப் பிரதிக்குக் கொஞ்சமும் துரோகம் செய்யாமல் நேர்மையாக மொழிபெயர்க்க வேண்டும்.

கேள்வி: மொழியாக்கத்திற்கு ஒரு பிரதியைத் தேர்வுசெய்வது எப்படி அமைகிறது? அண்மைக் காலங்களில் பதிப்பகங்கள் புத்தகங்களின் மொழியாக்க உரிமையைப் பெற்று மொழிபெயர்ப்பாளர்களிடம்

ஒப்படைக்கிறார்கள். உங்களைப் பொறுத்தவரையில் எந்தப் பாணியைப் பின்பற்றுகிறீர்கள்?

மொழிபெயர்ப்பில் நீங்கள் சொல்லுவதுபோல இரண்டு விதமாகவும் இருக்கிறது. என்னைப் பொருத்தவரையில் நான் மொழியாக்கம் செய்ய விரும்பும் புத்தகங்களை சுய விருப்பத்தின் அடிப்படையில்தான் தீர்மானிக்கிறேன். என்னுடைய முதல் மொழிபெயர்ப்பு நூல் என்று எடுத்துக்கொண்டால் சே குவேராவின் “தென் அமெரிக்கப் பயணக் குறிப்புகள்”. அந்த ஒரு புத்தகம் மட்டும்தான் பதிப்பாளர் என்னிடம் படிக்கக் கொடுத்து. அதை நான் தமிழில் மொழியாக்கம் செய்தேன். அதன் பிறகு நான் மொழியாக்கம் செய்த கதைகள், நாவல்கள், கட்டுரைகள் என எல்லாமும் என்னுடைய தேர்வுதான். இன்னமும் தொடர்ந்து நான் வாசித்துக்கொண்டுதான் இருக்கிறேன். என்னுடைய வாசிப்பில் எனக்குப் பிடித்தமான, தமிழுக்குக் கொண்டு வர வேண்டிய புத்தகங்கள், நாவல்கள் பற்றி என்னுடைய பதிப்பாளரிடம் சொல்கிறேன். முறையாக அந்தந்த மொழியின் எழுத்தாளர்களிடமும், அவர்களுடைய முகவர்களிடமும் ஒப்புதல் பெற்ற பிறகுதான் என்னிடம் வரும். ஓரான் பாமுக் எனக்குப் பிடித்தமான எழுத்தாளர். என்னுடைய பதிப்பாளர் கண்ணனிடம் பாமுக் நோபல் பரிசு பெறுவதற்கு முன்பே, அவருடைய புத்தகங்களைத் தமிழில் மொழிபெயர்க்க வேண்டி ஒப்புதல் பெறும்படி கேட்டிருந்தேன். என்றாலும் 2006இல் பாமுக் நோபல் பரிசுபெற்ற பிறகு ஒன்றிரண்டு வருடங்கள் கழித்துத்தான் ஒப்புதலைப் பெற முடிந்தது. ‘மை நேம் இஸ் ரெட்’, ‘ஒய்ட் கேஸில்’ நாவல்களைப் படித்ததிலிருந்தே அவருடைய படைப்புகள்மீது ஆர்வம் தொடங்கியது. ஆகவே, என்னைப் பொறுத்தவரையில் நான் மொழிபெயர்க்கும் நூல்களை நான்தான் தேர்வுசெய்கிறேன்.

இன்றைய தேதியில் எல்லா மொழிகளிலும் நல்ல புத்தகங்கள் வெளிவருகின்றன. அதே சமயத்தில் பரபரப்பாகப் பேசப்படும் நூல்களை வியாபார நோக்கிலும், அல்லது வேறு சில தொலைநோக்குப் பார்வையிலும் தமிழுக்கு வந்தாக வேண்டும் எனப் பல நல்ல பதிப்பகங்கள் உரிமம் பெற்று, அதன் பிறகு மொழிபெயர்ப்பாளர்களைத் தேடி அவர்களிடம் பணியைக் கையளிப்பதும் நடக்கின்றது. ஆனால், என்னைப் பொறுத்த அளவில் நானே பரந்த வாசகர் என்பதால் என்னுடைய தேர்வை நானே தீர்மானிக்கின்றேன்.

கேள்வி: துருக்கியிலிருந்து பாமுக்காக இருக்கட்டும், ஜப்பானிலிருந்து முரகாமியாக இருக்கட்டும், அதைத் தீர்மானிக்கவென்று ஏதோ ஒரு

உந்து சக்தி இருக்க வேண்டும். நீங்கள் பலவற்றையும் படிப்பவராக இருப்பீர்கள். வாசிப்புக்குத் தேவை எது என்பதையும் முடிவு செய்கிறீர்கள். அந்த முடிவுகளை எதன் அடிப்படையில் தீர்மானிக்கிறீர்கள்?

மிக முக்கியமான கேள்வி இது. பாமுக்கின் மொழியாக்கப் புத்தகங்கள் எல்லாவற்றின் முன்னுரையிலும் அதைச் சொல்லி யிருக்கிறேன். பாமுக், எதற்காகத் தமிழுக்குக் கொண்டு வரப்பட வேண்டிய எழுத்தாளர் என நான் நினைக்கிறேன் என்றால், பாமுக்கின் நாவல்களில் இருக்கக்கூடிய விஷயங்கள் நமக்கு நெருக்கமாக இருக்கக்கூடியவை. துருக்கி புவியியல் ரீதியாக தூரத்தில் இருந்தாலும் இரு நாடுகளுக்கும் இடையில் உள்ள வரலாற்று ரீதியிலான இணைப்புகள் எல்லோரும் அறிந்ததுதான். முகலாயர்கள் காலத்தின் ஆரம்பம் என்று மட்டும் இல்லாமல் துருக்கிய சமுதாயத்தில் இருக்கக்கூடிய தனி மனிதனுடைய இன்றைய நவீன வாழ்க்கை ஏற்படுத்தும் சிக்கல்கள் நம் நாட்டிற்கு மிக நெருக்கமாக இருக்கக்கூடியவை. அரசியல் சூழல் வேறாக இருக்கலாம். ஆனால், சமூகச் சூழல் மிக இயல்பாகவே ஒத்துப்போகிறது. இது ஒரு முக்கியமான காரணம். மிக நுட்பமாகப் பார்க்க ஆரம்பித்தால் அரசியல் பார்வையிலிருந்து, சமுதாயப் பார்வையிலிருந்து, தனி மனிதத் தேர்வுகளிலிருந்து, எல்லாவற்றிலுமே மிக நெருங்கியதொரு தொடர்பு இருப்பதைப் பார்க்க முடியும். இதே நெருக்கத்தை ஆப்பிரிக்காவில் இருக்கும் நைஜீரிய எழுத்தாளர்கள் போன்றவர்களிடமும் தொடர்புபடுத்திப் பார்க்க முடியும். உண்மையில் இந்த நாவல்களைத் தேர்ந்தெடுத்தற்கு முக்கியமான காரணமாக அடையாளம் தொலைத்தல் என்ற நவீன வாழ்வு ஏற்படுத்தியிருக்கும் சிக்கலைச் சொல்லலாம். இந்த உளவியல் சிக்கல்களை பாமுக்கின் நாவல்களில் இஸ்தான்புல் நகரத்தை மையமாக வைத்துச் சொல்லும்போது என்னால் மிகச் சுலபமாக இணைத்துக்கொள்ள முடிகிறது. ஆகவே, இதைத் தமிழுக்குக் கொண்டுவருவது தமிழுக்கு நல்லது என்று நினைக்கின்றேன்.

ஒரு கலைஞர்களுக்கு அவர்களுடைய கலையைத் தீர்மானிக்க வேண்டியது அந்தக் கலைஞனா அல்லது புறச்சூழலா? அதிகாரம், அரசியல் போன்ற எல்லாமும் ஒருவருடைய கலை வெளிப்பாட்டை எந்த அளவுக்குக் கட்டுப்படுத்தும்? அவ்வாறு கட்டுப்படுத்தலாமா? கட்டுப்படுத்தக் கூடாதென்றால் கலைஞனின் நிலை என்ன? இதுபோன்ற பல கேள்விகள் இருக்கின்றன. இதெல்லாம் உலகம் முழுக்கவுமான விஷயம் தானே! அதிலும் நமக்கு மிக நெருக்கமாக இருக்கக்கூடியவை என்று தோன்றுகிறது. அதேபோல 'பனி' என்னும் நாவலில் இருக்கும்

பிரச்சினைகள். இதில் எது ஒன்றையும் அந்நியமென நாம் சொல்லவே முடியாது. மேற்கு ஐரோப்பிய நாடுகளின் பிரச்சினை களைச் சொல்லக் கூடிய கதைகள் நிறைய இருக்கின்றன. பிரெஞ்ச், பிரிட்டிஷ், ஜெர்மன் போன்ற நாடுகளின் *ethnocentric* நாவல்களை யும் நாம் வாசிக்கிறோம். அவை நமக்கு அந்நியமான விஷயங் களாகத்தான் இருக்கும். தமிழ் வாசகனுக்கு, இலக்கிய வாசிப்பை இந்த நாவல்களின் வருகை ஒரு படியாவது முன்னுக்குக் கொண்டு செல்ல முடியும் என்ற நம்பிக்கை எனக்கு ஏற்பட்டால் அந்த நாவலை மொழிபெயர்க்க எடுத்துக்கொள்வேன். நார்வீஜியன் எழுத்தாளர் தாக் ஸூல்ஸ்தாத்தின் 'உடைந்த குடை'யை மொழிபெயர்த்தேன். அது அரசியல் நாவல் ஒன்றும் இல்லை. அது தனி மனித உளச்சிக்கல்தான். அதைப் படிக்கும்போது, நார்வே நாட்டின் நடுத்தர வயது மனிதனுடைய குடும்பச் சிக்கலாக மட்டும் அந்த நாவலை என்னால் பார்க்க முடியவில்லை. இன்றைய நவீன மனிதனுக்கு ஏற்பட்டிருக்கின்ற, அறுபது எழுபது வருடங்களுக்கு முன்னால் வாழ்ந்த தலைமுறையைச் சேர்ந்தவர்களுக்கு நேர்ந்திராத ஒரு பிரச்சினை அது. நவீனச் சமுகம் தனி மனித வாழ்வில் ஏற்படுத்துகின்ற அழுத்தங்களை அந்த நாவலில் சொல்லும்போது, இன்றைய வாசகர்களுக்காகத் தமிழில் கொண்டுவர வேண்டியது முக்கியம் எனத் தோன்றியது.

அதே போல, கிழக்காசிய நாடுகளுக்கும் நமக்கும் இருக்கும் தொடர்புகள் தெரிந்த விஷயம்தான். முரகாமி மிக சுவாரஸ்ய மான எழுத்தாளர். அவர்மீது வைக்கப்படுகின்ற மிகப் பெரிய குற்றச்சாட்டு என்னவென்றால் அவர் மேற்கத்தியர்களுக்காக எழுதுகிறார் என்பதுதான். ஆனால், அப்படிச் சொல்ல முடியாது என்பது என்னுடைய எண்ணம். ஜப்பானிய எழுத்துக்களை மேற்கத்திய வாசகர்களும் சுவாரஸ்யமாகப் படிக்கக்கூடிய வகையில் அவர் எழுதுகிறார். ஏனெனில் மேற்கத்திய உலகின் நடைமுறை இலக்கிய முறைகள், உத்திகள் எல்லாமே முரகாமிக்கு அடிப்படையிலிருந்து நன்றாகவே முழுக்கவும் தெரியும். ஜப்பானியர்களின் 21ஆம் நூற்றாண்டு வாழ்க்கையை அவர்களுடைய தன்மையில் சொல்லாமல் அமெரிக்கர்களின் ஸ்டைலில் சொல்லுவது அவருக்கு இயல்பாக வருகிறது. ஆகவே தான் அவருடைய புத்தகங்கள் உலகம் முழுவதும் விற்பனை யாகின்றன. எனக்கு அவரைப் படிப்பதும் மிகுந்த சுவாரஸ்யமாக இருக்கிறது. முரகாமியின் நாவல்களை நான் மொழியாக்கம் செய்யவில்லை என்றாலும் சிறுகதைகளை மொழிபெயர்த் திருக்கிறேன். முரகாமியை மொழிபெயர்க்கக் காரணம் அதிலிருக்கும் சுவாரஸ்யத் தன்மை, ஒரு மேஜிக்கல் ரியலிசம். மாய யதார்த்தக் கதைகள் எனில் லத்தீன் அமெரிக்க நாடுகளைத்தான் நாம் தொடர்புபடுத்திக்கொள்வோம். யதார்த்தத்தை மீறிய கதை

சொல்லல் பாணி ஜப்பானியப் பின்புலத்திலிருந்து வரும்போது, தென்னமெரிக்க நவீன இலக்கியங்கள் ஏற்படுத்தியதைவிடவும் முரகாமி நெருக்கமானவராக இருக்கிறார். இந்தியத் தன்மைக்கு அது மிக நெருக்கமாகவும் இருக்கிறது. முரகாமியின் கதைகளில் வரும் குடும்ப உறவுகள் இந்தியக் குடும்ப உறவுகளுடன் மிக நெருக்கமாக இருக்கின்றன. இதுவொரு ஆசிய மனோநிலை. என்னதான் மார்க்கேஸ் போன்ற தென்னமெரிக்கப் படைப்பாளிகள் எழுத்துக்கள் கவர்ச்சிகரமாக, சுவாரஸ்யமாக இருந்தாலும் அவற்றைத்தாண்டி வேற்றுக் கலாச்சாரம் என்ற உணர்வு வரும். மதில் சுவரைத் தாண்டி அடுத்த இடத்தில் இருப்பதை கவனிப்பது வேறு. ஆனால், ஜப்பானிய எழுத்துகளைப் படிக்கும்போது ஒரே வீட்டின் இன்னொரு அறையில் நடப்பதுபோல இருக்கிறது. மதில் சுவரை எட்டிப் பார்ப்பதைவிட நம் கூடத்தின் இன்னொரு அறையில் நடக்கும் விஷயத்தைச் சொல்லுவது எனக்கு சுவாரஸ்யமாக இருக்கிறது. ஆனால், மார்க்கேஸ் மனதிற்கு இனிமையான எழுத்தாளர். நான் மிக மதிக்கும் எழுத்தாளரும்கூட. ஒரு ஒப்பீட்டுக்காகவே இதையெல்லாம் சொல்லுகிறேன்.

கேள்வி: இந்த மாதிரி விஷயங்களை எல்லாம் தமிழுக்குக் கொண்டு வருகிறீர்கள். முரகாமிக்கு அங்கு என்ன மதிப்பீடு இருக்கு, அவருடைய வீச்சு என்ன என்பதெல்லாம் பத்திரிகைகள் மூலமாக வந்து சேர்கின்றன. அந்தச் சமயத்தில் அவர்களுடைய எழுத்தைக் கொண்டுவந்து அறிமுகம் செய்கிறீர்கள். இதுபோலத் தமிழிலிருந்து ஆங்கிலத்திற்கு மொழியாக்கம் செய்யப்பட்ட முயற்சிகள் பற்றிச் சொல்ல முடியுமா?

சங்கடத்தைத் தரக்கூடிய கேள்விதான் இது. ஏனெனில் உலகத்தின் எந்த மூலையில் ஒரு நூல் வெளிவந்தாலும் அது தமிழில் வெளிவருவதற்கான வாய்ப்புகள் இப்போது மிக அதிகமாக இருகின்றன. இது சந்தோஷமான விஷயம். இதெல்லாம் இருபது வருடங்களுக்கு முன்பெல்லாம் கிடையாது. உடைந்த குடை சமீபத்தில் வந்த நாவல். இரண்டு வருடங்களுக்கு முன்பு வந்த அருந்ததி ராயின் நாவலை முடிக்க இருக்கிறேன். அருந்ததி ராய் இந்திய ஆங்கில எழுத்தாளராக இருந்தாலும், அதைப் போலவே மிக முக்கியமான நாவல்கள் எல்லாம் வந்துகொண்டுதான் இருக்கின்றன. ஆனால், தமிழின் ஜாம்பவான் எழுத்தாளர்கள், எந்தவொரு உலக எழுத்தாளருடனும் ஒப்பிடக்கூடிய ஆளுமைப் பண்பைக் கொண்டவர்களின் படைப்புகள் ஆங்கிலத்திற்குச் சென்றிருக்கிறதா என்றால் சங்கடத்துடன் பதிலளிக்க இயலாமல் தலையைத் திருப்பிக்கொள்ளும் அளவில்தான் இருக்கிறது. அதற்குப் பல காரணங்கள் இருக்கலாம், முக்கியமானக் காரணமாக எனக்குத் தோன்றக்கூடிய விஷயம்

ஒன்றுண்டு. நாம் ஆங்கிலத்தில் நம்முடைய படைப்பாளர்களை ஒழுங்காகக் கொண்டுபோய்ச் சேர்க்கவில்லை. பாரதி, புதுமைப்பித்தனில் ஆரம்பித்துப் பலரும் ஆங்கிலத்தில் மொழியாக்கம் செய்யப்பட்டிருக்கிறார்கள். ஆனால், ஆங்கில மொழிபெயர்க்கப்பட்ட தமிழ் எழுத்துக்கள் பரவலான ஆங்கில வாசகர்கள் வட்டத்தில் எந்த அளவிற்குச் சென்று சேர்ந்திருக்கிறது?

கேள்வி: சங்க இலக்கியங்கள் மொழியாக்கம் செய்யப்பட்டிருக்கின்றன. அதுபோல பல முன்னெடுப்புகள் நிகழ்ந்ததுண்டு என்று சொல்லிக் கொள்கிறோம். என்றாலும் உலக அளவில் எந்த அளவிற்குப் போய்ச் சேர்ந்தது என்பது கேள்விக்கு உரியது.

இதற்கு என்ன காரணம் என்பதை யோசிக்க வேண்டும். பெயர்களைக் குறிப்பிட்டுச் சொல்ல வேண்டுமெனில் ஜெயகாந்தனையும் அசோகமித்திரனையும் சொல்லுகிறேன். ஜெயகாந்தனின் பல கதைகள் ஆங்கிலத்தில் மொழியாக்கம் செய்யப்பட்டதுண்டு. மொழிபெயர்த்தவர்கள் தமிழர்கள். அசோகமித்திரனின் கதைகளும் மொழிபெயர்க்கப்பட்டதுண்டு. இதில் என்னவெனில், மகத்தான தமிழ் எழுத்தாளர்களின் படைப்புகள் ஆங்கிலத்தில் மொழிபெயர்க்கப்படும்போது அந்த ஆங்கிலம் எந்த அளவுக்கு வாசிப்புத் தன்மையோடு பயன்படுத்தப்பட்டுள்ளது என்பதையும் யோசிக்க வேண்டும். அதுவும் முக்கியமான கூறு. இன்றைக்கு முக்கியமான சமகால எழுத்தாளர்களின் படைப்புகளை ஆங்கிலத்தில் யாருக்காக மொழியாக்கம் செய்கிறோம்? இந்தியாவிலுள்ள மற்ற மாநில வாசகர்களுக்காகவா? அல்லது தமிழே படிக்கத் தெரியாத இன்றைய இளைஞர்களுக்காகவா? அல்லது வெளிநாட்டு வாசகர்களுக்காகவா? ஒரு அமெரிக்க வாசகர் நம்முடைய தமிழ் எழுத்தாளரின் ஆங்கில மொழிபெயர்ப்பைப் படித்தால் அவருக்கு எந்த அளவிற்கு அது பாதிப்பை ஏற்படுத்தும்? இதுபோன்ற விஷயங்கள் எல்லாம் இருக்கின்றன. மேலும், எதை மொழி பெயர்ப்பது என்றும் ஒன்றுள்ளது. இந்த இரண்டு விஷயங்களைப் பற்றிக் கொஞ்சம் விரிவாகவே பேசலாம்.

எனக்கு ஒரு நம்பிக்கை இருக்கிறது. தமிழிலிருந்து ஆங்கிலத்திற்கு மொழிபெயர்ப்பதாக இருந்தால் ஆங்கிலத்தை மன மொழியாகக் கொண்ட ஒருவர்தான் அந்த மொழிபெயர்ப்பைச் செய்ய வேண்டும் என்று நான் நம்புகிறேன். ஏனென்றால் தமிழ்நாட்டில் ஆங்கிலத்தை இரண்டாவது மொழியாகப் பயின்று, வீட்டில் புழங்கு மொழியாக இருப்பதும் தமிழ், மனதில் நினைப்பதும் தமிழ், ஆனால் ஆங்கிலத்தில் தவறில்லாமல் எழுத முடியும் என்ற ஒரு தகுதியை மட்டும் வைத்துக் கொண்டு நவீன எழுத்தாளரின் படைப்பை மொழிபெயர்த்தால்

அந்த ஆங்கிலம் உலக அளவில், ஒரு நேட்டிவ் ஸ்பீக்கர் என்று சொல்லுவார்கள் இல்லையா, அதாவது ஆங்கிலத்தைத் தாய்மொழியாகக் கொண்ட வாசகருக்கு இவர்களுடைய ஆங்கில மொழியாக்கம் ஏர்ப்புடையதாக இருக்குமென்று எனக்குத் தோன்றவில்லை. ஏனெனில் நம்முடைய ஊரின் ஆங்கிலப் பத்திரிகையையும், அலுவலக ஆவணங்களையும் படித்துவிட்டு ஒரு இலக்கியப் பிரதியை இந்திய ஆங்கிலத்தின் உதவியுடன் உங்களால் மொழியாக்கம் செய்யவே முடியாது என்றுதான் எனக்குத் தோன்றுகிறது.

இந்தியாவில் உள்ள யாருக்குமே ஆங்கிலம் தெரியவில்லை என்று நான் சொல்லவரவில்லை. ஆங்கிலத்தை மிகச் சரளமாக ஆங்கிலேயர்களுக்கு இணையாக எழுதக் கூடியவர்கள் இருக்கிறார்கள். ஆனால், அதில் எத்தனை பேர் மொழிபெயர்ப்பாளர்களாக இருக்கிறார்கள்? அதுதான் விஷயம்.

இந்தியாவில் இருக்கும் மூன்று ஆங்கில இந்திய எழுத்தாளர் களின் பெயர்களைச் சொல்லுகிறேன். அருந்ததி ராய், அமிதாவ் கோஷ், விக்ரம் சேத் – இந்த மூன்று பேருடைய ஆங்கிலம். அதில் சல்மான் ருஷ்டியையும் சேர்த்துக்கொள்ளலாம். இவர்களுடைய எழுத்துக்கள் உலக அளவில் எல்லோராலும் விரும்பிப் படிக்கப் படுகின்றன. அதற்குக் காரணம் என்னவெனில் அவர்களுடைய மொழிவளம் உலகத் தரத்தில் இருக்கிறது. அதே சமயத்தில் நம்முடைய தமிழின் மகத்தான படைப்பாளிகளை மொழியாக்கம் செய்யும் மொழிபெயர்ப்பாளர்களின் ஆங்கிலம் உயர்நிலைப் பள்ளி மாணவர்களின் தரத்தில்தான் இருக்கிறது. அந்த மொழிபெயர்ப்பில் ஜெயகாந்தனின் குரல் ஒருபோதும் ஒலிக்காது. அசோகமித்திரனின் குரல் ஒருபோதும் ஒலிக்காது. மிகத் தட்டையாக இருக்கும். பல நண்பர்களும் என்னிடம் கேள்வி கேட்டதுண்டு: “நீங்கள் ஏன் ஆங்கிலத்தில் மொழியாக்கம் செய்யக் கூடாது?” ஆங்கிலத்திலிருந்து தமிழில் மொழியாக்கம் செய்வதாலேயே, ஆங்கிலமும் தமிழும் தெரியும் என்பதாலேயே தமிழிலிருந்து ஆங்கிலத்திற்கு என்னால் மொழியாக்கம் செய்யவே முடியாது. என்னுடைய ஆங்கிலத்தின் உயரம் என்னவென்பது எனக்கு நன்றாகத் தெரியும். இந்த கவனம் இல்லாமல் எதுவாக இருந்தாலும் மொழிபெயர்க்க முடியும் என்றால் மூலப் படைப்பாளிக்குத் துரோகம் இழைப்பதாகத்தான் முடியும். அவ்வாறு மொழியாக்கம் செய்தாலும் ஒருபோதும் உலக அரங்கிற்குக் கொண்டுபோக முடியாது. இதுதான் விஷயம்.

கேள்வி: நீங்கள் குறிப்பிட்ட மனமொழி என்ற பிரயோகமே முழுமையாக விளக்கிவிடுகின்றன. அதுவே இதற்கான ஆணி வேர் எங்கிருக்கிறது என்பதைச் சொல்லிவிடுகிறது. சிறுபத்திரிகைகள் எல்லாம் வருகிறது

இல்லையா? மொழிபெயர்ப்புக்கும் அவர்களுக்குமான தொடர்பு என்ன மாதிரியாக இருக்கிறது? நவீன இலக்கியத்தில், தீவிர இலக்கியம் சார்ந்து அவர்கள் இயங்கிக்கொண்டிருக்கிறார்கள். வணிக இதழ்களே கூட இது சார்ந்து பிரக்ஞையுடன் இருக்கிறார்கள். புதிதாக ஏதேனும் செய்ய விரும்புகிறார்கள். அதற்கென இடத்தை ஒதுக்குகிறார்கள்.

அதற்கான காரணமே வேறு. தமிழில் பெரிதாகப் பெயர் பெற்ற வணிகக் குழுமங்கள் இலக்கியத்திற்காக ஒரு இடைநிலை இதழைக் கொண்டுவருவது எதற்கென்றால் உண்மையாகவே தமிழ் வாசிப்பு என்பது மிகவும் குறைந்துவிட்டது என்பதால்தான். முப்பது வருடங்களுக்கு முன்பிருந்த வாசிப்புச் சூழல் இன்றில்லை. முப்பது வருடங்களுக்கு முன்பு தொலைக்காட்சி, சமூக ஊடகங்கள் என எதுவும் இல்லை. ஒவ்வொரு பத்திரிகையிலும் வார இதழ்களில் நான்கு தொடர்கதைகள் வரும். இப்பொழுது அந்தத் தொடர்கதைகளின் இடத்தைத் தொலைக்காட்சியின் மெகா சீரியல்கள் எடுத்துக்கொண்டுவிட்டன. இதழ்களில் கதைகளே அதிகமும் வருவதில்லை. பெரும்பாலும் சினிமாக்களுக்கான பக்கங்களும், அபுனைவு பக்கங்களும், சடங்கிற்கு ஒரேயொரு சிறுகதையும் ஒரு தொடர்கதையும் வரும். இப்படித்தான் இருக்கிறது. எனில் கதைகள் படிப்பவர்கள் யாரென்ற கேள்வி இயல்பாகவே எழுகிறது. என்றாலும் முப்பது வருடங்களுக்கு முன்பு சிற்றிதழ்களை வாசித்த தீவிர வாசகர்கள் இருந்தார்கள் இல்லையா? அந்தச் சதவீதம் இப்போதும் அப்படியேதான் இருக்கிறது. மக்கள்தொகை பெருக்கத்திற்கு ஏற்ப அந்த எண்ணிக்கை அதிகமாகி இருக்கலாமே தவிர, என்னுடைய கணிப்பின்படி தீவிர வாசகர்களின் எண்ணிக்கை 7% தான் இருக்கும். அறுபதுகளிலிருந்து இன்றுவரையிலும் அந்த 7% அப்படியேதான் இருக்கிறது. இந்தச் சதவீதம் குறைவாகவேகூட இருக்கலாம். நான் அதிகமாக சொல்லுவதாகவும் எடுத்துக் கொள்ளலாம். இவ்வாறு நான் சொல்லுவது மொத்த மக்கள் தொகையைப் பொறுத்து அல்ல. வாசகர்களின் எண்ணிக்கையில் 7% அளவிற்கு தீவிர வாசகர்கள் இருந்தால் அதிகம். அந்தத் தீவிர வாசகர்களுக்கு அறிமுகப்படுத்த வேண்டுமென்ற உந்துதலில்தான் தீவிர சிற்றிதழ்கள் வெளிவந்தன.

முன்பெல்லாம் ஒரேயொரு பல்சுவை இதழாகக் கொண்டு வந்தவர்கள் பக்திக்காகவும், பெண்களுக்காகவும், ஜோதிடத்துக் காகவும், மருத்துவத்துக்காகவும் எனத் தனித்தனியாகக் கொண்டு வரும்போது மிச்சமிருக்கும் ஒன்றே ஒன்றாக இலக்கியம் இருக்கிறது. மக்கள்தொகையில் தீவிர வாசிப்பாளர்களையும் சென்று அடைவதற்கான தேவை அவர்களுடைய பகாசுரப் பசி கொண்ட அச்சியந்திரங்களுக்கு இருக்கிறது. அதற்கென இதழ்கள் வரத்

தொடங்கின. அதைத் தாண்டி இலக்கிய சேவையோ அல்லது வேறெதுவுமோ இல்லை. மேலும் நேற்று, இன்று, நாளை என எடுத்துக்கொண்டால் அகத் தேடலின் களமாகச் செயல்படுவது சிற்றிதழ்களும், சிற்றிதழ் எழுத்தாளர்களும்தான். அவர்களுக்கு வணிக எதிர்பார்ப்புகள், தேவைகள் என்று எதுவும் இல்லை. தீவிர மனநிலையில் அர்ப்பணிப்புடன் இயங்கும் எழுத்தாளர்கள் எப்பொழுதுமே இருந்துகொண்டுதான் இருக்கிறார்கள். யாருடைய கண்ணுக்கும் தெரியாமல் ஒதுக்கமாக இருந்த தீவிர இலக்கியச் செயல்பாடுகள் சமூக ஊடகங்கள் வாயிலாக எல்லோருக்கும் தெரிய ஆரம்பித்துவிட்டது. பெரிய ஜனநாயகப்படுத்துதல் இப்போது நடந்திருக்கிறது. என்னுடைய கல்லூரிக் காலங்களில் ஜி. நாகராஜன் என்ற பெயர் யாருக்கும் தெரியாது. விட்டல் ராவ், சுந்தர ராமசாமி, சி. மணி போன்ற பெயர்கள் புத்தகங்களை வாசிப்பவர்களுக்கே கூடத் தெரியாது. என்னுடைய கல்லூரிப் பேராசிரியரிடம் ஜி. நாகராஜனைப் பற்றிப் பேசும்போது இப்படியொரு எழுத்தாளர் இருந்திருக்கிறாரா என்று அவர் என்னிடம் கேட்டார். அவர்களுக்குத் தெரிந்ததெல்லாம் ஜெயகாந்தன் மட்டும்தான். அந்த மாதிரியான நிலைமை இருந்தது. ஆனால் இப்பொழுது நிறைய எழுத்தாளர்களின் பெயர்கள் எல்லோருக்கும் பரிச்சியமாகி இருக்கின்றன. சமூக ஊடகங்கள் அதற்கு முக்கியமான காரணம். ஆகவே, நிறைய புத்தகங்களை நிறைய பேர் வாங்குகிறார்கள். ஆனால், வாசிக்கிறார்களா என்பதைக் கணிக்க இயலாது. மிகப் பெரிய வேறுபாடு உள்ளது.

கேள்வி: ஒரு மொழியாக்கத்தை மேற்கொள்வது அவர்களுடைய சுயவிருப்பம் காரணமாக இருக்கும். அல்லது உடனிருக்கும் நண்பர்கள் தூண்டுவதால் நிகழ்கிறது. அடிப்படையில் படைப்பாளராக இயங்கிக் கொண்டிருக்கும் சிலர் கூடுதலாக மொழிபெயர்ப்பாளராக இருக்கிறார்கள். அதை என்ன மாதிரி பார்க்கிறீர்கள்?

பாரதியார், புதுமைப்பித்தன் போன்ற முன்னோடிகளிட மிருந்தே அது தொடங்கிவிட்டது. தங்களுடைய எழுத்தைக் கூர்மைப்படுத்திக்கொள்வதற்காக அவர்கள் அவ்வாறு இயங்கினார்கள். புதுமைப்பித்தன் அவ்வாறு செய்தார். புதுமைப்பித்தன் சுயமாக எழுதிய பக்க எண்ணிக்கைகளைவிட, அவர் மொழிபெயர்த்த கதைகளின் பக்க எண்ணிக்கை அதிகம். பாரதியார் செய்திருக்கிறார். எல்லாக் காலங்களிலும் படைப்பாளிகள் மொழிபெயர்ப்பையும் சேர்த்தே செய்திருக்கிறார்கள். என்னுடைய கருத்தின்படி படைப்பாளிகள் எதற்காக மொழியாக்கம் செய்ய முயற்சிக்கிறார்கள் என்றால் எழுத்துலகத்திலேயே தங்களை அர்ப்பணித்துக்கொண்டவர்களுக்குத் தம்முடைய

அகவுலகின் எல்லைகளை விரிவுபடுத்திக்கொள்ளவும், சொந்த வாழ்க்கையின், சொந்த விஷயங்களில் அனுமதிக்காத தளங்களில் பிரவேசிக்கவும் மொழிபெயர்ப்பை ஒரு உத்தியாகப் பயன்படுத்திக்கொள்கிறார்கள். அந்தக் கதைகளை மொழிபெயர்க்கும்போது எழுத்து எந்த அளவிற்கு மாறுகிறது, எந்த அளவிற்கு அவர்களுடைய மொழியும் நடையும் வளைந்து கொடுக்கிறது என்பதைச் சுயபரிசோதனை செய்துகொள்வதற்காகவே, மொழியாக்கத்திலும் எழுத்தாளர்கள் ஈடுபடுகிறார்கள். அதுதான் உண்மையென்றும் நினைக்கிறேன். இன்னொன்று, எழுத்தாளர்களும் அடிப்படையில் வாசகர்கள்தானே! தமிழில் சுயமாகவே எழுதிப் பெயர்பெற்ற மூத்த ஆளுமைகள் அவர்களுக்குப் பிடித்த கதைகளை மொழியாக்கம் செய்திருக்கிறார்கள். சுந்தர ராமசாமி, அந்தக் காலத்திலேயே 'தோட்டியின் மகன்,' 'செம்மீன்' போன்ற மலையாள நாவல்களை மொழியாக்கம் செய்திருக்கிறார். தமிழின் மிக முக்கியமான கவிஞரான சுகுமாரன் மார்க்கேஸின் 'தனிமையின் நூற்றாண்டுகள்' நாவலை மொழியாக்கம் செய்திருக்கிறார். பல ஆங்கில நாவல்களை மொழியாக்கம் செய்துவருகிறார். யுவன் சந்திரசேகர் போன்ற பலரையும் உதாரணமாகச் சொல்லலாம். அடிப்படையில் சுயமாக எழுதும் படைப்பாளி தன்னுடைய எழுத்தை இன்னும் செறிவாக ஆக்கிக்கொள்ளும் உத்தியாக மொழிபெயர்ப்பைப் பயன்படுத்திக்கொள்கிறார்கள் என்று நான் நினைக்கிறேன்.

கேள்வி: மொழிபெயர்ப்பைச் செய்யும்போது அவர்களுடைய அடையாளத்திற்கே வேலை இல்லையே?

அதுபோன்ற எந்த அடையாளமும் தெரியக் கூடாது என்பதுதான் மிக முக்கியம். சுய அடையாளத்தைப் பதிவுசெய்ய சொந்தமாகவே எழுதிச் செல்லலாம். மொழிபெயர்ப்புக்கு வரும்போது சுயத்தை முழுவதுமாக விலக்கி வைத்துவிட்டு இன்னொரு எழுத்தாளனின் ஆன்மாவிற்குள் புகுந்து அவருடைய குரலாகத்தான் ஒலிக்க வேண்டும். நீங்கள் சொல்லுவதுபோல் ஒரு எழுத்தாளர் நினைத்தால் ஒரு மொழிபெயர்ப்பாளராக அவர் தோற்றவர் என்றே நான் கருதுவேன். அதுபோலச் செய்யக் கூடாது. மேற்குறிப்பிட்ட படைப்பாளுமைகள் ஒரு மொழிபெயர்ப்பைச் செய்யும்போது கவனத்துடன் இருப்பவர்கள்தான்.

கேள்வி: எதற்காகக் கேட்டேன் என்றால் ஒரு படைப்பாளிக்குத் தனித்துவ மான மொழிநடை, சொற்கட்டு என இருக்கும். மொழிபெயர்ப்பாளராக அந்த பாதிப்பு இல்லாமல் செயல்படுவது கடினம் இல்லையா?

ஆகவேதான் சொந்தமாக எழுதக் கூடாதென்று முடிவெடுத்துவிட்டேன். நண்பரும் எழுத்தாளருமான கோணங்கி என்னைச் சந்திக்கும்போதெல்லாம் கேட்பதுண்டு, "நீயென்ன வெவ்வேறு கைகளை வெக்கிருக்கியோ? பாமுக்கை ஒரு கையிலும், கார்வரை ஒரு கையிலும், அருந்ததி ராயை ஒரு கையிலும் எழுதுறீயோ?" என்பார். எனக்குக் கிடைத்த ஆகச் சிறந்த சந்தோஷம் கொடுக்கக் கூடிய பாராட்டாக அதைக் கருதுகிறேன். இது மிமிக்ரி ஆர்ட்டிஸ்ட் செய்யும் வேலையைப் போலத்தான் என்று நினைக்கிறேன். பாமுக்கை மொழியாக்கம் செய்யும் போது அவருடைய குரலில் ஒலிக்க வேண்டும். என்னுடைய குரல் சுத்தமாக ஒலிக்கக் கூடாது. இது மிக முக்கியம். இதில் மிக கவனமாக நான் இருக்கிறேன். ஆனால், எழுத்தாளர்கள் என்பவர்கள் எழுதி எழுதி ஆழமாக ஒரு தடத்தில் பயணித்துக் கொண்டிருப்பவர்கள். அவர்கள் மொழியாக்கம் செய்யும் போது நீங்கள் சொல்லும் விபத்துகள் நிகழ வாய்ப்புண்டு. அது போன்ற வழுவல்கள் நிகழாமல் பார்த்துக்கொள்ள வேண்டியது அவர்கள் பொறுப்புதான். ஒரு பிரபலமான படைப்பாளியின் மொழிபெயர்ப்பில் அவருடைய சுயகுரல் வெளிப்பட்டால், அவர் தன்னுடைய நடை, தொனி, சாயலில், சொந்தக் குரலில் மொழிபெயர்ப்பைச் சொல்லுகிறார் என்றுதான் தோன்றும். படைப்பாளிகள் சந்திக்கும் மிகப் பெரிய சோதனைதான் அது. நல்லவேளையாக அது எனக்குக் கிடையவே கிடையாது. ஏனென்றால் வாசகர்களுக்கு என்னுடைய சொந்தக் குரல் எதுவென்று தெரியவே தெரியாது. என்னுடைய சுயகுரலில் கட்டுரைகள் மட்டும்தானே எழுதுகிறேன். கதைகளை அவர்களுடைய கண்களில் காட்டவில்லையே. சொந்தக் கதைகள் என்னுடைய வீட்டு அலமாரியில், நான் எழுதிய டயரியில் ஒளிந்திருக்கின்றன. அவை ஒருபோதும் வெளியில் வராது.

கேள்வி: அதேபோல, ஏற்கனவே மொழிபெயர்க்கப்பட்ட புத்தகங்களைத் திரும்ப மொழிபெயர்ப்பதில் என்ன சவால்கள் இருக்கும்?

காஃப்காவின் நாவல்கள் திரும்பத் திரும்ப மொழிபெயர்க்கப் படுகின்றன. தஸ்தயேவ்ஸ்கியின் எழுத்துக்கள் மொழிபெயர்க்கப் படுகின்றன. மொழிபெயர்ப்புக்கு *final draft* என ஒன்று கிடையவே கிடையாது. ஒரு படைப்பு பல முறை மொழிபெயர்க்கப் படலாம் ... பட வேண்டும். இந்தக் கேள்விக்குச் சுருக்கமாக பதில் சொல்ல இயலாது. மொழிபெயர்ப்புப் பிரதி அதன் இறுதி வடிவத்தை எட்டுவதே இல்லை என்பதுதான் நிஜம். எவ்வளவுதான் சிரத்தையுடன் மொழியாக்கம் செய்தாலும் நூறு சதவீத *perfection* சாத்தியமே இல்லை. இதை ஒரு

மொழிபெயர்ப்பாளன் அறிந்தே இருக்கிறான். தன்னை *perfectionist* என்று சொல்லிக்கொள்பவன் மொழிபெயர்ப்பாளனாக இருக்கவே முடியாது. ஆகவே, என்னுடைய மொழிபெயர்ப்பை விடச் சிறந்த மொழிபெயர்ப்பு எதிர்காலத்தில் வரும். வர வேண்டும். அதற்கான இடமும் இருக்கிறது. இதை ஒரு மொழிபெயர்ப்பாளன் அறிந்தே இருக்க வேண்டும். உயிர்ப்போடு இருக்கும் ஒரு மொழி காலந்தோறும் தனது சாயலை மாற்றிக்கொண்டே இருக்கிறது. மொழியின் வளர்ச்சியோடு எழுத்தாளனும் சேர்ந்தே வளர்கிறான்.

கேள்வி: எனில் உங்களுடைய மொழியாக்கத்தை நீங்களே திருத்தி மீண்டும் மொழியாக்கம் செய்வீர்களா?

நிச்சயமாக... நண்பர் வெ. ஸ்ரீராம், பிரஞ்ச் எழுத்தாளர் ஆல்பர்ட் காம்யூவின் படைப்புகளை, இன்னும் பல படைப்பாளி களின் ஆக்கங்களை மொழியாக்கம் செய்கிறார். ஒவ்வொரு முறை மறு அச்சுக்குச் செல்லும்போதும் திருத்தங்கள் செய்துகொண்டே இருக்கிறார். நானும் அதைச் செய்கிறேன். என்னுடைய பதிப்பாளரும் ஒவ்வொரு புத்தகம் மறு அச்சுக்குச் செல்லும் போதும் என்னிடம் திருத்தங்கள் பற்றிக் கேட்பார். திருத்தங்கள் இருந்தால் அதைச் சரிசெய்வோம்.

இது ஒரு பக்கம். ஒரு படைப்புக்குப் பல மொழிபெயர்ப்புகள் வரப் பல காரணங்கள் உண்டு. 19ஆம் நூற்றாண்டின் மாபெரும் படைப்பாளிகளான தல்ஸ்தோய், தஸ்தயேவ்ஸ்கி, செக்காவ் முதலானவர்களின் படைப்புகள் பலரால் மொழியாக்கம் செய்யப்படுகின்றன. அதற்குப் பல காரணங்களும் இருக்கின்றன. ஆக்ஸ்ஃபோர்ட் யூனிவர்சிடி பிரஸ், பெங்குயின் கிளாசிக் போன்ற பல பதிப்புகள் இருக்கின்றன. இதையெல்லாம் பற்றி நபகோவ் நிறைய பேசியிருக்கிறார். கான்ஸ்டன்ஸ் கார்னட் என்ற அம்மையார்தான் ரஷ்ய படைப்புகளை முதலில் ஆங்கிலத்தில் மொழியாக்கம் செய்தவர். உலகம் முழுக்க இவருடைய மொழியாக்கங்கள்தான் ரஷ்ய இலக்கியத்தை உலக வாசகர்களிடம் கொண்டு சென்றது. ஆனால் அறுபதுகளில் நபக்கோவ் பெரிய விமர்சனங்களை வைத்தார். கார்னட் மொழிபெயர்ப்புகள் சரியில்லை, தனது சொந்த நடையில் எல்லாப் படைப்புகளையும் மாற்றி எழுதியிருக்கிறார், மூலப் படைப்புகளுக்கு விசுவாசமாக இல்லை என்றார். இவரது மொழிபெயர்ப்புகள் எல்லாமே மறு கூறலாகத்தான் இருக்கிறதே தவிர நேர்மையான மொழியாக்கமாக அவை இல்லை என்ற அதிரடி குற்றச்சாட்டை முன்வைத்தார். உதாரணமாக, தல்ஸ்தோய் நபகோவ் வார்த்தைகளில் சொல்ல வேண்டும்

என்றால் சரளமான எழுத்து நடையைக் கொண்டவர் கிடையாது என்பது. இது நமக்குப் பெரிய அதிர்ச்சியாக இருக்கும். தல்ஸ்தோயை மிகப் பெரிய ஆளுமையாக நாம் நினைத்துக் கொண்டு இருக்கிறோம். ஆனால், அவருக்கு மிகப் பெரிய மொழி வளம் எல்லாம் இல்லை என்ற அதிரடிக் குற்றச்சாட்டை நபகோவ் முன்வைக்கிறார். தல்ஸ்தோய்க்கு மொழி வளம் இல்லையா? அதெல்லாம் இல்லாமலேயா இவ்வளவு அற்புதமான படைப்புகளை எல்லாம் கொடுத்திருக்கிறார் என்ற கேள்வி எழலாம். என்றாலும், ஒரு திக்கு வாயில் பேசுவது போன்றுதான் அவருடைய நடை இருந்தது என்கிறார் நபகோவ். அதற்கு அன்னகரினினா கடைசியில் ரயிலின் முன்பு தலையை நீட்டி தற்கொலை செய்துகொள்ளும் பத்தியை உதாரணமாகக் கூறுகிறார். ரஷ்ய மொழிக்கு நெருக்கமாக இருக்கக் கூடிய ஆங்கில மொழியாக்கத்தை தனது மொழிபெயர்ப்பில் வாசிக்கவும் கொடுக்கிறார். மாறாக கார்னட் இலகுவாக சரள நடையில் அதை மொழியாக்கம் செய்திருக்கிறார் என்று தெரிகிறது. இதெல்லாம் நமக்குப் புது விஷயங்களாக இருக்கின்றன. நவீன ரஷ்ய மொழியாக்கங்களைப் பொறுத்தவரை தற்போது ரிச்சர்ட் பேவியர் மற்றும் லாரிஸா ஓலகான்ஸ்க்கி தம்பதியர் மொழியாக்கம் செய்திருக்கிறார்கள். இவர்களுடைய மொழியாக்கம் சார்ந்த விரிவான விளக்கங்களும், விவாதங்களும் நிகழ்ந்துள்ளது. எனது கல்லூரி காலங்களில் படித்த அன்னா கரினினாவுக்கும், இப்பொழுது ரிச்சர்ட் மற்றும் ஓலகான்ஸ்க்கி தம்பதியர் மொழியாக்கம் செய்திருக்கும் அன்னா கரினினாவுக்கும் நிறைய நுட்பமான வித்தியாசங்கள் தெரிகின்றன.

இவை மட்டுமின்றி எல்லா மொழிகளிலும் பல படைப்புகள் திரும்பத் திரும்ப மொழியாக்கம் செய்யப்பட்டுவந்திருக்கின்றன. உதாரணமாக, காஃப்காவின் படைப்புகளுக்கு இதுவரையிலும் ஏழுக்கும் மேற்பட்ட மொழிபெயர்ப்புகள் வந்துவிட்டன. காஃப்கா பண்டைய ஜெர்மனின் வட்டார மொழியில் எழுதி இருப்பவர். பொது ஜெர்மனிய மொழியிலிருந்து சில சொற்களுக்குப் பொருள் வட்டார மொழியில் வேறுபட்டதாய் இருக்கும். உண்மையாகவே காஃப்கா எந்த அர்த்தத்தில் ஒரு வார்த்தையைப் பயன்படுத்தியிருக்கிறார் என்று உலகப் போருக்குப் பிந்தைய நவீன ஜெர்மானிய மொழி கற்றவர்களால் புரிந்துகொள்ள முடிவதில்லை. இதில் கருத்து வேறுபாடுகளும் உண்டு. ஆகவே, இந்தக் காரணங்களால் ஒரு மொழியாக்கம் சரியில்லை, நானும் செய்கிறேன் எனத் திரும்பவும் முயற்சிக்கிறார்கள். வேறு சிலரும் வருகிறார்கள். இதற்கு ஒரு முடிவே இல்லை. மொழியாக்கம் என்பது முழுமையை நோக்கிச் செல்லும் பயணம்தான்.

கேள்வி: இந்த விஷயத்தை மொழிபெயர்ப்பு சார்ந்து எல்லாவற்றுக்கும் பொருத்திப் பார்க்கலாம் என்று தோன்றுகிறது. மொழிபெயர்ப்புகளை வாசிக்கும்போது ஏதோ ஒரு சிடுக்கு இருக்கிற மாதிரியே ஒவ்வொரு பத்தியிலும் தோன்றும் இல்லையா, அப்போ, இதை யார் அடையாளம் கண்டு சொல்ல முடியும்? ரொம்பக் கஷ்டமாக இருக்குமே?

நிச்சயமாக ரொம்பக் கடினம்தான். அது மிக மோசமான மொழிபெயர்ப்பாகக்கூட இருக்கலாம். மொழிபெயர்க்கவே தெரியாத ஒருவர், மொழிபெயர்த்ததாகக்கூட இருக்கலாம். அப்படியும் ஒரு சிக்கல் இருக்கிறது. தமிழில் பொதுவாகவே, மொழிபெயர்ப்புகள் மீது வைக்கப்படும் குற்றச்சாட்டு என்னவென்றால் படிக்கவே முடியல, ரொம்பக் கடினமா இருக்கு. இரண்டு பக்கங்களைத் தாண்ட முடியவில்லை. உங்கள் புத்தகத்தில் என்னால் நுழையவே முடியவில்லை என்பதுதான். அதற்கு நான்கூடச் சொல்வதுண்டு. என்னுடைய புத்தகததில் நீங்கள் நுழையை வேண்டுமென்றால் ஒரு பாசிப் பூச்சியாக நீங்கள் இருக்க வேண்டும் என்பேன். இது ஒரு சிக்கலான விஷயம்தான்.

பாமுக் மிக நுட்பமான எழுத்தாளர். மிக நீளமான வாக்கியங்கள் எழுதக்கூடியவர். அருந்ததி ராய் தாவித் தாவிச் செல்லும் எழுத்து நடையில் எழுதுபவர். புதுமைப்பித்தன் சொல்லுவதுபோலத் தவளைப் பாய்ச்சல் நடையில் எழுதுபவர். ருஷ்டியின் மொழி நடை ஆங்கிலேயர்களின் எழுத்து நடையை விடச் சிக்கலானது. முரகாமியின் நடை வேறு மாதிரி. முரகாமியும் பாமுக்கும் ஆங்கிலத்தில் எழுதவில்லை. ஆனால், ஜப்பானிலிருந்தும் துருக்கியிலிருந்தும் மொழிபெயர்க்கும் மொழிபெயர்ப்பாளர்கள், மூல மொழியின் தன்மைக்கு நியாயம் செய்யுமாறு, வாக்கிய அமைப்பை மாற்றாமல்ஆங்கிலத்தில் கொண்டுவருகிறார்கள். போர்த்துகீசிய எழுத்தாளர் ஜொஸே சரமாகோ இன்னொரு கடினமான எழுத்தாளர். நிறுத்தக்குறிகளே இல்லாமல் தொடர் வாக்கியங்களாக எழுதிச் செல்வார். இவருடைய ஆங்கில மொழிபெயர்ப்பாளர்களும் ஆங்கிலத்தில் அதேவிதமான வாக்கிய அமைப்போடுதான் மொழிபெயர்த்திருக்கிறார்கள். இதை வைத்துப் பார்கும்போது சமீபத்திய மொழியாக்கங்கள் மேலான ஆய்வுகளுக்கு உட்படுத்தப்பட்டு நம் கைகளுக்கு வருவது தெரிகிறது. ஆக, பாமுக் எழுதிய அதே தொனி இருந்தால்தான் நம் கைகளுக்கு அவை வரும். அதைத் தமிழில் மொழியாக்கம் செய்யும்போது சிக்கலானதாகத்தான் இருக்கும். கொஞ்சம் யோசித்துப் பாருங்கள். கோணங்கியை ஆங்கிலத்தில் மொழிபெயர்ப்பு செய்தால் எப்படி இருக்கும்? சுஜாதாவின் கதையை மொழியாக்கம் செய்தால் எப்படி

இருக்கும்? இதுபோன்ற உதாரணங்களைச் சொல்லிக்கொண்டே போகலாம். ஒரு மொழிபெயர்ப்பு ஒழுங்காக, சரியாக செய்யப் பட்டுள்ளதா, அல்லது தெளிவில்லாமல் சிக்கலாக மொழியாக்கம் செய்யப்பட்டுள்ளதா அல்லது மூலத்திலேயே அப்படித்தான் இருக்கிறதா என்பதையெல்லாம் வாசகர் கண்டுபிடிப்பது சிரமமான விஷயம்.

கேள்வி: இதுபோன்ற நிறைய விஷயங்களை வாசகனால் கண்டுபிடிக்க முடியாமல் இருக்கலாம். ஆனால், முயற்சி செய்யக் கூடிய எழுத்தாளர் களுக்கு நீங்கள் முன்னோடியாக இருப்பதனால், அவர்கள் எதுபோன்ற விஷயங்களை கவனத்தில் வைத்துக்கொள்ள வேண்டும் என்று சொல்ல முடியுமா?

ஒரு தேர்ந்த வாசகனுக்கு அந்தப் பிரதி சரியாக எழுதப் பட்டுள்ளதா என்பதைக் கண்டறியும் மோப்ப சக்தி உண்டு. ஓர் உதாரணத்திற்குச் சொல்ல வேண்டுமென்றால், க்ரியா ராமகிஷ்ணன் ஒரு பதிப்பாளர்தான். பிரெஞ்சில் அவருக்கு ஒரு வார்த்தைகூடத் தெரியாது. ஆனால், வெ. ஸ்ரீராமின் கைப்பிரதி யில் எங்காவது "இந்த இடம் சரியா இல்லியே. கொஞ்சம் பாருங்க..." என்று சொல்லுவாராம். தமிழில் வெ. ஸ்ரீராம் மொழியாக்கம் செய்த அந்த வரிகளைப் படித்தத்துவிட்டு, ராமகிஷ்ணன் சொன்ன பிறகு அந்த இடத்தைப் பார்த்தால் அந்த இடத்தில் பிரச்சினை இருந்திருக்கிறது. நுட்பமான வாசகனுக்கு அந்த விலகல் கண்ணுக்குத் தெரியும். என்றாலும் பதிப்பாளர்களிடம்தான் உங்களுடைய இந்தக் கேள்விக்கு பதில் இருக்கும் என நினைக்கிறேன். பதிப்பாளர்கள் ஒரு மொழியாக்கத்தை அவசர அவசரமாக வெளியிடாமல், அதை அச்சுக்கு அனுப்புவதற்கு முன் குறைந்தது நான்கு அல்லது ஐந்து நபர்களுக்கு அனுப்பி உரிய மேலாய்வுக்கு உட்படுத்தி அந்த மொழிபெயர்ப்பைச் சரிபார்த்த பிறகுதான் தமிழில் கொண்டுவர வேண்டும் என இருந்தால் நீங்கள் கேட்கும் கேள்விக்கான பதில் கிடைக்கும்.

கேள்வி: முதல் முயற்சியிலேயே பெரிய பணியைச் செய்வதற்கு வாய்ப்பே இல்லை. கொஞ்சம் கொஞ்சமாக முயற்சிசெய்தால்தான் நடக்கும். நீங்கள் குறிப்பிடும் எடிட்டிங் போன்ற செம்மையாக்கம் எல்லாம் நேரடித் தமிழ்ப் புத்தகங்களுக்கே இல்லாதபோது, அதிலும் குறைவான மொழிபெயர்ப்பாளர்கள்தான் இருக்கிறார்கள் எனில் ஒருத்தருடைய படைப்பை இன்னொருவர் மேலாண்மை செய்வ தென்பது எல்லாம் சூழலில் குறைவுதானே?

உண்மைதான். என்றாலும் ஆட்கள் இருக்கிறார்கள். முயற்சிகள் எடுக்கப்பட வேண்டும். இலக்கிய வேலைகளுக்குத் துணை நிற்பவர்களின் எண்ணிக்கை எப்போதுமே குறைவுதான்.

கேரளாவில் இருப்பதுபோன்ற சூழல் எல்லாம் தமிழ்நாட்டில் இல்லை. என்றாலும்கூட, தீவிரமாக இலக்கியத்தில் இயங்கும் ஆட்கள் தமிழில் பலர் உண்டு. மலையாளம் அறிந்தவர்கள், கேரளச் சூழலைப் புரிந்துகொண்டவர்கள் எல்லாம் தெளிவாகச் சொல்லும் விஷயம் என்னவென்றால் மலையாளத்தில் நிறைய மொழிபெயர்ப்புகள் வருகின்றன; ஆனால், அதையெல்லாம் சரியான மொழிபெயர்ப்புகள் என்று சொல்ல முடியாது என்பது தான். மிக அதிக வாசிப்புச் சூழல் இருக்கும் மலையாளத்தில் கூட இதுதான் நிலைமை என்னும்போது, தமிழில் நீங்கள் சொல்லுவது போல மொழியாக்கத்தை அறுதியிடக் கூடியவர்கள் எண்ணிக்கையில் குறைவாக இருக்கலாம். மிகத் திறமை மிக்கவர்கள் எல்லாம் இருக்கிறார்கள். இதில் என்ன சிக்க லென்றால் அவர்களெல்லாம் இந்த வேலையை எடுத்துக் கொள்வார்களா என்பதுதான். மொழியாக்கத்தை மேலாய்வு செய்வதென்பது தலைவலி பிடித்த வேலை. நல்லதொரு வாசகர், நல்லதொரு எழுத்தாளரிடம் சென்று ஆயிரம் பாக்க நாவலைக் கொடுத்து இந்த மொழிபெயர்ப்பை சரியா என பார்த்துச் சொல்லுங்கள் என்றால், அவருக்குக் கடுப்பாகத்தான் இருக்கும். இது போன்ற சிக்கலெல்லாம் உண்டு. தொழில்முறை எடிட்டர்கள், தொழில்முறை விமர்சகர்கள் உங்கள் கேள்விக்கு பதில் அளிக்கக்கூடும். ஆனால், தொழில் முறை எடிட்டர்களை வைத்துக்கொள்ளும் பொருளாதாரச் சூழல் நம்மிடம் இல்லையே. அதுதான் சிக்கல்.

கேள்வி: ஒரு புத்தகத்தை மொழியாக்கம் செய்வதென்பதே பெரிய விஷயம். அதில் இதுபோன்ற விஷயங்களை எல்லாம் புகுத்துவது இன்னும் சிரமமான விஷயம். விற்பனைச் சூழலும் நம்மிடம் இல்லை.

ஒரு பதிப்பாளர் பிரதியைச் செம்மையாக்கம் செய்யும் ஒருவருக்கே கடன் சொல்லும் நிலையில்தான் இருக்கிறார். அப்படி இருக்கும்போது ஒரு புத்தகத்தை ஆங்கிலத்திலும் வாசித்து, தமிழிலும் வாசித்து, இரு பிரதிகளையும் ஒப்பிட்டு, 500 பக்க படைப்பை எடிட்டர் சரி பார்ப்பதற்குக் குறைந்தது நான்கு மாதங்களாவது ஆகும். அந்த நான்கு மாதங்களுக்கு நியாயமானதொரு மதிப்பூதியத்தைக் கொடுக்கும் நிலைமையில் தமிழ்ப் பதிப்புச் சூழல் இல்லை. உண்மை அதுதான்.

கேள்வி: நேரடி பாதிப்பாக இருந்தாலும் சரி, மொழியாக்கப் பாதிப்பாக இருந்தாலும் சரி பல வாயில்களை நீங்கள் திறந்து வைத்திருக்கிறீர்கள். இது அத்தனையையும் தாண்டி இவ்வளவு விஷயங்கள் இதில் இருக்கின்றன. இதை நினைத்து மகிழ்வதா, அல்லது கடைசியாக நீங்கள் பகிர்ந்த யதார்த்தச் சூழலை நினைத்து வருந்துவதா என்று தெரியவில்லை.

இரண்டுமே வேண்டாம். செய்யும் வேலையைச் சரியாகச் செய்ய வேண்டும் என்ற சிரத்தை எழுத்தாளர், பாதிப்பாளர், வாசகர் என மூன்று நிலைகளிலும் இருக்க வேண்டும். அசிரத்தையுடன் எழுதப்பட்ட படைப்பை வாசகர் நிராகரிக்க வேண்டும். விமர்சகர்களின் பங்கு மிக முக்கியம். தமிழில் அபிப்ராயங்கள் உண்டே தவிர விமர்சனச் சூழல் இல்லை. தமிழில் எழுதப்பட்டதுபோலவே இருக்கிறது. பெயர்களை மாற்றிப் போட்டால் தமிழ் நாவலைப் போலவே இருக்கிறது என்றெல்லாம் மொழியாக்கங்களை 'டெம்ப்ளேட்'டுகளில் விமர்சிக்கும் போக்கு உள்ளது. ஆங்கிலத்தில் *words without borders* என்றொரு தளம் உள்ளது. மொழியாக்கங்களுக்கேன்றே அர்ப்பணிக்கப்பட்ட தளம் அது. அதில் மொழியாக்க நூல்களை மிக ஆழமாக விமர்சிக்கும் ஒரு வட்டம் இருக்கிறது.

கேள்வி: மொழிபெயர்ப்பின் நுட்பங்கள் பற்றியெல்லாம் விரிவாகப் பேசினீர்கள். அதற்கான அங்கீகாரம் என்ன?

மொழிபெயர்ப்புக்கு நிறைய வாசகர்கள் இருக்கிறார்கள். இருபது வருடங்களுக்கு முன்பு இருந்ததைவிட இப்போது அதிகமாக இருக்கிறார்கள். மொழிபெயர்ப்புப் புத்தகங்கள் எல்லாம் இப்போது நிறையவே விற்பனையாகிறது. இடையில் ஒரு தேக்கம் இருந்தது. 1940, 50, 60களில் மொழிபெயர்ப்பின் உச்சமாக இருந்தது. க. நா.சு. புதுமைப்பித்தன் போன்றவர்கள் கொண்டுவந்த மாற்றம் இருக்கிறது. அதெல்லாம் சாதாரண விஷயம் இல்லை. அதில்லாமல் வங்க எழுத்துகள் எல்லாம் நிறைய தமிழில் வந்தன. இந்திய மொழிகளுக்கு இடையே இதுபோல நிகழ சாகித்ய அகாடமி எல்லாம் ஆரம்பிக்கப்பட்டது. இடையில் ஒரு தொய்வு இருந்தது. இப்பொழுது, உலக இலக்கியங்களை வாசிக்க வேண்டு மென்ற பார்வை அதிகமாகியுள்ளது. உலகமயமாக்களின் விளைவாகக்கூட இதைச் சொல்லலாம். இலக்கியம் சார்ந்து உலகம் முழுவதும் என்ன நடக்கிறது என்று புரிந்துகொள்ள வாசகர்கள் நிறைய வாசிக்க விரும்புகிறார்கள். நிச்சயமாக இதெல்லாம் நல்ல சமிக்ஞையாகத்தான் தெரிகிறது. இதில் என்னவென்றால் பதிப்பாளர்கள் முறையாகப் பதிப்புரிமை பெற்று நூலை ஒழுங்காக மொழிபெயர்ப்பு செய்யும்போது அதற்குக் கூடுதல் மதிப்பு இருக்கிறது. மேலை நாடுகளின் புத்தகத்தைச் சுலபத்தில் வாங்கி மொழியாக்கம் செய்துவிட இயலாது. அவர்களும் நம்முடைய புத்தகங்களின் மதிப்பைப் பார்க்கிறார்கள். உடைந்த குடை நாவலை நான் முழுவதுமாக மொழியாக்கம் செய்த பிறகு நார்வேக்கு அதை அனுப்பித் தரச் சொன்னார்கள். அங்கிருக்கும் ஒரு தமிழர் அதைப் படித்துப் பார்த்து ஒப்புதல் தந்த பிறகுதான் அச்சுக்குச் செல்லச்

சம்மதித்தார்கள். இதுபோன்ற ஒரு முயற்சியை அவர்கள் எடுக்கிறார்கள்.

கேள்வி: பாராட்டுகள், பரிசுகள் போன்றவை மொழிபெயர்ப்பாளர்களுக்கு தூரமாக இருக்கின்றனவா?

எல்லா எழுத்தாளர்களுக்குமே இவை தூரமாகத்தான் இருக்கின்றன. பொதுவாகவே, மொழிபெயர்ப்பாளர்கள் விசேஷமான கிறுக்குகள். தனக்குப் பிடித்த ஒரு படைப்பை அல்லது வாசிப்பு அனுபவத்தைத் தமிழ் வாசகர்களுக்குக் கொடுக்க வேண்டும் என்றுதான் மொழிபெயர்க்கிறார்கள். என்னைப் பொறுத்தவரை அங்கீகாரமே தேவை இல்லை. கிடைத்தால் மகிழ்ச்சி, என்றாலும் அது பொருட்டல்ல. எது கிடைத்தாலும் கிடைக்காவிட்டாலும் அதனால் மன வருத்தமோ, துயரமோ இல்லை. இந்தப் பணிகள் யாவும் என்னுடைய ஆசைக்காக, திருப்திக்காக. எனக்கு எது மகிழ்ச்சி என்றால் இப்போது அருந்ததி ராயின் சிக்கலான ஒரு நூலை மொழியாக்கம் செய்துகொண்டிருக்கிறேன். ஒரு குறிப்பிட்ட வாக்கியத்தை மொழிபெயர்ப்பதற்காக ஒரு வாரமாக மண்டையை உடைத்துக் கொண்டிருக்கிறேன். அடித்துத் திருத்தி மறுபடியும் மறுபடியும் எழுதி, திருப்தியேற்படாமல் இரவு தூங்கச் செல்லும் முன்பு திடீரென பல்ப் ஒன்றைப் போட்டதுபோல சரியான வாக்கியத்தொடர் பளிச்சிட்டது. உடனே அறைக்குச் சென்று எழுதி முடித்தேன். இதுதான் எனக்கு சந்தோஷம் தரும். ஆனால் யாராவது - அதாவது, மதம், ஜாதி, கட்சி சார்பாக இல்லாமல், எந்த அரசு, அரசு சார்பற்ற அமைப்பு– பரிசளிக்க வந்தாலும் நிராகரிக்க மாட்டேன், வாங்கிக்கொள்வேன்.

●

ஜி. குப்புசாமி